செல்லம்மாள்
நினைவுக் குறிப்புகள்
1993

செல்லம்மாள்

நினைவுக் குறிப்புகள் 1993

செல்லம்மாள் (பி.1920 – 2016)

செல்லம்மாள் 1920இல் திருவனந்தபுரத்தில் உள்ள கரமனையில் பிறந்தார். பன்னிரண்டு வயதில், எட்டாவது படிக்கும்போது சிதம்பரகிருஷ்ணனுக்கு மனைவியானதும் படிப்புக்கு முற்றுப்புள்ளி வைக்கப்பட்டது. வயதுக்கு வந்ததும் நாகர்கோவிலில் உள்ள வடிவீசுவரத்தில் தன் புக்ககத்துக்குக் கணவனுடனும் புக்ககத்தாருடனும் வாழ வந்தவர், பதினாறாவது வயதில் முதல் குழந்தைக்கும் தன் நாற்பதாம் வயதில் கடைசிக் குழந்தைக்கும் தாயானார். எண்பது ஆண்டுகள் அதே வீட்டில் வாழ்ந்து ஜனவரி 2016இல் தன் 95ஆவது வயதில் மறைந்தார். 1995இல் கணவர் மறைவுக்குப் பின்பும் அந்த வீட்டில் தனியாகவும் சுதந்திரமாகவும் வாழ்வதையே விரும்பினார். தன்னிச்சைப்படி செயல்படுவதையே விரும்பினார். அதன்படியே இறந்தபின் தன் கண்களைத் தானம் செய்யும் முடிவையும் எடுத்தார். செல்லம்மாள் சுபாவத்தில் மென்மையானவர். வெளிப்படையாக உணர்ச்சிகளைக் காட்டாதவர். தமிழ் நாவல்களையும் பத்திரிகைகளையும் மிகவும் ஆர்வமாகத் தொடர்ந்து வாசித்துத் தானும் எழுத முயன்றவர். கோவில்களுக்குப் போவதிலும் மதச் சடங்குகளிலும் செல்லம்மாள் அதிகம் ஆர்வம் காட்டவில்லை. தான் சுயமாகச் சிந்திக்கக்கூடியவள் என்பதில் அவருக்கு அதிகம் பெருமிதம் இருந்தது. அதைத் தன் குடும்பமோ மற்றவர்களோ பாராட்டவில்லை என்ற மனக்குறை இருந்தது. இசையில் அதிகம் ஈடுபாடு கொண்ட செல்லம்மாள் நன்றாகப் பாடுவார். ஆனால் எப்போதாவதுதான் பாடுவார். செல்லம்மாளுக்குப் பயணம் மேற்கொள்வதில் மிகுந்த ஆர்வமும் உற்சாகமும் இருந்தது. இந்தியாவில் காஷ்மீர் வரை சென்றிருக்கிறார். மூன்று முறை அமெரிக்கா சென்றிருக்கிறார்.

கணவருடன் செல்லம்மாள்

செல்லம்மாள்
நினைவுக் குறிப்புகள்
1993

பதிப்பாசிரியர்
அம்பை

காலச்சுவடு பதிப்பகம்

அன்பார்ந்த வாசகருக்கு,

வணக்கம்.

காலச்சுவடு நூலை வாங்கியமைக்கு நன்றி.

நூலின் உள்ளடக்கம், உருவாக்கம், அட்டைப்படம் இன்ன பிற அம்சங்கள் பற்றிய உங்கள் கருத்துகளையும் ஆலோசனைகளையும் காலச்சுவடு வரவேற்கிறது. தகவல், எழுத்து, வாக்கியப் பிழைகள் தென்பட்டால் கட்டாயம் தெரிவித்து உதவுங்கள். நூல் தயாரிப்பில் கடும் குறைபாடு இருப்பின் மாற்றுப் பிரதி உங்களுக்குக் கிடைக்கக் காலச்சுவடு ஏற்பாடு செய்யும்.

மின்னஞ்சல்: **publisher@kalachuvadu.com**

காலச்சுவடு நாகர்கோவில் தலைமையகத்துக்கும் கடிதம் அனுப்பலாம்.

தங்கள்
எஸ்.ஆர். சுந்தரம் (கண்ணன்)
பதிப்பாளர் — நிர்வாக இயக்குநர்

செல்லம்மாள் நினைவுக் குறிப்புகள் 1993 • சுயசரிதை • ஆசிரியர்: எல். செல்லம்மாள் • பதிப்பாசிரியர்: அம்பை • பதிப்பும் அமைப்பும் © அம்பை • © காஞ்சனா விஸ்வநாதன் • முதல் (குறும்) பதிப்பு: நவம்பர் 2018, இரண்டாம் பதிப்பு: பிப்ரவரி 2019 • வெளியீடு: காலச்சுவடு பப்ளிகேஷன்ஸ் (பி) லிட்., 669, கே. பி. சாலை, நாகர்கோவில் 629001

cellammaaL ninaivuk kuRippukaL 1993 • Autobiograpy • Author: L. Chellammal • Edited by: Ambai • Compilation, editorial format and arrangement © Ambai • © Kanjana Viswanathan • Language: Tamil • First (Short) Edition: November 2018, Second Edition: February 2019 • Size: Demy 1 x 8 • Paper: 18.6 kg maplitho • Pages: 160

Published by Kalachuvadu Publications Pvt. Ltd., 669 K.P. Road, Nagercoil 629001, India • Phone: 91-4652-278525 • e-mail: publications @kalachuvadu.com • Wrapper printed at Print Specialities, Chennai 600014 ❖ Printed at Mani Offset, Chennai 600077

ISBN: 978-93-86820-79-2

02/2019/S.No. 848, kcp 2307, 18.6 (2) ILL

பொருளடக்கம்

முன்னுரை:
பெண் வாழ்க்கையிலிருந்து எழும்பும் ஒரு குரல் — 13

என்னைப் பற்றிச் சில வார்த்தைகள் — 19

பிறந்தவீட்டு நினைவுகளும் என் திருமண முஸ்தீபுகளும் — 22

கரமனையில் பெற்றோர்களுடன் என் வாழ்க்கையும்
தாத்தா பாட்டி நினைவுகளும் — 34

என் திருமணம் — 52

பருவம் அடைதலும் கணவர் உடல்நிலையும்
விதவைகள் குறித்த எண்ண ஓட்டங்களும் — 58

வடிவீசுவரத்தில் திருமண வாழ்க்கை — 70

கானல்நீராகும் மனக்கோட்டைகள் — 80

மடிசாரிலிருந்து ஆறு கஜப் புடவையும் முத்து மாமியும் — 85

பச்சைக்கல் மாலை — 90

சித்திக்கும் செல்லம்மாளுக்கும் வைரத்தோடு — 102

பத்மாவதி என்றொரு தோழி — 105

பள்ளத் தெரு பகவதி — 119

சிதம்பரத்துடன் மனம்விட்டுப் பேச்சு — 123

என் அம்மா செல்லம்மாள் (1920 – 2016) — 153

குடும்ப வரைபடம் (செல்லம்மாள் குடும்பக் கிளை)

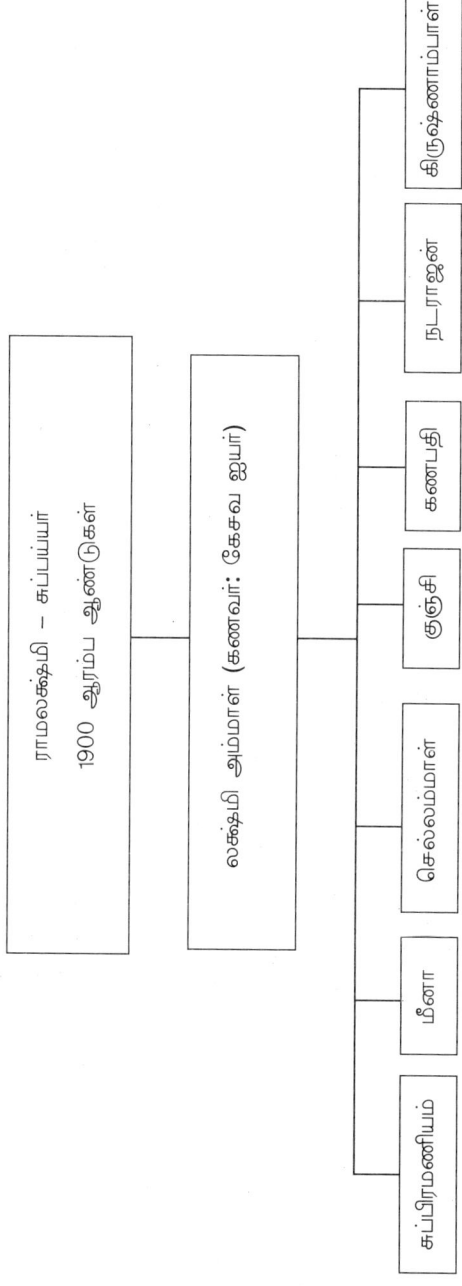

எல். செல்லம்மாள் (1920–2016)

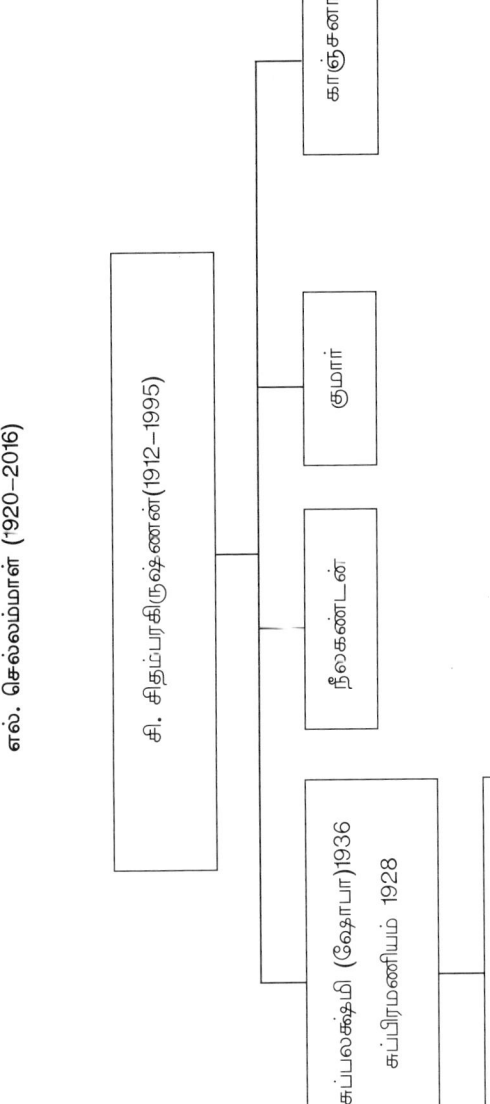

குடும்ப வரைபடம் சிதம்பரகிருஷ்ணனின் (செல்லம்மாளின் புக்ககம்) குடும்பக் கிளை

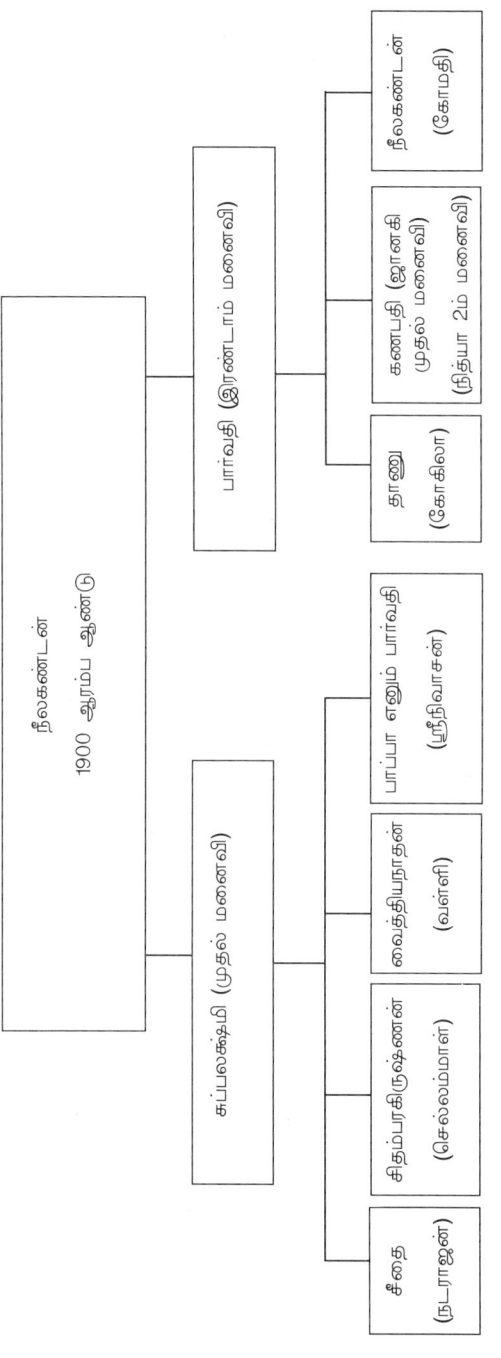

முன்னுரை

பெண் வாழ்க்கையிலிருந்து எழும்பும் ஒரு குரல்

முன்னுரையில் தன்னை ஒரு சாதாரண இந்தியப் பிரஜை என்று அறிமுகப்படுத்திக்கொள்ளும் செல்லம்மாள் தன் வாழ்க்கையின் ஆரம்பகால ஏடுகளைத் தன் குடும்பத்தாருக்காகத் திறந்து வைக்கிறார். தொடர்ந்து எழுதிய குறிப்புகளுக்குத் தன் 73ஆம் வயதில் முன்னுரை எழுதுகிறார். இதில் அவர் விவரமாக எழுதியிருக்கும் வாழ்க்கைப் பகுதிகள் பெண் என்ற முறையில் அவர் பட்ட அல்லல்களையும், தொடர்ந்து அவர் மேற்கொண்ட எதிர் நடவடிக்கைகளையும் கூறுகின்றன. இந்த ஆண்டுகள் மட்டுமே இவர் மனத்தில் மேலோங்கி நிற்பதற்குக் காரணம் அவற்றின் பாதிப்பு மிக ஆழமாக மனத்தில் தேங்கியிருப்பதனாலும் அப்போது பேசாமல் விட்ட பல விஷயங்களைப் பேசியே ஆக வேண்டும் என்ற மனத்துடிப்பினாலும் இருக்கலாம். வெளி நாட்டிலும் வேறு இடங்களிலும் உள்ள தன் மக்கள் தன் வாழ்க்கையின் இந்தப் பகுதியைத் தெரிந்துகொள்ள வேண்டும் என்ற ஆதங்கத்தினாலும் இருக்கலாம்.

அறிவியல் புனைவு எழுத்தாளர் உர்ஸுலா லே க்வின் பேசுவது என்பது கேட்பவருடன் நேரும் இணைந்த நிகழ்வு என்கிறார். செவியுறுதல் இல்லாமல் பேசுதல் நேர்வதில்லை. ஒருவருடன் சொற்கள் மூலம் தொடர்பு கொள்ள நினைப்பது என்பது மிகவும் தைரியம் மிக்க செயல் என்கிறார் உர்ஸுலா. அதற்கு இரண்டு விளைவுகள் அமையலாம். இணை விளைவுகள். நம் மனத்தில் முளைத்த விதை ஒன்று அடுத்தவர் மனத்தில் ஊன்றிப்போய்

பரஸ்பரப் புரிதலின் வியக்கத்தக்க பூவாக மலரலாம் அல்லது முற்றிலும் தவறாகப் புரிந்துகொள்ளப்பட்டு வாடிப்போகலாம் என்று விளக்குகிறார் உர்ஸுலா. தன் வாழ்நாளிலேயே இந்தக் குறிப்புகள் படிக்கப்பட வேண்டும் தன் குடும்பத்தினரால் என்று இதைத் தன் மகள் கையில் 1996இல் தருகிறார் செல்லம்மாள், தன் 76ஆம் வயதில். ஆனால் அதற்கு எந்த எதிர்வினையும் இருப்பதில்லை. அவர் மகள் கூறுவதுபோல் அது குறித்து எந்தவித உரையாடலோ அதற்கான அங்கீகாரமோ கிடைப்பதில்லை. அவர் மறைவுக்குப் பின்தான் இது ஒரு பெண்ணின் வாழ்க்கை குறித்த ஓர் ஆவணம் என்று குடும்பத்தினருக்குத் தோன்றுகிறது. செல்லம்மாளின் சொற்கள் அவர் சிறு வயதில் பேசப்படாமலும் கேட்கப்படாமலும் போனதுபோல் அவர் எழுதிய சொற்களும் உள்வாங்கப்படாமலே போகின்றன அவர் மறையும் வரையும்.

செல்லம்மாளின் வாழ்க்கைக் குறிப்புகள் ஒரு பெண்ணின் குடும்பம் குறித்த தொடர்ந்த மனத்தாங்கலின் ஆவணம் மட்டுமல்லாமல் சிறு பெண்களாகவும், மனைவிகளாகவும் விதவைகளாகவும் உள்ள பெண்கள் எதிர்கொள்ளும் துன்பங்கள், அவமதிப்புகள் பேசமுடியாமல் ஊமையாக்கப்படும் அவலங்கள் இவற்றின் ஒலியில்லாக் கூக்குரலாகவும் இருக்கிறது.

பெண்ணின் – குறிப்பிட்டுச் சொன்னால் பிராமண விதவைகளின் – நிலை குறித்து மிகவும் சினத்துடனும் ஆதங்கத்துடனும் எழுதியிருக்கிறார் செல்லம்மாள். ரிஷிபஞ்சமி பட்டினி குறித்துத் தன் பாட்டியிடம் பேசும்போது பாட்டி அது மறு ஜன்மத்திலாவது மாதவிடாய் இல்லாத ஜன்மமாய்ப் பிறப்பதற்காக என்று விளக்குவாள். அதைக் கேட்டதும் செல்லம்மாளின் மனம் பொங்குகிறது. நினைவுக் குறிப்புகளில் அதைக் குறித்து இவ்வாறு எழுதுகிறார்:

> "... ஒரு பெண் முழுமையான பெண்ணாக ஆவதே இந்த பூப்பெய்தும்போதுதான். அந்த நாட்களில் பெண் திரண்டதை மேள தாளத்துடன் வரவேற்று பெரிதாகக் கொண்டாடுவார்கள். இப்பவும் மற்ற ஜாதியினர் சமைந்ததைப் பிரமாதமாகக் கொண்டாடிக் கொண்டிருக்கின்றனர். பெண்ணின் அடையாளச் சின்னமான, முக்கியத்துவம் வாய்ந்த ஒன்றை சாஸ்திரம் படைத்த இவர்கள் பாபம் என்று சொல்வது மடமையிலும் மடமை என்றுதான் எனக்குத் தோன்றியது. மறு ஜன்மத்தில் ஆணாகப் பிறக்க வேண்டுமென்று நினைக்கிறார்களா அல்லது அலியாகப் பிறக்க வேண்டுமென்று நினைக்கிறார்களா? அலிகளின் நிலை பற்றி நான் படித்திருக்கிறேன் அவர்களை மனித

ஜாதியாகவே மற்றவர்கள் நினைப்பதில்லை. அவர்கள் படும் அவமானங்கள் சொல்லி மாளாது. அவர்களைச் சமூகம் தீண்டத்தகாதவர்கள் மாதிரி நினைக்கிறது. பெண்ணின் முழு அடையாளச் சின்னமான, கடவுள் அல்லது இயற்கையால் கொடுக்கப்பட்ட மிகவும் முக்கியத்துவம் வாய்ந்த ஒன்றை, அவள் பெண்மையை, ஒரு குறிப்பிட்ட சிறு சமுதாயம் அறியாமையால் இப்படிக் கேவலப்படுத்துகிறதே என்று நினைக்க நினைக்க எனக்கு எரிச்சலாகத்தான் வருகிறது."

தன்னை முற்போக்குவாதி என்று அடையாளப்படுத்திக் கொள்ளும் செல்லம்மாளின் நோக்கில் இந்த அநீதிக்கு இந்து மதமும் மதம் சார்ந்த சடங்குகளும் அவற்றைப் பின்பற்றும் பெண்களும் ஆண்களும் மட்டுமே காரணமாகின்றனர். எல்லாவித அடக்குமுறைகளுக்கும் மதத்தையே காரணம் காட்டும்போது, வயதுக்கு வருவதிலிருந்து திருமண வாழ்க்கை, கணவனை இழந்த வாழ்க்கை எல்லாவற்றுக்கும் அதிலிருந்து மேற்கோள்கள் காட்டப்பட்டு, பெண்ணின் நிலைமை இதனால்தான் என்று ஆணித்தரமாகக் கூறப்படும்போது அதன் மீது கோபம் வருவது நியாயம்தான். ஆனால் செல்லம்மாளின் குடும்பம் சற்று வித்தியாசமானது. வள்ளலார் போன்ற மகான்களின் தாக்கத்தைப் பெற்றது. அதனால் செல்லம்மாளால் அவரைச் சுற்றியுள்ள பெண்கள் நியதிகளையும் எல்லைகளையும் மீறுவதைச் சாதகமாகப் பார்க்க முடிகிறது. அப்படி மீறுபவர்கள் கூட மற்றவர்களுக்குச் சொல்லும்போது சமூகத்தோடு ஒட்டிப் போகச் சொல்லும் நிர்ப்பந்தமும் புரிகிறது. பெண்கள் நிலைமை மேற்படுவதுடன் சாதி போன்ற ஒடுக்குமுறைகள் போகவேண்டும் என்று நினைக்கவும் தோன்றுகிறது.

செல்லம்மாளின் பார்வை சற்றே விரிவு பட்டிருந்தால் வேறு பல விஷயங்களும் அவருக்குத் தென்பட்டிருக்கலாம். அவர் பிறப்பதற்கு எட்டு ஆண்டுகள் முன்பே சிஸ்டர் சுப்பலக்ஷ்மி பிராமணப் பெண்களுக்கான இல்லம் ஒன்றை அமைத்துவிட்டார். 1915இல் ஐஸ் ஹவுஸில் அதற்கான நிரந்தரமான இடம் அமைந்தும் விட்டது. அதன்பின் சாரதா வித்யாலயாவும் அமைக்கப்பட்டுவிட்டது. சாரதா சட்டம் 1930இல் அமலாக்கப்பட்டுவிட்டது. பெண்கள் சுதந்திரப் போராட்டத்தில் பங்கு பெறுவதும் பத்திரிகைகள் நடத்துவதும் இவர் இளம்பருவத்திலேயே நடைபெறுகிறது. இவை குறித்து செல்லம்மாள் எதுவும் எழுதுவதில்லை. அவர் குடும்பச் சூழலையும் அதில் பெண்கள் செயல்பட நிகழ்த்த வேண்டிய தந்திரங்களையும் அத்தகைய சூழலில் அமையும் மதிப்பீடுகளைத்

தொடர்ந்து காட்டும் தொலைக்காட்சி நிகழ்ச்சிகளையுமே அவர் மீண்டும் மீண்டும் குறிப்பிடுகிறார். செல்லம்மாளின் பாட்டி யார் சொல்வதையும் பொருட்படுத்தாமல் விதவையான பிறகும் தன் உடலைப் பேண எண்ணெய் தேய்த்துக் குளிப்பதையும் பியர்ஸ் சோப்பு போட்டுக் குளிப்பதையும் அவரைச் சுற்றியுள்ள பெண்கள் சுதந்திரமாகச் செயல்படுவதையும் எந்த மதமும் தடுப்பதில்லை. பொருதாளாரச் சுதந்திரம் ஒரு பெண் செயல்பட எவ்வளவு அவசியம் என்பதைச் செல்லம்மாள் உணர்கிறார் ஒரு கட்டத்தில். சமைப்பதைத் தவிரத் தனக்கு வேறு எதுவும் தெரியாது என்று நினைக்கிறார். பல திருமண வீடுகளில் பல பெண்களைத் தன்னுடன் கூட்டிச்சென்று பட்சணங்கள் செய்யும் லெட்சுமி மாமியிடம் தன்னையும் உடன் கூட்டிப்போகச் சொல்கிறார். அந்தக் கட்டத்தில் செல்லம்மாளின் செயல் மனத்தைத் தொடுகிறது.

இன்னொரு கட்டத்தில் தனக்கானதைத் தான் கேட்டுத்தான் பெற வேண்டும் என்று நினைக்கிறார். தன் மனத்திலுள்ளதை வாய்விட்டு முதல்முறையாகக் கணவனிடம் கூறுகிறார். அந்த உரையாடல் பற்றி இவ்வாறு எழுதுகிறார்:

> ". . . பொண்டாட்டியிடம் அன்புள்ள புருஷன் எவனும் உங்களைப்போல் இருக்கவே மாட்டான். உங்காத்திலே யார் என்ன சொன்னாலும் நீங்க எனக்காகப் பரிந்து ஒரு வார்த்தை பேசியிருக்கேளா? காலை எழுந்திருக்கும்போதே யார் யார் என்ன சொல்லப் போகிறார்களோன்னு நினைப்பு வரும். இப்படி ஒரு வேதனை இந்தாத்திலே வேறு யாருக்காவது உண்டா? நீங்க நினைத்தால் உங்க அக்கா, தங்கை, தம்பி மனைவிகள்போல் எனக்கும் சுதந்திரமாக நிம்மதியாக சந்தோஷத்துடன் இருக்கக்கூடிய வாழ்க்கை கிடைக்கும். அப்பப்போ சண்டைகளும் வரலாம். அது வேறு விஷயம். நான் உங்ககிட்ட பல தடவை சொல்லியாச்சு. அண்ணாவை விட்டுவிட்டு வர முடியாதுன்னு சொல்லறேள். இனிமேல் இந்த வீட்டில் என்னால் இருக்க முடியாது. நான் ஒரு யோசனை சொல்லறேன். நாகர்கோவில் கிராமத்தில் ஒரு வீடு பார்த்து வைத்துவிடுங்கோ. நான் குழந்தையுடன் அங்கு தங்கிக்கறேன். நீங்க அப்பப்போ என்னை வந்து பார்த்துக்கொண்டால் போதும். அதோடு உங்க வருமானத்தில் பாதியை எனக்குத் தந்துடணும்" என்று படபடவென்று சொன்னேன்.
>
> "இவ்வளவுதானா? இன்னும் ஏதாவது இருக்கா?" என்றார் சுருக்கமாக.

“யோசித்தால் நிறைய வந்துகொண்டே இருக்கும். உங்களிடம் பேசக்கூடச் சந்தர்ப்பம் எனக்குக் கிடைக்கறதில்லை. காலையில ஆறு மணிக்கு எழுந்து காப்பி சாப்பிட்டுவிட்டு அப்புறம் இந்த அது இது எல்லாத்தையும் முடிச்சுட்டு 9 மணிக்குள் போய் விடுவேள் ஆபீஸ் வீட்டுக்கு. 10மணிக்கு வந்து சாப்பிட்டுவிட்டு கோர்ட்டுக்கு டிரெஸ் போட்டுண்டு போய்விடுவேள். வரும்போது 5 மணி ஆகும் . . .” (தக்கலை, குழித்துறை கோர்ட்டுக்கும் போய் வருவார். சில நாட்கள் அவர் அப்பா இருந்த வரை மதியம் டிபனுக்கு வரமாட்டார். கோர்ட்டுக்குப் பக்கத்தில் வெகு நாட்களாக இருந்து வரும் போத்தி ஓட்டலில் வடையோ தோசையோ சாப்பிட்டு, காப்பியும் குடிப்பாராம். இது மாமனார் காலத்திலிருந்து வழக்கமான ஒன்று) “நீங்க வெளியே போய்விட்டுத் திரும்ப வரும்போது அநேகமாக இருட்ட ஆரம்பித்துவிடும். 8மணிக்கு சாப்பிட்டுவிட்டு 9க்குள் ஆபீஸ் வீட்டுக்குப் போய்விடுவேள். ஆபீஸ் வீட்டிலிருந்து வரும்போது பதினொண்ணரைக்கு வருவேள். சில நாள் 12மணிகூட ஆகும். சாவியைக் கையில் கொண்டுபோய் விடுவதால் எனக்குக் கதவத் திறக்க வேண்டிய சிரமம் இல்லை. இந்த நிலையில் நான் உங்களிடம் எதைச் சொல்ல முடியும்? அதனால் வீட்டில் நடப்பது உங்களுக்குத் தெரியவே தெரியாது. அப்படியே தெரிந்தாலும்கூட எனக்கு வேண்டி அநியாயத்தைத் தட்டிக்கேக்க மாட்டேள். அதனால் நான் சொன்னதுபோல் ஒரு வீடு பார்த்துத் தாருங்கோ. நான் குழந்தையுடன் நிம்மதியாக இருக்கேன்” என்று மனத்தில் இருந்ததை எல்லாம் சொன்னேன்.

மிகவும் மனத்தை உருக்கும் உரையாடல் இது. அன்பிருந்தாலும் குடும்பப் பிணைப்பிலும் பொறுப்பிலும் இருந்ததால் அதிகம் செய்ய முடியாத கணவன். சடங்குகள், சம்பிரதாயங்கள், அவற்றுக்கான நகைகள், புடவைகள், துணிமணிகள், சாப்பாடு, பெண்களுக்குள் மூளும் சச்சரவுகள், எள்ளல்கள், பெரும் சண்டைகள் இப்படி எல்லாவற்றிலும் தான் எல்லாவகையிலும் முடக்கப்படுவதாக உணரும், தனக்கான இடம் இதுவல்ல என்று நினைக்கும் செல்லம்மாள்.

எல்லாவற்றையும்விட செல்லம்மாளைத் தொடர்ந்து வருத்துவது விதவையான மிக அழகான அவர் தாயும் இளம் வயதிலேயே விதவையான அவர் அக்காவும்தான். தவிர சினிமாவிலும் தொலைக்காட்சித் தொடர்களிலும் விதவைகளைக் காட்டும் விதம் அவரை வெகுவாகக் கோபப்படவைக்கிறது.

மதச் சம்பிரதாயங்களைச் சாட வைக்கிறது. இது ஒரு தொடர் இழையாக அவர் வாழ்க்கைக் குறிப்புகளில் வருகிறது. ஆனால் தன்னைப்பற்றியும் தன் எண்ணங்கள் பற்றியும் தான் எழுதும் நினைவுக்குறிப்புகளையும் பற்றி அவர் தன்மறிவாகவும் நோக்குகிறார் இடையிடையே. ஒரு கட்டத்தில் இவ்வாறு எழுதுகிறார்:

> வயது ஏற ஏறச் சிலருக்கு ஆரம்ப காலங்களில் இல்லாத பல நம்பிக்கைகள் வந்துவிடுகின்றன. அதாவது கோவில் குளங்களுக்குப் போவது, பூஜை புனஸ்காரம் போன்றவை. சுருங்கச் சொன்னால் முன்னோர்களால் ஜாதிக்குத் தகுந்தவாறு எதெல்லாம் செய்தால் புண்ணியம் கிடைக்கும் என்று எழுதி வைத்திருக்கப்பட்டிருக்கிறதோ அவைகளில் எல்லாம் ஈடுபாடு உண்டாகிறது. என்னைப் பொருத்தமட்டில் முன்பிருந்த சில நம்பிக்கைகள் கூட இப்போது இல்லை என்றே சொல்வேன். எல்லாவற்றையும் சிந்தித்துப் பார்க்கிறேன். எல்லாமே பொய் என்றே எனக்குப்படுகிறது. எல்லாம் அவன் செயல் என்று சொல்வார்கள். நானும் இப்படி எழுத அவ்வாறு சொல்லிக் கொள்கிறேன். கடவுள் பேரில் செய்யப்பட்டிருக்கும் மூட நம்பிக்கைகள் என்றும் உண்மையான ப்க்தி ஆகாது. உண்மையான ஞானிகள் யாவரும் மனிதர்களுக்கு அறிவு என்று ஒன்றைக் கடவுள் கொடுத்திருக்கிறார், அதை உபயோகித்துச் செயல்பட வேண்டும் என்று சொல்லியிருக்கிறார்கள். இது மற்றவர்களுக்கு எப்படியிருந்தாலும். எனக்கு மிகவும் பிடித்தது. இதை எழுத பலத்தையும் நேரத்தையும் வீணாக்கி விட்டேனோ என்று தோன்றுகிறது . . .

குடும்ப அமைப்பின் சிக்கலான உறவுகள், உரையாடல்கள், உணவு படைத்தல், அவநம்பிக்கைகள், அவதூறுகள் இவற்றுடன் வரும் அழகு, அன்பு, பாசம், கனிவு, காதல் இவற்றைக் கூறும் குறிப்புகளில் இடையே வரும் இந்தத் தன்மறிவான பகுதி, சாதாரணக் குடும்ப அரசியலில் சிக்குண்ட பெண் எழுதும் மனக்குறைகள் அல்லது புலம்பல்கள் என்ற தளத்திலிருந்து இந்தப் பிரதியை வெகுவாக உயர்த்துகிறது. பிரதியின் ஆழத்தையும் அதைப் பகிர்ந்துகொள்ள நினைக்கும் விழைவையும் அதில் தொக்கி நிற்கும் புரிதலுக்கான இறைஞ்சலையும் நம்மால் உணரமுடிகிறது.

அம்பை

மும்பாய்
11.07.2018

என்னைப் பற்றிச் சில வார்த்தைகள்

செல்லம்மா என்ற நான் ஒரு சாதாரண இந்தியப் பிரஜை. உலகத்தில் பிரபலமானவர்கள்தான் சுயசரிதம் எழுதலாமா என்னா? என்னை எங்கள் தெருவில் கூட புதிதாகக் குடிவந்தவர்களுக்குத் தெரியுமா என்பது சந்தேகம்தான். நான் யாரிடமும் வலுவில் சென்று பேச மாட்டேன். அதுவும் கடந்த சில வருஷங்களாக நமக்கு வயதாகி விட்டது, இளம் தலைமுறையினர் நம்மை மதிக்க மாட்டார்கள் என்ற ஒரு தாழ்வு மனப்பான்மையும் என்னுள் ஏற்பட்டு விட்டதால் ஒதுங்கியிருக்கவே விரும்புவேன். நான் உண்மை பேசுவதை ஒரு கொள்கையாகக் கொண்டிருக்கிறேன். அதனால் சுய சரிதத்திலும் கொஞ்சமும் கலப்பிடமில்லாத உண்மைகளையே எழுதவேண்டுமென்பது என் அபிப்பிராயம். எனவே நான் சில ரகசியமான, அசிங்கமான விஷயங்களை இதில் எழுத வேண்டா மென்று நினைக்கிறேன். என் சுயசரிதம் என் குடும்பத்தாருக்காகத்தான் எழுதுகிறேன். அதுவும் என் குழந்தைகளுக்காகத்தான். வேதனை நிறைந்த என் வாழ்க்கையிலிருந்து அவர்களுக்கு ஒரு சுவாரசியமான கதை கிட்டுமே என்பதற்குத்தான். எனக்குப் படபடவென்று எழுத வராது. அதுவும் தவிர உடலுறுப்புகள் சேர்ந்தாற்போல் எழுத இடம் தராது. அதோடு சில நாட்களில் கொஞ்சமும் நேரம் கிடைக்காமல் ஆகிவிடும். அதனால் இதை நான் எப்போது எழுதி முடிப்பேனோ என்று எனக்கு நிச்சயமில்லை. எனக்கு வயதாகிவிட்டதால்

ஒருவேளை நான் இதை எழுதி முடிப்பதற்கள் இறந்தும் போகலாம். நான் எழுதியதை நான் உயிரோடிருக்கும்போதே என் குடும்பத்தினர் படிக்க வேண்டுமென்பது என் அவா. என் ஆசை நிறைவேறப்போகிறதோ என்னவோ? என் எழுத்தில் அட்சரப் பிழைகள் இருக்கலாம். படிப்பவர்கள் அதை ஒரு பெரிய குற்றமாக எடுத்துக்கொள்ளக்கூடாதென்று கேட்டுக்கொள்கிறேன். நான் முறையாகத் தமிழ் படித்ததில்லை. மலையாளம்தான் படித்தேன். வடிவீசுவரத்திற்கு வந்தபின்தான் அட்சரம் கூட்டி வாசித்து வாசித்து, நானாகக் கற்றுக்கொண்டதுதான். இப்போது மலையாளம் எழுத எனக்கு வராது. மலையாளத்தை மறந்து பல வருஷங்களாகிவிட்டது. படிப்பதற்குக் கூடக் கஷ்டமாகத்தானிருக்கிறது. மலையாளப் பத்திரிகை ஏதேனும் பார்த்தால் சட்டென்று எனக்குப் படிக்க முடியாது. முழுக்க முழுக்க மலையாளமே படித்த எனக்கு அந்தப் பாஷை மறந்து போனது ஆச்சரியம்தான். நான் 8ம் கிளாஸ் வரைதான் படித்தேன். அதைக் கூட முழுவதுமாக முடிக்கவில்லை. அதற்குக் காரணம் நான் எப்போது வேண்டுமானாலும் பெரியவளாகிவிடலாம் என்ற வயதில் இருந்ததுதான். என்னுடைய காலகட்டத்தில் பெண் புஷ்பவதியாவதற்குள் கல்யாணம் நடந்து விடவேண்டும். அதனால் எப்படியாவது ஒரு வரனைத் தேடிக் கல்யாணம் முடித்துவிடவேண்டும். இல்லையென்றால் சமூகம் – குறிப்பிட்டுச் சொன்னால் பிராமண சமூகத்தில் – அதை ஒரு பெரிய குற்றமாகச் சொல்வார்கள். எனக்கு 13 வயதில் கல்யாணம் நடந்தது. “இந்தப் பெண் தெரண்டிருக்கும். இன்னும் கல்யாணம் கழிக்காமலிருக்காளே? இவாளுக்கு மானம், அவமானம் கிடையாதா?” என்றெல்லாம் ஊரில் பேசிக்கொள்வார்கள். பத்திலிருந்து பதிமூன்றுக்குள் பெண்களுக்குக் கல்யாணம் நடந்துவந்த காலம் அது என்று சொல்லலாம். என் அம்மாவுக்கு 7 வயதில் கல்யாணம் ஆயிற்றாம். நான் 13 வயதில் வயதிற்கு மீறின வளர்த்தியாக இருந்தேன். ஆனால் கல்யாணமாகி ஆறுமாதம் சென்றுதான் பெரியவளானேன். என்னை எங்கள் ஊரில் ரொம்ப அழகாக இருக்கிறேன் என்று சொல்வார்கள். இதைப் பெண்கள் மட்டுமல்ல, ஆண்களும்தான் சொல்வார்கள். என்னைப் பல வருஷங்கள் பார்க்கச் சந்தர்ப்பம் கிடைக்காக கரமனை ஊர்க்காரர்களும், உறவினர்களும் “ஏண்டி இப்படியாகி விட்டாய், ஆளே அடையாளம் தெரியவில்லையே? என்னமா ஜெகஜ்ஜோதியாக இருந்தாய்” என்றும், “உன் அழகெல்லாம் எங்கே போச்சு” என்றும் சொல்வார்கள். சொல்பவர்கள் எப்படிச் சொன்னாலும் அர்த்தம் ஒன்றுதானே? நானா ஒரு காலத்தில் அப்படியிருந்தேன் என்று எனக்கே ஆச்சரியமாகயிருக்கிறது. வாழைத்தண்டுபோலிருந்த கை சுருங்கி, கழுத்து சுருங்கி,

முகம் சுருங்கி, உடலில் பல இடங்களில் சதைத் தொய்வுடன் படு அசிங்கமாக இருப்பதாக எனக்குத் தோன்றுகிறது. 62 வயதிலேயே பல் செட்டு வைத்துக்கொள்ள வேண்டிவந்தது. பத்து வருஷங்களாக அந்தப் பல் செட்டும் சரியான பிடிப்பில்லாமல் ஆடிக்கொண்டு இருக்கிறது. பலமாகச் சிரித்தால் பல் செட்டு கழன்று வந்துவிடும். இதையெல்லாம் காலத்தின் கோலம் என்றுதான் சொல்ல வேண்டும். ஏனோ தெரியவில்லை, முடி மட்டும் எனக்கு நரைக்கவில்லை. இப்போதுதான் இடையிடையே நரைமுடி தோன்றியிருக்கிறது. இந்த ஆடிக்கு (1994) எனக்கு 74 வயது ஆகிறது. ரோகிணி நட்சத்திரம்.

பிறந்தவீட்டு நினைவுகளும் என் திருமண முஸ்தீபுகளும்

எனக்குக் கல்யாணத்திற்குப் பார்த்தது ஒரே ஜாதகம்தான். என் அப்பாவின் மாமி மூலம்தான் இவரின் ஜாதகம் கிடைத்தது. மாமிக்குப் பிறந்தகம் வடிவீசுவரம்தான். “இந்தப் பொண்ணுக்குக் கல்யாணம் ஆவதற்குள் எங்கப்பா போய்விட்டாரே? அவர் இருந்தா எனக்குக் கவலையே இல்லை. இதுக்கு அதிர்ஷ்டமில்லை” என்றெல்லாம் மன்னி (மன்னி என்றுதான் அம்மாவை அழைப்போம்) பொன்னாமியிடம் (அப்படித்தான் நாங்கள் எல்லோரும் மாமியைக் கூப்பிடுவோம்) புலம்பிக் கொண்டிருப்பாள். “நீ கவலையே படவேண்டாம். உன் பொண்ணு சித்திரத்தில் எழுதிப் பார்க்கலாம் போலிருக்கா. எங்க ஊரில் எனக்குத் தெரிந்த ஒரு பையனிருக்கான். ஆனா அவன் நல்ல கறுப்பு. ஆனர்ஸ் பி.ஏ ஒன்னாம் கிளாசாக பாஸாகியிருக்கான். பிள்ளையோடு அப்பா சட்டை, வக்கீல். நல்ல வரும்படி, நிறையச் சொத்திருக்கு. வயல் வீடெல்லாம் வாங்கிப் போட்டிருக்கான். மூத்தாளுக்கு இரண்டு பொண்ணும், இரண்டு பிள்ளையும். நாலாவது குழந்தை பிறந்த கொஞ்ச நாளிலெயே சுப்பு (மூத்தாள் பெயர்) செத்துப் போய்விட்டா. இளையாள் ரொம்ப சாது. சட்டை பொண் சொன்னதைத்தான் கேப்பன். வீட்டு பொறுப்பெல்லாம் (மூத்த) மாப்பிள்ளைதான் பாத்துப்பன். இளையாளுக்கு மூணு பிள்ளை. எல்லாம் சின்னதுதான். வக்கீலானதாலே சக்கை, மாங்காய், ஏத்தங்காய் எல்லாம் வந்துண்டேயிருக்கும். உன் பொண்ணுக்கு நிறையத் திங்கலாம். இன்னொரு

விஷயம் அந்தப் பொண்கள் இரண்டு பேரும் ரொம்ப பொல்லாதுகள்னு ஊரிலே சொல்லுவா. செல்லம்மா ரொம்பப் பாவம். அதுதான் எனக்கு இந்தப் பொண் ஆம்பிட்டுண்டு முழிக்கப்படாதேன்னு கொஞ்சம் பயமாயிருக்கு" என்றாள் பொன்னாமி.

இப்படி அவள் சொன்னதைக் கேட்டு, "இன்னும் ஜாதகமே பாக்கலையே? அதுக்கப்புறம்தானே மற்றதை எல்லாம் யோசிக்கணும்?" என்று என் அம்மா சொன்னதற்கு, "அதெல்லாம் ஜாதகம் அவாளுக்குக் கிடைச்சிருக்கு. என் மாப்பிள்ளை நாலு நாளைக்கு முன் வடிவீசுவரம் போயிருந்த போது சட்டை ஆத்துக்குப் போயிருந்தானாம். (மாமியின் அக்கா, தம்பி ஆகியவர்கள் சட்டை என்பவர் வீட்டிற்கு நாலைந்து வீடு தள்ளித்தான் இருந்தனர்.)" பரூர் சுப்பய்யர் பேத்தி உங்க மாமியாருக்குச் சொந்தமாமே? அந்தப் பொண் ஜாதகம் கான்ட்ராக்டர் அப்புவய்யர் தந்தார். நல்ல பொருத்தம். பொண் எப்படி? அவாளெல்லாம் எப்படிப்பட்டவா?"ன்னு கேட்டாளாம். "அவாளெல்லாம் ரொம்ப நல்லவா. மாமாவுக்குக் கொஞ்சம் கோபம் வரும். மத்தபடி நல்லவர்தான். பொண் ஏ ஒன். நீங்க பாத்தா வேண்டாம்னு சொல்லமாட்டேள். ஆனா அவாளாலே நீங்க எதிர்பார்க்கற அளவு செய்ய முடியாது" என்று மாமியின் மாப்பிள்ளை சங்கரன் சொன்னதை பொன்னாமி சொன்னாள்.

மாமி பக்கத்துத் தெருவில் தன் பெண் குடும்பத்துடன் இருந்துவந்தாள். அவ்வப்போது எங்கள் வீட்டிற்கு வருவாள். மாப்பிள்ளை கொடுத்ததாகச் சொல்லி பையனின் ஜாதகத்தையும் கொடுத்தாள் என் அப்பாவிடம். ஜோசியரிடம் காட்டியதில் நல்ல பொருத்தமென்று சொன்னாராம். பின் என் அப்பா வடிவீசுவரம் போய்விட்டு வந்து என் அம்மாவிடம் சொன்னது: "அவாத்திலெ மூத்த பெண்தான் எல்லாம் சொன்னா. சட்டை ஏதும் சொல்லலை. 3000 ரூபாய் கையிலெ கொடுத்து, ஏதேதோ வெள்ளிப் பாத்திரமும், தீபாவளிக்கு தங்க அரைஞாணும் போடணுமாம். பிள்ளை நல்ல கறுப்புதான்." மற்றும் என்ன சொன்னார் என்று ஞாபகமில்லை.

நான் இங்கே ஒன்று சொல்லியே ஆகவேண்டும். அதாவது என் நாத்தனார்கள் சொன்னதுபோல் நான் விவரக்கட்டையாகவும், அசடாகவும் இருந்திருந்தால், அந்தக் குழந்தைப் பருவத்தில் நடந்த சம்பவங்கள் இந்தளவு ஞாபகத்தில் இருந்து மனத்தில் பதிந்திருக்க முடியுமா? அது மட்டுமல்ல, விஷயங்கள் புரியத்தான் செய்யுமா? இதிலிருந்து என்ன தெரிகிறது என்றால், நான்

சாதாரண புத்திசாலியில்லை; அதிபுத்திசாலி என்றே சொல்வேன். அதே சமயம் நான் கள்ளங்கபடமில்லாதவளாகவும் இருந்து வந்திருக்கிறேன். அதுதான் இவர்கள் என்னை அசடு என்று சொன்னார்களோ என்னவோ? புக்ககத்து மனிதர்களால் நான் பட்ட அவமானங்களைப் பின்னால் சொல்கிறேன். என் அப்பா வீட்டிற்குப் போய் கலந்தாலோசித்து லெட்டர் போடுவதாகச் சொல்லிவிட்டு வந்தாராம். "இப்போ என் அப்பாவுமில்லை. அவர் இருந்தால் நிறையச் சகாயம் பண்ணுவார். இப்பொ இவா கேக்கறதை எல்லாம் எப்படிக் கொடுக்க நமக்குச் சாத்தியப்படும்? படாது. பேசாமல் ஒரு பள்ளிக்கூட வாத்தியாரோ இளையாளோ பாத்து கல்யாணத்தை முடிக்கணும்" என்று அம்மா சொன்னாள்.

அந்தக் காலத்தில் எங்கம்மா குறிப்பிட்ட ஆரம்ப ஸ்கூல் வாத்தியாருக்கு 25 ரூபாய் சம்பளமிருந்தாலே அதிகம். என் அப்பா வடிவீசுவரம் போய் வந்த நாலு நாளைக்கெல்லாம் மூத்த நாத்தனாரும், அவள் கணவனும் நாங்கள் சற்றும் எதிர்பாராமல் எங்கள் வீட்டிற்கு வந்தார்கள். அப்போது நான் ஒரு பழைய பாவாடையும், சாயம்போன மேலாக்கும், தலையைப் பின்னி நுனியில் ஏதோ ஒரு நூலையும் முடிந்திருந்தேன். எனக்கு அப்போது நிறைய தலைமுடியுண்டு. முன்னறிவிப்பில்லாமல் திடீரென்று இவர்கள் வந்ததால் என் அம்மாவுக்கு அவர்களை வரவேற்கக்கூடத் தோன்றாமல் பிரமித்துப்போய் நின்றுவிட்டாள். இவர்கள் யாராக இருக்குமென்று அம்மா யோசித்துக்கொண்டிருந்தபோதே "நாங்க வடிவீசுவரத்திலிருந்து வருகிறோம். கேசவய்யர் எங்காத்துக்கு நாலு நாளைக்கு முன்னாலே வந்தாரே. நாங்க சொன்னதை எல்லாம் சொல்லியிருப்பாரே?" வந்தவள் வார்த்தையை முடிப்பதற்குள் (அப்போது அப்பா வீட்டில் இல்லை) அம்மா புரிந்துகொண்டு, அப்படியா என்று சொன்னதுடன் அவர்களைப் பலமாக உபசரித்தாள். அவர்கள் எதிர்பாராமல் வந்து விட்டதால் பழமும், காப்பியும்தான் அவர்களுக்குக் கொடுக்க முடிந்தது. பின் வரதட்சணை மற்றும் வெள்ளிப் பாத்திரம் நகைகள் என்று மன்னியும் சீதையும் பேரம் பேசத் தொடங்கினார்கள். 3000 ரூபாய் வரதட்சணை; வெள்ளியில் 2 டவரா, மைசூர் சட்டி, 2 டம்பளர், கூஜா, விளக்கு, தாலம், தட்டு, பஞ்ச பாத்திர உத்திரணி விளக்கு மற்றும் என்ன கேட்டாள் என்பது என் ஞாபகத்தில் இல்லை. "நகையாக நாலு வளையல், இரட்டை வட செயின். திருமங்கலிய செயின்; ஆறாம் மாசம், தீபாவளிக்கு அம்பிக்குக் கட்டாயம் அரைஞாண் போடவேண்டும்" என்றெல்லாம் அவள் சொன்னதைக் கேட்டு,

"நாங்க சம்சாரி. இவ்வளவெல்லாம் எங்களாலே முடியாது. இப்போ கைக்கு நாலு வளையும், இரட்டை வடச்

செயினும் போட்டு வெள்ளிப் பாத்திரம் விளக்கு டம்ளர் தவிர மற்றதெல்லாம் கொடுக்கிறோம். பித்தளைப் பாத்திரம் நிறைய வாங்கி வைத்திருக்கிறேன். 2000 ரூபாய் கையிலும் தருகிறோம்" என்று மன்னி சொன்னாள்.

"நீங்கள் சம்சாரி என்பதால்தான் நாங்களும் ரொம்ப சுருக்கமாகத்தான் கேட்டிருக்கோம். பெண் நன்னாருப்பான்னு கேள்விப்பட்டுத்தான் வந்தோம். 100 பவுன் நகை போட்டு, கையில் 5000 ரூபாய் கொடுத்து, நிறைய வெள்ளி, வெங்கலம், பித்தளைப் பாத்திரங்களும், கொடுத்து, பெண் தர போட்டி போட்டுக்கொண்டு காத்திருக்கா. ஏதோ பொண் நன்னாருக்காளேன்னுதான் நாங்க பாக்கிறோம். நீங்க தீர ஒன்றும் செய்யாட்டா ஊர்க்காரா நாட்டுப்பெண்ணிற்கு அது செய்யலையா? இது செய்யலையான்னு பிடுங்கி எடுப்பா. (அந்தக் காலத்தில் ஊர்க்காரர்கள் இப்படி எல்லாம் கேட்பது சர்வ சாதாரணம்.) எங்க அப்பா ஊரிலே ரொம்ப மதிப்பானவர்," இப்படி எல்லாம் அவள் சொன்னதைக் கேட்டு, கொஞ்சம்கூட மசியவில்லை மன்னி.

"நீங்கனெல்லாம் பணக்காரா. உங்களுக்குத் தகுந்த மாதிரி எங்களாலே செய்ய முடியாது" என்று சொன்னாள். நிறைய தர்க்கங்கள் நடந்தன. அதெல்லாம் சரியாக என் ஞாபகத்தில் இல்லை. கடைசியில் அவர்கள் போய் வருவதாகச் சொன்னார்கள். அப்பா ஆபீஸிலிருந்து வந்ததும், மன்னி விஷயத்தைச் சொன்னாள். "ஒருவேளை அவா நம்ம அங்கிச்சியோடு அழகினால் திரும்ப வந்தாலும் வருவா. அதிருக்கட்டும். பையன் நல்ல கறுப்பு. ஆனா லட்சணமாயிருக்கான். அங்கிச்சிக்குப் பிடிக்கணமே" என்றார் அப்பா.

"இவளுக்கு என்ன தெரியும்? அவா வந்தா இவளோடு அதிர்ஷ்டம்தான். நம்மோடு நிலைக்கு இப்படியொரு இடம் கிடைக்குமா? சக்கையும், மாங்காயுமாக தின்னலாம். நிறைய பட்சணம் தின்னலாம். நல்லத் துணிமணி எல்லாம் எடுத்துக் கொடுப்பா. போகப் போக நகை எல்லாம் செய்து போடுவா. அவாத்துப் பொண்களுக்குச் சமமாக மாட்டுப்பொண்ணும் இருந்தாத்தானே அவாளுக்குக் கௌரவம். ஆண்பிள்ளைதானே எப்படியிருந்தா என்ன?" இப்படி பலவிதமாகச் சொல்லி, என்னுள் ஒரு பிரமிப்பை ஏற்படுத்தினாள் மன்னி.

"அது சரி. அவா எல்லோரோடையும் சேர்ந்தல்லவா இருக்கணும். இவளுக்கு அதுக்குள்ள சாமர்த்தியமுண்டா" என்றார் அப்பா. "அவா கூட எல்லாம் இவளுக்கு எதுக்கு இருக்கணும். அவன் நல்லாப் படிச்சிருக்கான். கொஞ்ச நாளில் ஒரு வேலைக்குப் போகாமலா இருப்பன்? அப்படி இவளைக் கூட்டிகொண்டு போய்த்தானே தீரணும்?"

"அவா வந்தாத்தானே மற்றதைப் பற்றி எல்லாம் யோசிக்கணும்? ஆனா ஒண்ணு சொல்லறேன். அவா அதையும், இதையும் கேட்டாக்க நீ ஏத்துண்டுடாதே. அப்பறம் நாம்ப ரொம்பக் கஷ்டப்படுவோம்" என்று சொல்லிவிட்டுத் தன் வேலைகளைக் கவனிக்கச் சென்றார் அப்பா.

அப்பா சொன்னதுபோல் மறுநாள் அவர்கள் வந்தார்கள். "நீங்கள் எப்படியாவது 2 வெள்ளி லோட்டாவும், அரைஞாணும் போடணும். திருமங்கலிய செயினை உங்கள் சௌகரியம்போல் போடலாம்" என்றாள் சீதை.

அன்று அவர்கள் கூட மற்றும் ஒருவர் வந்திருந்தார். அவர் எங்கம்மாவுக்கும் தெரிந்தவர். "மன்னி அம்மாளு, உனக்கு இதுபோல் ஒரு இடம் கிடைக்காது. இந்த ஒரு விஷயத்துக்காக இந்தச் சம்பந்தத்தை விட்டுவிடாதே. பொண்ணுக்குக் கல்யாண வயசு தாண்டியாச்சு. இன்னும் எவ்வளவு நாள் பொண்ணை வெச்சுண்டிருக்கப்போறாய்? நான் சொல்லறதை யோசித்துப் பாரு. பையன் பெரிய படிப்பு படிச்சிருக்கான். நல்ல மனுஷா. நல்ல குடும்பம். ஒண்ணுமில்லாதவா எல்லாம்கூட இவாளை விட நிறையக் கேப்பா. இவாளோட அந்தஸ்துக்கு இவா கேட்டது ரொம்ப குறைவு. இவாளை எல்லாம் எனக்கு வெகு காலமா தெரியும். அவா கேட்டதை ஒத்துண்டு நிச்சயம் பண்ணப் பாரு" என்றார்.

அவர் பெயர் எனக்கு ஞாபகமில்லை. அன்று அப்பாவும் வீட்டில் இருந்தார். அதனால் அப்பாவின் சம்மதத்துடன் 3000 ரூபாயை 2250தாகக் குறைத்து, கல்யாணத்தின்போது வெள்ளி டம்ளர் கொடுக்கா விட்டாலும், பின்னால் வரும் ஏதாவது விசேஷத்தின்போது ஒவ்வொரு டம்ளராகக் கொடுப்பதாகவும், தீபாவளிக்கு அரைஞாண் போடுவதாகவும், அம்மா சொன்னதை அவர்கள் ஒத்துக்கொண்டு, "நாளைக்கு நல்ல நாள். ரெஸிடன்ஸி ராமய்யர் எங்க அப்பாவுக்கு ஒன்றுவிட்ட அண்ணா முறை. வயசில் பெரியவர். அவரைக் கூட்டிண்டு வரோம். பால் திரட்டி பாலும், தேங்காய்த் திரட்டிப்பாலும் காச்சி வைய்யுங்கோ. நாங்க சாயங்காலம் (4 மணி என்று நினைக்கிறேன்) வருகிறோம். கல்யாணம் நிச்சயம் பண்ணலாம்" என்று சீதை கூறியதற்கு "அப்பா வரவேண்டாமா? பையன் பொண்ணைப் பார்க்க வேண்டாமா?" என்று சீதையிடம் அம்மா கேட்டதற்கு, "அதெல்லாம் வேண்டாம். நாங்க சொல்லறதைத்தான் எங்க அப்பா கேப்பர். அம்பியும் அப்படித்தான்." என்றாள்.

ராமய்யர் புத்தன் சந்தையிலிருந்தார். மறுநாள் மாலை நான்கு மணிக்கு சீதை அவள் கணவன் நடராஜன், ராமய்யர்

மற்றும் சிலரும் எங்கள் வீட்டிற்கு வந்தனர். வெள்ளி மைசூர் கிண்ணத்தில் பால் திரட்டிப்பாலும் வெங்கலக் கிண்ணத்தில் தேங்காய்த் திரட்டிப்பாலும் மன்னி செய்துவைத்திருந்தாள். எனக்கு அக்கா மீனா தலைவாரிப் பின்னி, நுனியில் தங்கக்குமிழோடு கூடிய குஞ்சலத்தைக் கட்டினாள். எனக்கிருந்த ஒரே பட்டுப் பாவாடையையும் அதேபோல் நல்லதாகயிருந்த ஒரே மேலாக்கையும் போட்டுக் கொண்டேன். அந்தக் காலத்தில் 'மாட்ச்சு' ஏதும் கிடையாது.

சீதை கூட்டி வந்த இரண்டு மாமிகளில் ஒருத்தி ராமய்யர் மனைவி. மற்றொருத்தி அவரின் நாட்டுப்பெண் காமாட்சி. அவள் என் அம்மாவின் கடைசித் தம்பி மனைவியின் நேரான சித்தி. அதனால் அவளை முன்பே எங்களுக்குத் தெரியும். அவள் என் புக்ககத்து மனிதர்களை ஓகோ என்று புகழ்ந்துதள்ளினாள். இப்படியொரு இடம் எனக்குக் கிடைத்தது ரொம்ப ரொம்ப அதிர்ஷ்டமாம். இளையாள் மூத்தாள் வித்தியாசமேயில்லாத ஒற்றுமையான குடும்பமாம். சமீபகாலத்தில்தான் எனக்கு மாமனாராக வரப்போகிறவர் எட்டு கோட்டை வரப்பாட்டை அவள் மாமனார் ராமய்யரிடமிருந்து விலைக்கு வாங்கினாராம். "அவாளுக்கு அஞ்சு வீடிருக்கு. மற்றும் சட்டைக்கு 500க்கு குறையாமல் வரும்படி வந்திண்டிருக்கு" என்று சொன்னாள் ராமய்யர் நாட்டுப்பெண் காமாட்சி.

அவள் சொன்னதையெல்லாம் கேட்டுவிட்டு மன்னி, "அவாளோட உள் மந்திரம் நமக்குத் தெரியாது. அஞ்சை பத்தாகக் கூட்டிச் சொல்லுவா ஊர்க்காரா. அப்படி அவாளுக்கு என்ன சொத்திருந்தாலும் இவனுக்கு அஞ்சிலெ ஒரு பாகம்தானே கிடைக்கும்?" என்றாள். பின் அந்த மாமி தன் மனிதர்களுடன் சேர்ந்து கொள்ள ரேழிக்குப் போய்விட்டாள். நான் அங்கு நின்றுகொண்டிருந்ததை மன்னி பார்த்துவிட்டு, "உன்னை யாரு இங்கு வந்து நிக்கச் சொன்னது? பெரியவா பேசறபோது குழந்தைகள் நிக்கக் கூடாது. சங்கிலி, வளை, தோடு எல்லாம் போட்டுக்கோ. கொஞ்சம் பவுடரையும் பூசிக்கோ" என்றாள்.

"நீ எடுத்துக் கொடுத்தாத்தானே நான் எல்லாம் போட்டுப்பேன்?" என்று நான் சொன்னதும் எனக்காகப் பண்ணிவைத்திருந்த ரங்கூன் (தினமும் போட்டுக்கொள்வது பொன்னோலை) வைரத்தோட்டையும், இரட்டை வடச் சங்கிலியையும் நாலு ஜோடி வளையலையும் எடுத்துக்கொடுத்தாள்.

இங்கே ஒரு விஷயத்தைக் குறிப்பிட வேண்டியிருக்கிறது. அது என்னவென்றால், பவுன் மாலை, ஒட்டியாணம், வங்கி, ராக்குடி என்று எல்லா நகைகளும் மன்னி பண்ணிவந்திருந்தாள்.

அவளுக்கு நகைகள் மீது அலாதியான ஆசை. அந்தக் காலத்தில் பவுன் 13 ரூபாய்தான். துணி வாங்கவே மன்னிக்கு மனசு வராது. துணியில் போட்டால் திரும்பக் கிடைக்காது. பவுன் ஆபத்திற்கு உதவும் என்பது அவள் அபிப்பிராயம். அதனால் சாக்கு போல் உழைக்கக்கூடிய பாவாடை சட்டைதான் எடுப்பாள். அதுவும் ஒன்று இரண்டுதான். பின்னால் என் குடும்பத்தையும், அம்மாவைப் பற்றியும் எழுதுகிறேன். மன்னியின் அதீத நகை ஆசையால் (இதற்காக அவள் சீட்டு எல்லாம் நடந்துவாள்) வீட்டில் ஒவ்வொரு நகையாக உருவாயிற்று. அவள் அடிக்கடி இப்படிச் சொல்வாள்: "எல்லாம் பொதுவிலே இருக்கும். உங்களுக்கெல்லாம் விசேஷங்களுக்குப் போகும்போது போட்டுக்கவும் கழட்டவும் மட்டும்தான் இதெல்லாம். இந்த நகை எல்லாம் ஒருத்தருக்கும் சொந்தமில்லை." அதாவது நாங்கள் யாரும் ஏதாவது ஒரு பெரிய நகையை மன்னி கொடுப்பாள் என்று நினைத்துவிடக்கூடாது என்பது அவள் எண்ணம். அதனால்தானோ என்னவோ, பெண் பார்க்க வருகிற அன்று பொது நகை ஏதும் எனக்குப் போடவில்லை. ஒரு வேளை அன்று 'சிம்பிளா'க இருந்தால் போதுமென்கிற எண்ணமாகக்கூட இருக்கலாம்.

பெண் பார்க்கும் படலத்தன்று என் மனநிலை பற்றிச் சொல்லவேண்டாமா? அப்போது கல்யாணத்தைப் பற்றி எந்த விதமான எண்ணமும் எனக்கு ஏற்படவில்லை. ஒரு விதப் பயம்தான் இருந்தது. அந்தக் காலத்தில் அப்பா, அம்மா விருப்பப்படிதான் கல்யாணம் நடக்கும். அவர்கள் யாரைக் கல்யாணம் செய்து வைத்தாலும் பார்த்துக்கொண்டு மௌனமாகயிருக்க வேண்டியதுதான். எப்படியும் பெண் பெரியவளாவதற்குள் கல்யாணம் நிச்சயம் நடந்தாகணும். எனக்கு வயதுவேறு அதிகமாகி விட்டது. இன்னும் எத்தனை நாட்கள் என்னை வீட்டில் வைத்துக்கொண்டிருப்பார்கள்? எனவே இதில் என் விருப்பு வெறுப்பு ஏதுமில்லை. என் பயமெல்லாம் இந்த வீட்டை விட்டுவிட்டு இன்னும் கொஞ்ச நாளில் வேறு வீட்டில் முன்பின் தெரியாத மனிதர்களுடன் இருக்க வேண்டுமே என்பதும் செக்ஸ் பற்றியும்தான். அந்த வயதில் செக்ஸ் பற்றி எனக்குத் தோழிகள் சொல்லித்தான் அரைகுறையாகத் தெரியும்.

எனக்கு 13 வயதாகிவிட்டதால் கொஞ்சமாவது சிந்திக்கத் தெரிந்திருந்தது. என்னைவிடக் குறைந்த வயதாக இருக்கும் கல்யாணமான என் தோழிகள் சிலருக்கு என்னைப்போல் இப்படியெல்லாம் சிந்தனையே எழாது என்றே சொல்ல வேண்டும். நான் இப்படி எதையெல்லாமோ நினைத்துக்கொண்டு நின்றிருந்த போது "அமலாங்காட்டமா (அசடு மாதிரி) நின்னுண்டிருக்காயே? அவாளை எல்லாம் நமஸ்காரம் பண்ணிட்டு, அங்கேயே அதிகம்

நிக்காதே" என்று மன்னி என்னிடம் சொன்னாள். மொத்தத்தில் மன்னி சொல்ல நினைத்தது இதுதான். என் பாட்டு படிப்பைப் பற்றியெல்லாம் சீதை விசாரிப்பாள். அந்தக் காலகட்டத்தில் பெண்களுக்கு எழுதப் படிக்கத் தெரிந்தாலே போதுமானது. ஸ்கூல் பைனல் வரை படித்தவர்கள் அபூர்வமாகத்தான் இருப்பார்கள். அதனால் கட்டாயம் 'உனக்குப் பாட்டு தெரியுமா? எத்தனாம் கிளாஸ் வரை படித்திருக்கிறாய்?' என்று சீதை என்னிடம் கேட்டுவிடுவாள்; தவிர சமையல் பற்றியும் மற்றும் எதையேனும் கேட்டு வைப்பாள். அதற்கெல்லாம் ஏதோ கொஞ்சம் தெரியுமென்று பதில் சொல்லிவிட்டு நான் அதிக நேரம் அங்கு நின்று கொண்டிருந்தால் சீதை கேள்விமேல் கேள்வியாகக் கேட்டு, அதற்கு நான் தத்துப்பித்தென்று பதில் சொல்லி விடக்கூடாதே என்கிற கவலை மன்னிக்கு.

சீதை என்னிடம் என்ன கேட்டாள் என்பது எனக்கு இப்போது ஞாபகமில்லை. நிச்சயதார்த்தத்திற்கு வெளியிலிருந்து நாங்கள் யாரையும் கூப்பிடவில்லை. ஒன்று மட்டும் எனக்கு நன்கு ஞாபகமிருக்கிறது. அது சீதை கேட்டதற்கெல்லாம் கடைசி வரைக்கும் மன்னி பிடிகொடுக்கவில்லை. ஏதோ பார்ப்போம் என்றுதான் பேசினாள். வந்திருந்தவர்கள் கிளம்பிப் போன பிறகு அப்பா, அம்மா, அக்கா மூவரும் கல்யாணத்திற்கு எவ்வளவு செலவாகுமென்று ஒவ்வொரு அயிட்டமாக கணக்குப்போட்டார்கள்.

அக்கா மீனா ஸ்ரீகண்டேசுவரத்தில் தன் ஒரே பெண் குழந்தையுடனும் கணவனுடனும் குடியிருந்துவந்தாள். அவள் கணவனுடன் வாழ்ந்த நாட்கள் சொற்ப நாட்கள்தாம். எனக்குக் கல்யாணமாகி இரண்டு வருஷத்திற்குள் அத்திம்பேர் இறந்துவிட்டார். அவள் என்னை விட ஏழு வருஷம் பெரியவள். எல்லோருக்கும் மூத்தவள். அவள் வாழ்க்கை முழுவதுமே துன்பம்தான். அத்திம்பேர் இறந்தபின் அவள் தன் குழந்தையுடன் பிறந்தகம் வந்துவிட்டாள். அந்த நாளில் ஓர் இளம்பெண் விதவையாகிவிட்டால் வீட்டு வேலை தவிர அவர்களுக்கு வேறு எதுவும் கிடையாது. பல வருஷங்கள் வரை சாதாரணமாக வெளியில் போய் வரமுடியாது.

மீனாவுக்கு செக்ஸ் என்பது கொஞ்சம் கூடப் பிடிக்காத ஒன்று. அவளுக்கு சாந்திக் கல்யாணமான பின் இரண்டு வருஷம் வரை எங்கள் வீட்டில்தான் இருக்கவேண்டிவந்தது. (இரண்டு வருஷம் என்பது ஒரு உத்தேசமாகத்தான் சொல்கிறேன்). அப்போது ஹைதராபாத்தில் அத்திம்பேர் வேலையாகவோ அல்லது படித்துக்கொண்டோ இருந்தார் என்று நினைக்கிறேன்.

அவர் இடையிடையே எங்கள் வீட்டிற்கு வருவார். அக்கா அத்திம்பேரைக் கண்டவுடனேயே ஓடி ஒளிந்துகொண்டுவிடுவாள். அவர் அவளுக்காக ஸ்னோ, பவுடர், ரிப்பன் ஆகியவைகள் வாங்கி வருவார். அவர் நல்ல நிறமாக உயரமாக அழகாக இருப்பார். டிப்டாப்பாக 'டிரசு'ம் பண்ணிக் கொண்டிருப்பார். அக்காவும் ஓரளவு நிறத்தோடு நல்ல உடல்வாகுடன் இருப்பாள். எங்கள் வீட்டிலேயே எனக்குத்தான் தொளதொளத்த சரீரம். இடை எல்லாம் கொஞ்சம் பருமன்தான். சிறுவயதில் அவ்வளவாக வெளிப்படையாகத் தெரியாது. அத்திம்பேர் வரும் நாட்களில் அவருடன் படுக்க அக்காவை அனுப்புவதற்கு மன்னிக்குப் பெரும்பாடாகிவிடும். அதுபோல் புக்ககம் போகவும் அவள் அடம் பிடிப்பாள். அழுதுகொண்டேதான் அவருடன் அவர் வீட்டிற்குப் போவாள்.

அத்திம்பேரின் வீடும் வஞ்சியூரில்தான் இருந்தது. அத்திம்பேரையும் சேர்த்து அவர்கள் வீட்டில் நாலு பிள்ளைகள். அத்திம்பேர்தான் கடைசி. அத்திம்பேர் சிறுவயதாகயிருக்கும்போதே அவரின் அப்பா இறந்துவிட்டாராம். அவர்களுக்குச் சொந்த ஊர் பாலக்காடு. ஆனால் அத்திம்பேரின் குழந்தைப் பருவத்திலேயே பாலக்காட்டை விட்டு, குடும்பத்துடன் திருவனந்தபுரம் வந்து விட்டார்களாம். வீரராகவன் (அக்கா புருஷன்) வளர்ந்தது, படித்தது, எல்லாம் திருவனந்தபுரம்தானாம். அவர்களுக்குக் கொஞ்சமோ நிறையவோ ஏதோ சொத்து. அவர்கள் வீட்டில் எல்லோரும் *B.A.* வரை படித்திருந்தார்கள். அத்திம்பேர் மட்டும் *B.Sc.* என்று சொன்னார்கள். கடைசியில் அவர் திருவனந்தபுரத்தில் ஒரு ஸ்கூலில் டீச்சராக வேலைபார்த்துக்கொண்டிருந்தார்.

இடைப்பட்ட காலத்தில் அக்காவும், அத்திம்பேரும் தங்கள் ஒரே குழந்தையுடன் கரமனையில் எங்கள் வீட்டிற்கு எதிர் வீட்டில் கொஞ்ச நாட்கள் குடியிருந்ததாக ஞாபகமிருக்கிறது. அப்போது அவர் மிகவும் மெலிந்திருந்தார். குழந்தையை நன்கு கவனித்துக்கொள்வார். அதன்மீது அலாதியான அன்பு அவருக்கு. அதற்கு லேசாக உடம்புக்கு வந்தால்கூட தொட்டு தொட்டு பார்த்துக்கொண்டு, பக்கத்திலேயே இருப்பார். அக்காவுக்கும், அவருக்கும் அடிக்கடி சண்டை நடக்கும். அதற்கான காரணம் அப்போது எனக்குத் தெரியாது. ஆனால் அத்திம்பேர் மிகவும் நல்லவர் என்று தெரியும். அத்திம்பேருக்குச் சுகமில்லை என்றால் கூட கோவில் குளமென்று சுற்றிக்கொண்டிருப்பாள். அந்தளவுக்கு அவள் ஒரு கோவில் பைத்தியம். அதோடு மிகுதியான குருட்டு ஆசாரமும் உண்டு. கடைசியில் அவள் கணவன் இறக்கும் தறுவாயில் அவள் அந்த இடத்தில் இல்லை. எங்கள் வீட்டில் இருந்தாள்.

அத்திம்பேருக்கு இதயத்தில் ஏதோ கோளாறு என்று சொல்லிக்கொண்டார்கள். காலில் நீர் வந்து கொஞ்ச நாள் படுத்தபடுக்கையாகக் கிடந்து இறந்துபோனார். அவருக்கு நோய் குணமாக வேண்டுமென்று அவர்கள் வீட்டில் மிருத்தியஞ்ச ஹோமமெல்லாம் பண்ணினார்கள். இதெல்லாம் என்ன முட்டாள்தனமென்று பின்னாட்களில்தான் எனக்குத் தோன்றியது. அந்நாளில் மருத்துவம் முன்னேற்றமடையவில்லை. இந்நாளில் மருத்துவம் பிரமாதமான வளர்ச்சியடைந்திருக்கிறது. அத்திம்பேர் இறக்கும்போது மீனாவுக்கு 22 வயதும், அவருக்கு 30 வயதும்தான் ஆகியிருந்தது. குழந்தைக்கு 2-3 வயதிருக்கலாமென்று நினைக்கிறேன்.

மீனாவின் விருப்பப்படி பிறந்தகத்திலேயே ஸ்திரமாக தங்கும்படியாயிற்று. கணவன் இறந்த சேதி கேட்டு ஏதோ அழுதாள். அவ்வளவாகப் பாதிப்பிருந்ததாகத் தெரியவில்லை. ஆனால் எனக்கு மிகவும் வருத்தமாகயிருந்தது. அவர் என்னிடம் மிகவும் பிரியமாகயிருப்பார். அங்கிச்சி அல்லது குழந்தை என்றுதான் என்னைக் கூப்பிடுவார். அக்கா வேண்டாமென்று வீசி எறிந்த அந்த ஸ்னோ பவுடர் போன்றவற்றை நான்தான் எடுத்துக்கொள்வேன். வீட்டில் அதெல்லாம் வாங்கிக்கொடுக்க மாட்டார்கள். எப்பவாவது ஒரு பவுடர் டின் மட்டும் வாங்கிக்கொடுப்பார்கள். அதை ஒரு வருஷம் வரை கூட வைத்துக்கொள்வேன். எனவே அத்திம்பேர் அக்காவுக்காக வாங்கிவந்த அந்தப் பொருட்களை எனக்குக் கொடுக்கும்போது நான் மிகுந்த மகிழ்ச்சியடைவேன். எனக்கு அப்போது 7-8 வயதிருக்கலாம். ஒரு சமயம் பல தையல் போட்ட பாவாடையை அவர் பார்த்துவிட்டு, "அடுத்த முறை நான் வரும்போது உனக்கு இரண்டு பாவாடைக்கான சீட்டித் துணி எடுத்து வருகிறேன்" என்று சொன்னதுடன் எடுத்தும் வந்தார். எனக்குச் சாந்திக் கல்யாணமாகி ஆறு மாதத்திற்கெல்லாம் அவரின் சகாப்தம் முடிந்தது.

நாள் செல்ல செல்ல மீனா தன் தவறை உணர்ந்து மிகவும் வேதனைப்பட்டாள். மீனா பாட்டுப் படித்திருந்தாள். சுமாராகப் பாடுவாள். வீட்டு வேலை, சமையல் வேலை போன்றவற்றில் அவளுக்கு மிகுந்த ஈடுபாடு உண்டு. மற்றவர்களை வேலை செய்ய விடவேமாட்டாள். வீட்டிற்குத் திடீரென்று பத்து பேர் வந்தாலும், அவள் தயங்கவே மாட்டாள். மளமளவென்று தனியாகவே சமையல் எல்லாவற்றையும் செய்துமுடித்துவிடுவாள். ஆட்டுரலில் அரைப்பதை அவள் ஒரு சிரமமாகவே கருதமாட்டாள். வயதான பின்புகூட அவள் ஆட்டுரலில் அரைப்பதற்குச் சளைக்கவில்லை. இதற்கு ஓர் உதாரணம் சொல்கிறேன். கடந்த வருஷம் 1993 மார்ச்சு

அவள் எங்கள் வீட்டிற்கு வந்திருந்தபோது நான் தோசைக்குப் போடும்போதெல்லாம் அவள் வெளியில் அரைக்கக் கொடுக்கச் சம்மதிக்கவே மாட்டாள். "இந்தக் கால் பக்கா அரிசியைப் போய் அரைக்கக் கொடுக்க வேண்டாம். இது ஒரு கஷ்டமேயில்லை" என்று சொல்லி அரைத்துவிடுவாள். வெகு நைசாக அரைப்பாள். மறுநாள் இட்லி வார்த்தால் பூப்போல் இருக்கும். இந்த 77 வயதிலும் கொஞ்சமும் அலட்டிக்கொள்ளாமல் ஆட்டுரலில் மளமளவென்று அவள் அரைத்தது எனக்கு ஆச்சரியமாகத்தானிருந்தது.

அவள் பிறந்த தேதி, மாதம் ஆண்டு எதுவும் எனக்குத் தெரியாது. என்னைவிட 7 வயது மூத்தவள் என்பது மட்டும் தெரியும். எனக்கே நான் பிறந்த ஆண்டு தெரியாது. ரோகிணி நட்சித்திரம், ஆடி மாதம் என்பது மட்டும்தான் தெரியும். வயதெல்லாம் மன்னி அடிக்கடி சொல்லித்தான் தெரியும். என் ஜாதகத்தை நான் பார்த்ததில்லை. வீட்டில் பல இடங்களில் என் ஜாதகத்தைப் பலமுறை தேடிப் பார்த்தேன். கிடைக்கவில்லை. அந்தக் காலத்தில் எல்லோருக்கும் கொல்ல வருஷத்தைத் தான் ஜனன ஆண்டாக ஜாதகத்தில் குறிப்பார்கள். எங்கள் ஊர் திருவனந்தபுரமானதால் அப்படியிருக்கலாமென்று நினைக்கிறேன். இந்த ஊரும் (கன்னியாகுமரி மாவட்டம்) அப்போது கேரளாவோடுதான் சேர்ந்திருந்தது. அதனால் இந்த ஊரிலும் கொல்ல வருஷம் ஜாதகத்தில் குறிப்பார்கள். மற்ற எல்லாவற்றிலும் உண்மை பேசக் கூடிய மீனா தன் வயதை மட்டும் இரண்டு, மூன்று குறைத்தே பிறரிடம் சொல்வாள். எனக்குத் தெரிய எல்லாப் பெண்களுமே தங்கள் வயதை நாலைந்து குறைத்துக் கூறுவார்கள். சிலர் 10 வயது வரை கூட குறைத்துக் கூசாமல் சொல்வார்கள்.

மீனா தினமும் விடியற்காலம் நான்கு மணிக்கே எழுந்து விடுவாள். ஆற்றுக்குச் சென்று குளித்துவிட்டு, வந்து மளமளவென வேலைகளைச் செய்ய ஆரம்பித்துவிடுவாள். எந்த வேலை யானாலும், துளியும் அலுத்துக்கொள்ளாமல் விருப்பத்தோடு செய்வாள். அவள் உடம்பு சரியில்லை என்று படுத்ததேயில்லை. அபூர்வமாகக் காய்ச்சல் தலைவலி என்று வந்தால்கூட அதைச் சட்டை செய்யாமல் குளித்துவிட்டு, வழக்கம்போல் வேலையில் இறங்கிவிடுவாள். உடன்பிறப்புகளிடமும், பெற்றோரிடமும் அவளுக்கு அளவு கடந்த பாசம். தனக்கு இப்படியொரு வாழ்க்கை அமைந்துவிட்டதே என்று அவள் வேதனைப்பட்டுக் கொண்டதாகத் தெரியவில்லை. நாளடைவில் மன்னிக்கும், அவளுக்கும் அடிக்கடி சண்டைகள் வரும். அதற்குக் காரணமே மன்னிதான். அவள் ஒரு காப்பிப் பிரியை. ஒரு நாளைக்கு நாலைந்து தடவைகள் காப்பி குடிப்பாள். 'இப்படிக் காப்பி

குடித்தால் எப்படித் தாங்கும்? சமையல் சாமான்களை வாரிப் போட்டுவிட்டாள். இரண்டு நாளைக்கானத் தேங்காயை ஒரு நாளில் செலவு செய்துவிட்டாள். இப்படித் தினமும் பால் குடிக்கக் கூடாது. ஆசாரம், ஆசாரமென்று கண்ட கண்ட இடத்தில் எல்லாம் தண்ணீரைக் கொட்டக்கூடாது.' இது போன்ற குற்றசாட்டுகளை எல்லாம் மன்னி மீனா மீது தொடுப்பாள். அதற்காக மீனா இரண்டு நாள், மூன்று நாள் என்று சாப்பிடாமல் இருப்பாள். பின் மன்னி கெஞ்சி சமாதானப்படுத்திச் சாப்பிடவைப்பாள். திரும்பவும் கொஞ்ச நாட்கள் போனால் பழைய குருடி கதவைத் திறடி கதைதான்.

மீனாவுக்குப் புக்ககத்திலிருந்து பணம் ஏதும் கிடைக்கவில்லை. மீனா பெண் கல்யாணத்தின்போதுதான் ஏதோ கொஞ்சம் ரூபாய் அவர் புக்ககத்திலிருந்து கொடுத்தார்கள். எவ்வளவு என்று தெரியாது. அத்திம்பேரின் கூடப்பிறந்தவர்கள் மூவரும் 80 வயது வரை வாழ்ந்தார்கள். மூத்தவர் 90 வயது வரை வாழ்ந்தார். மீனாவின் மாமியார் 85 தாண்டிய பின் இறந்தார். எதற்குச் சொல்லுகிறேன் என்றால், எங்கள் அத்திம்பேர் மட்டும்தான் இப்படி அற்பாயுசில் மரணமடைந்தார் என்பதற்குத்தான்.

மீனா அழகாக மாக்கோலமும் பொடிக் கோலமும் போடுவாள். அவள் பூ வைத்துக்கொள்ளாவிட்டாலும் (அந்தப் பாக்கியம்தான் அவளுக்கில்லையே) எங்களுக்கெல்லாம் – குறிப்பிட்டுச் சொன்னால் எனக்கு – பூ வைத்துக் கட்டுவாள். தாழம்பூ வைத்துத் தைப்பாள். ஆரம் கட்டுவாள். இதில் விசித்திரம் என்னவென்றால், இப்படிப் பூவினால் பல கைவேலை செய்பவள் தனக்குத் துளிப் பூ வைத்துக்கொள்ள முடியவில்லையே என அந்த இளம் வயதில்கூட அவள் ஏங்கினதாகத் தெரியவில்லை. முத்தால் பல்லாக்கு, (பள பளவென இருக்குமே முத்து அதுதான்) நாற்காலி, கூடை, தார், பொம்மை ஆகியவைகளை வெகு நேர்த்தியாகச் செய்வாள். மீனாவுக்குத் தன் தாயிடமிருந்த பற்றுதல்போல் தாய்க்கு மகளிடம் பற்றுதல் இல்லை என்றே சொல்லவேண்டும். பொதுவாக மன்னிக்கும் பெண் குழந்தைகளிடம் அவ்வளவாகப் பற்றுதல் கிடையாது. விதிவிலக்காக என் கடைசித் தங்கையிடம் மட்டும் கொஞ்சம் அதிகப்படியானப் பிரியம் வைத்திருந்தாளோ என்ற ஓர் எண்ணம் எனக்குண்டு. அது எவ்வளவு தூரம் சரியென்று எனக்குத் தெரியவில்லை.

கரமனையில் பெற்றோர்களுடன் என் வாழ்க்கையும் தாத்தா பாட்டி நினைவுகளும்

என் கல்யாணம் கழிந்து ஒரு வருஷத்திற்குப் பின்தான் என் தங்கை கிருஷ்ணா பிறந்தாள். மொத்தம் என் பெற்றோருக்கு நாலு பெண்களும், நாலு பிள்ளைகளுமாக 8 குழந்தைகள். இவ்வளவிற்கும் என் அப்பாவும், அம்மாவும் அன்னியோன்னியமாகப் பேசிப் பழகியதில்லை. குழந்தை பிறப்பதற்குப் பரிவும் பாசமும் வேண்டுமா என்ன? மிருகங்கள் கூடத்தான் குட்டிபோடுகிறது.

அந்தக் காலத்தில் கர்ப்பத்தடை ஏதும் கிடையாது. அந்தக் காலத்தில் என்னதான் வறுமையில் வாடினாலும் குழந்தைகள் பெற்றுக்கொள்வதில் மட்டும் குறைவேயிருக்காது. ஒரு குழந்தைக்குப் பால்குடி மாறுவதற்குள் இன்னொரு குழந்தை வயற்றில் உருவாகிவிடும். அந்தக்காலப் பெண்களுக்கு இது சகஜமான ஒன்று.

எனக்குத் தெரிய அப்பாவும் அம்மாவும் தனிமையாகப் படுத்துக்கொண்டதில்லை. அம்மா ரேழியில் ஓர் ஓரத்தில் படுத்திருப்பாள். அதுபோல் குழந்தைகளும் போக வர வழியை மட்டும் விட்டுவிட்டுப் படுத்துக்கொள்வோம். அப்பா நடையில் படுத்திருப்பார் என்று நினைக்கிறேன். சில நாள் இரவு பாதி ராத்திரியில் அம்மாவின் படுக்கைக்கு வருவார். அம்மாவிடமிருந்து ஆ ஊ என்ற சத்தம் வரும். எனக்கு எழுந்துபோய் பார்க்க

வேண்டுமென்கிற ஆசையிருந்தாலும் தைரியம் வராது. அந்நாளில் மனைவிக்கு விருப்பம் இருக்கிறதோ இல்லையோ, கணவனின் விருப்பத்தை அவள் பூர்த்தி செய்தே ஆகவேண்டும். அப்படித்தான் அக்காலப் பெண்கள் சொல்வார்கள். பசி எடுக்கும் போது சாப்பிடுவதுபோல்தான் இந்தக் காம உணர்ச்சியும் என்றே சொல்ல வேண்டும். "அங்கிச்சி பெரியவளாயிண்டு வரா அவ முழிச்சுண்டா அவமானமில்லையா?" என்று அம்மா சொல்வதை அப்பா காதில் வாங்கிக்கொண்டாரா என்பது தெரியாது.

ஒரு பாய், ஒரு தலையணை, ஒரு புதுப்பு (போர்வை). இதுதான் படுக்கை. சுவரில் ஏராளமான மூட்டைப்பூச்சிகள். அப்பா தினமும், கை விளக்கை வைத்துக்கொண்டு, ஒவ்வொரு மூட்டைப்பூச்சியாக எடுத்து விளக்கில் போடுவார். அக்காலத்தில் மின்சாரம் கிடையாது. மண்ணெண்ணெய் விளக்குத்தான் உண்டு. எங்கள் ஊருக்கு எலக்ட்ரிக் 'லைட்டு' வந்து 10 வருஷம் சென்றுதான் எங்க வீட்டில் எலக்ட்ரிக் 'லைட்டு' போட்டார்கள். அதுபோல்தான் பைப்பும் போட்டார்கள். முதல் முதலாக எங்க வீட்டு வாசலில்தான் குழாய் வைத்தார்கள். கை வைப்பதற்குள் தண்ணீர் ஆனை தும்பிக்கைபோல் கொட்டும். ஆரம்ப நாட்களில் குடம், குடமாகத் தண்ணீரை எடுத்து வீட்டிற்குள் வைத்திருக்கும் சகலமான வாளி அண்டா முதலிய பாத்திரங்களில் நிரப்பி விடுவேன். இனிமேல் குடத்தை எடுத்துக்கொண்டுபோய் ஆற்றில் தண்ணீர் எடுக்கவேண்டிய அவசியமில்லை என்றதும், நான் அடைந்த மகிழ்ச்சிக்கு அளவேயில்லை.

ஒரு நாளைக்கு இரண்டு தடவையாவது ஆற்றுப்படிகள் (தண்ணீர் குறைவான காலத்தில் நிறையப் படிகள் இறங்க வேண்டும்) இறங்கி, இடுப்பில் தண்ணீர் எடுத்துவரவேண்டும். சுற்று வட்டாரத் தெருக்களில் உள்ளவர்கள் எல்லோருமே குடம் சகிதம்தான் ஆற்றுக்குக் குளிக்கச் செல்வார்கள். மற்றத் தெருக்காரர்களை விட எங்கள் தெருக்காரர்களுக்கு ஆறு மிக அருகில் இருந்ததால் கொஞ்சம் சௌகரியம். எனக்குத் தெரிய ஒன்றிரண்டு தடவை பெரும் மழையில் எங்கள் வீட்டு வாசல் வரை ஆற்று நீர் வந்துவிட்டது. எதற்குச் சொல்லுகிறேன் என்றால் எத்தனையோ கஷ்டநஷ்டங்கள். இருந்தாலும், குழந்தை பெற்றுக்கொள்வதில் மட்டும் என் பெற்றோர் குறை வைக்கவில்லை. அந்த மூட்டைக்கடியும், கரடுமுரடான படுக்கையும் அவர்களுக்கு ஒரு பொருட்டேயில்லை. அந்நாளில் குடும்பக் கட்டுப்பாடு கிடையாது என்று எத்தனை குழந்தை பெற்றாலும் ஆண்டவன் கொடுத்தான் என்றே சொல்லிக்கொண்டு முக்கியமாகப் பெண்கள் சமாதானப்பட்டுக்கொள்வார்கள். நான் மேலே சொன்னதுபோல, என் அம்மா ஆணும், பெண்ணுமாக

8 குழந்தைகளை வரிசையாகப் பெற்றுத்தள்ளினாள். என் கல்யாணத்திற்குப் பின் தன் நாற்பதாவது வயதில் கடைசித் தங்கை கிருஷ்ணாவைப் பெற்றதுடன் அவளுக்கு மாதவிடாய் நின்று விட்டது. இல்லையென்றால் இன்னும் இரண்டு குழந்தைகளைப் பெற்றிருப்பாள்.

என் அம்மா அந்த நாளில் அதிகம் பருமனுமில்லாமல் அதிக உயரமும் இல்லாமல் நல்ல நிறத்துடன் கூன் குறுகல் இல்லாமல் நிமிர்ந்த நடையுடன் இருப்பாள். கடலை மாவு, பயத்த மாவு, கஸ்தூரி மஞ்சள், ஈஞ்சை போன்றவைதான் மேல் தேய்க்க, முகத்திற்கு உபயோகிப்பாள். பின்னாளில்தான் சோப்பெல்லாம் உபயோகிக்கத் தொடங்கினாள். அவள் முகம் மாசு மாறுவில்லாமல் வெண்மையாகப் பளபளவென்றிருக்கும். பொதுவாகக் கை, கால் எல்லாமே மழுமழுவென்றுதானிருக்கும். அந்தப் பளபளத்த முகத்தோற்றத்திற்கு வைரத்தோடும், வைர மூக்குத்தியும் மேலும் சோபை சேர்த்தன. எப்போதுமே சிவப்புக் கலரில் பெரிதாகக் குங்குமப்பொட்டு வைத்துக்கொள்வாள். தெருவில் எல்லோருமே அவளை மகாலக்ஷ்மி போலிருக்கிறாள் என்பார்கள். அவள் தினமும் உடுத்திக்கொள்வது 5 ரூபாய் புள்ளிப் புடவைதான். அந்தப் புடவையும் இரண்டோ மூன்றோதான். அதுபோல் எப்போதாவது கட்டிக்கொள்ள உள்ளே வைத்திருப்பது இரண்டு அல்லது மூன்று பட்டுப் புடவைகள் இருக்கும்.

அந்தக் காலத்தில் வித விதமான புடவைகள் துணிகள் ஏதும் கிடையாது. ஆனால் பட்டுப் புடவைகள் உண்டு. இந்நாள் போல் பலவிதமான 'வெரைட்டி'கள் கிடையாது. மன்னிக்குத்தான் துணி மேல் பணம் போட மனமே வராதே? 'அந்த ரூபாயிருந்தால் நகை வாங்கலாமே' என்பாள். அவள் ரொம்பவும் புத்திசாலி; வெகு சிக்கனமாகச் செலவு செய்வாள். மனக்கணக்கெல்லாம் எளிதில் போட்டுவிடுவாள். வட்டிக்குப் பொருளை வாங்கிவைத்துக்கொண்டு, பணம் கொடுப்பாள். அவளைச் சொல்லிக் குற்றமில்லை. அவள் நிலைமை அப்படி. மற்ற எதிலும் மன்னி சிக்கனம் பிடித்தாலும், பால் மட்டும் நிறைய வாங்குவாள். பால் மீதுள்ள மோகத்தால் நான் அம்பியைப் பிரசவிக்க என் வீட்டிற்குச் சென்றபோது இரண்டு பசு மாடுகள் வீட்டில் இருந்தன. அன்றிலிருந்து வாசலில் வரும் தண்ணீர்ப் பாலை எல்லாம் வாங்குவதை கைவிட்டாள்.

மன்னி எப்படி எல்லாம் சிக்கனம் பிடித்தாள் என்பதற்கு ஓர் உதாரணம்: எங்களுக்கெல்லாம் பள்ளிக்கூடம் நாலு நாட்கள் லீவு விட்டால் கூடப் போதும். மன்னி ஒரு ½ மைல் தொலைவிலிருக்கும்

தாத்தா வீட்டிற்கு எங்களைக் கூட்டிக்கொண்டு போய்விடுவாள். நாலு நாட்கள் என்பது எட்டு நாட்களாகிவிடும். நான் பள்ளிக்கூடம் போகாவிட்டால் பரவாயில்லை என்று மற்ற பிள்ளைக் குழந்தைகளை பள்ளிக்கூடம் அனுப்பிவிடுவாள். என் பள்ளிக்கூடம் கரமனையில். தாத்தாவின் வீடு பழவங்காடியில் இருந்தது. அந்த இடத்தை 'விறகு பெரை கோட்ட வாசலுக்கு வெளியே' என்றும் சொல்வார்கள். (அதாவது கிழக்குக் கோட்டை வாசல். அங்கு பெரை என்று குறிப்பிடப்படும் விறகு வைக்கும் இடம் இருந்தது) என் அண்ணா சுந்தரனும், சுப்பிரமணியனும் வஞ்சியூர் பள்ளியில் படிக்கத் தொடங்கியதும், மன்னிக்கு ரொம்பச் சௌகரியமாகிவிட்டது. அது தாத்தா வீட்டிற்கு அருகில் இருந்ததால் அவசரப்பட்டுக்கொண்டு, கரமனைக்கு வரவேண்டியதில்லை அல்லவா? அவர்கள் தாத்தா வீட்டிலிருந்தே பள்ளிக்குப் போய்வருவார்கள். நாங்கள் இருந்தவரை சாப்பாடு, காப்பி லாபம். அதோடு தேங்காய், கறிகாய், அரிசி, துடைப்பம் என்று சாமான்களையும் எங்களையும் குதிரை பூட்டிய கோச்சு வண்டியில் ஏற்றி அனுப்புவார் தாத்தா. ஒன்றரை ரூபாய் வண்டி வாடகையும் தாத்தாவே கொடுப்பார். அதுபோல் ஒரு குதிரை வண்டியை நான் வேறு எங்கும் பார்த்ததில்லை. எதிரும் புதிருமாக நாலு பேர் உட்காரலாம். சிறு குழந்தைகள் என்றால் இரண்டு, மூன்றைத் தூக்கிப்போட்டுக்கொள்ளலாம். ஆனால் வேறு சாமான்கள் வைக்க முடியாது. அந்தக் குதிரை வண்டிச் சவாரி என்றால் எனக்கு மிகவும் சந்தோஷமாகயிருக்கும். இதில் விசித்திரம் என்னவென்றால், கரமனையிலிருந்து போகும்போது மன்னி நடத்தித்தான் எங்களை எல்லாம் கூட்டிச்செல்வாள். மன்னியின் அண்ணா, தம்பி மனைவிகள், "அம்மாளு (மன்னி) வந்தால் ஒரு மாதத்திற்கான சாமான்களைக் கொண்டுபோய்விடுவாள்" என்பார்களாம். ஏதோ கிடைத்தது ஆதாயம் என்று மன்னி ஏதேனும் கொண்டுவந்தால்கூட மன்னி அவர்களுக்கு நாத்தனார் ஆயிற்றே, அப்படித்தான் சொல்வார்கள்.

இங்கே என் தாத்தாவைப் பற்றிக் கொஞ்சமாவது சொல்லியே தீர வேண்டும். தாத்தாவுக்கு பாப்பாகுடி. பாட்டிக்கு சுந்தரபாண்டிபுரம். அவருக்குக் கோயம்பத்தூர் சுவாமி என்பவர் உபசேம் செய்தாராம். தாத்தா தன் சொத்தை எல்லாம் இழந்து ரொம்பவும் சிரம திசையில் இருந்த சமயம் பாட்டியின் தங்கையும், அவள் கணவரும் கோயம்பத்தூர் சுவாமியின் அத்யந்த சிஷ்யர்களாம். தங்கையின் புருஷர் ஆடிட்டர்; நல்ல வேலையில் இருந்தாராம். கோயம்பத்தூர் சுவாமி என்பவர் ராமலிங்கசுவாமியின் சிஷ்யராகயிருந்து அவரின் உபதேசம் பெற்றவராம். அது என்னவென்று (உபதேசம்)

யாரும் சொன்னதில்லை. கோயம்பத்தூர் சுவாமியைச் சுற்றி ஏராளமான பக்தர்கள் உண்டாம். அவரைத் தரிசிக்கத் தினமும் தாத்தாவும் போய் ஒரு மூலையில் உட்கார்ந்திருப்பாராம். தாத்தாவின் நிலைமை பற்றிச் சுவாமிகளிடம் தங்கையின் (பெயர் தெரியவில்லை) கணவர் சொல்லியிருந்தாராம். எத்தனையோ பிரபலமானவர்கள் எல்லாம் சுவாமிகள் சமாதி அடைவதற்கு முன் அவரிடம் உபதேசம் பெறக் காத்திருந்தார்களாம். ஆனால் அவர் தாத்தாவுக்குத்தான் உபதேசம் செய்து வைத்து, "அனந்தசயனத்திற்குப் போ, எல்லாம் சரியாகும்" என்று வழி காட்டினாராம். இதெல்லாம் மன்னி சொன்னதுதான். திருவனந்தபுரத்திற்குத் தாத்தா தன் குடும்பத்துடன் வந்து, பல வருஷங்கள் அமோகமாக வாழ்ந்தார். கடைசிக் காலத்தில்தான் அவருக்குக் கொஞ்சம் சிரம திசை ஏற்பட்டது. ஏழு வயது மன்னியின் கல்யாணத்தை அவர் பக்தர்கள் ஜாம் ஜாமென்று நடத்தினார்களாம்.

தாத்தா பார்ப்பதற்கு நல்ல உயரமாக ஒல்லியாக நல்ல கலருடன் மூக்கும் முழியுமாக என்பார்களே அப்படியிருந்தார். என் மாமனார்கூட தாத்தாவைப் பற்றிக் குறிப்பிடும்போது "பிரமாத 'பர்சனாலட்டி'யாச்சே பரூர் சுப்பய்யர்" என்பார். அந்த நாட்களில் பலருக்குத் தாத்தா நோய்களைக் குணமாக்கியிருப்பதாகச் சொல்வார்கள். அவர் என்ன மருந்து கொடுத்தார் என்று தெரியவில்லை. புண்களுக்கு வெண்ணெய் ஜபித்துக் கொடுப்பார். பிரசாதம் கொடுப்பார். "அவர் நோயாளியைப் பார்த்தாலே நோய் குணமாகிவிடும்" என்று சொல்வார்கள். தாத்தாவுக்கு ஜட்ஜ், முன்சீப், கொல்லங்கோடு ராஜா, கொச்சி ராஜா மற்றும் கேரளா பாணியில் முண்டு உடுத்திக்கொண்டு, தம்புராட்டிகள் என்று பல பிரபலங்கள் சிஷ்யர்களாக இருந்தார்கள். தாத்தாவுக்குப் பழவங்காடியில் பெரிய வீடு அவர் சிஷ்யர்கள் கட்டிக் கொடுத்தார்களாம். காம்பவுண்டு வீடுதான். அந்த வீட்டிற்கு எதிரில் தாத்தாவுக்கென்று பெரிய ஹாலுடன் இரண்டு 'சைடி'லும் ரூம்களும் கட்டிக்கொடுத்தனர் சிஷ்யர்கள்.

தாத்தாவுக்கு நான்கு பிள்ளைகளும், இரண்டு பெண்களுமாக ஆறு குழந்தைகள். தாத்தாவகத்தில் இரண்டு முக்கிய விசேஷங்கள் வருஷந்தோறும் நடக்கும். நடத்துவார்கள் என்று சொல்வதுதான் சரி. ஒன்று மார்கழி மாதம் வரும் திருவாதிரை மற்றொன்று தை மாதப்பிறப்பிற்கு மறுநாள் வரும் தாத்தாவின் குருவின் பூஜை. திருவாதிரைக்கு முந்தின தினமே பக்தர்கள் கூடி விடுவார்கள். அந்தக் கும்பலில் நாகர்கோவிலைச் சேர்ந்த சிலரும் உண்டு. தாத்தாவின் முக்கிய தெய்வம் நடராஜர்தான். எல்லாம் படங்கள்தாம் என்று நினைக்கிறேன். பூக்களும், காய்கறிகளும்,

அரிசி பருப்புமாக பக்தர்கள் குவித்திருப்பார்கள். எல்லாப் படங்களுக்கும் பலவிதமான பூ மாலையால் (நடராஜருக்கு மிக அதிகமான பூமாலைகள் போடப்பட்டிருக்கும்) மிக நேர்த்தியாக அலங்காரம் செய்திருப்பார்கள். சாம்பிராணிப் புகையும், பூக்களின் மணம் சேர்ந்து, அந்த ஹால் முழுக்க மணம் வீசி கொண்டிருக்கும். இதுபோன்ற ஒரு வாசனையை நான் கோவிலில் கூட முகர்ந்ததில்லை. ஒருவேளை கோவில்களில், குறிப்பிட்டுச் சொன்னால் பிரபலமான கோவில்களில், சாதா நாட்களில் கூட பக்தர்களின் எண்ணிக்கை மிக அதிகமாகயிருப்பதால் அவர்களின் வியர்வையால் மணம் நம் நாசிக்கு எட்டவில்லையோ என்னவோ?

ஒரு பக்கத்தில் ஆண்களும், ஒரு பக்கத்தில் பெண்களுமாக நின்றுகொண்டிருப்பார்கள். ஒருவர் ஹார்மோனிய ஸ்ருதி போடுவார். ஒருவர் மிருதங்கம் வாசிப்பார். எல்லோரும் அருட்பாவிலிருந்து பாட்டுகள் பாடுவார்கள். பாட்டு சுமாராகத்தானிருக்கும். ஆனால் தாத்த அரையில் மஞ்சள் பட்டுடுத்தி (ஏற்றித் தார்பாய்ச்சி உடுத்தியிருப்பார்) வலது கையில் கெண்டியில் தண்ணீருடன் சலங்கையுடன் இடது காலைத் தூக்கிய நிலையில் வெகு அற்புதமாக நர்த்தனமாடுவார். அப்போது அவர் முகத்தைப் பார்த்தால் இந்த உலகத்தையே மறந்த ஒரு பரவச நிலையில் இருப்பதாகத் தோன்றும். வெகு நேரம் ஒற்றைக் காலில் நர்த்தனமாடுவார். எத்தனை மணிக்கூர் என்று நான் பார்த்ததில்லை. பின் 'ஈஸிசெயரி'ல் உட்கார்ந்து கொண்டு, அருட்பாவிலிருந்து சில வரிகளைப் பாடி, அதற்கானத் தெளிவான அர்த்தத்தையும் சொல்வார்.

எல்லாம் முடிந்து கடைசியில் ஒவ்வொருவராக தாத்தாவை நமஸ்காரம் பண்ணுவார்கள். அவர் எல்லோருக்கும் விபூதி கொடுப்பார். மற்றபடி தின்பண்டமாக ஏதும் கொடுக்க மாட்டார். முக்கியமான ஒரு விஷயம் தாத்தா ஜாதி, பேதம் பார்க்கவே மாட்டார். அவருடைய சிஷ்யர்களில் மலையாளி ஈழவர்கள் கூடயிருந்தார்கள். பகலும், இரவும் பிரமாண்டமான சத்திகள் (சாப்பாடு) நடக்கும் இரவும், தீபாராதனைப் பாட்டு, பிரசாதம் கொடுப்பது எல்லாம் உண்டு. நர்த்தனம் கிடையாது. இதேபோல்தான் குருபூஜையும். நர்த்தனம் உண்டா என்று ஞாபகமில்லை. முக்கு அடுப்பில் (வாசலில்) பானை வைத்து சர்க்கரைப் பொங்கல் பண்ணுவார்கள். தினமும் தாத்தாவகத்தில் வெளியாட்கள் 4-5 பேர்களாவது வருவார்கள். தினமும் அருட்பாவிலிருந்து சில பாட்டுகளைப் பாடுவார்கள். பாலும், பழமும்தான் சுவாமி படங்களுக்கு நைவேத்தியம். தாத்தா கற்பூரம் கொளுத்திப் பாடிக்கொண்டே தீபாராதனை காட்டி

பின் வந்தவர்களுக்கெல்லாம் விபூதி கொடுப்பார். இதைக்கூட என் நாத்தனார் என்ன சொன்னாள் தெரியுமா? "இவள் தாத்தா பரூர் சுப்பய்யர் பொண்ணா பிறந்தவாளுக்குப் பிரசாதம் கொடுக்கிறபோது கையைக் கிள்ளிக் கொடுப்பாராம்" என்றாள். அப்பொதெல்லாம் அவளிடமுள்ள பயத்தால் அவள் என்னதான் அபாண்டமாகச் சொன்னாலும், எனக்குப் பேச நா எழாது. அவர் பிரசாதம் கொடுக்கும்போது கண் மூடின நிலையில் யார், எவர் என்று பார்த்துக் கொடுக்கமாட்டார். அந்த நிலையில் ஆணோ பெண்ணோ குழந்தையோ யார் மீது வேண்டுமானாலும் அவர் கை பட்டிருக்கலாம். வம்பளப்பே தொழிலாகக்கொண்ட வடிவீசுவரம் மகாஜனங்கள் நாக்கில் நரம்பில்லாமல் மனம் போனபடி யாரை வேண்டுமானாலும் தரக்குறைவாகப் பேசுவதில் வல்லவர்கள். ஏற்கனவே நாத்தனாருக்கு என்னையும், என் வீட்டாரையும் கட்டோடு பிடிக்காது. அதனால் எங்களைச் சொல்லச் சந்தர்ப்பம் கிடைத்துவிட்டால் போதும், அவளுக்கு மிகவும் பிடித்தமான போளி சாப்பிடுவதுபோல்தான்.

தாத்தா தன் 72வது வயதில் காலமானார். அவருக்குத் திருவனந்தபுரத்தில் ஒரு தென்னந்தோப்பு உண்டு. சாதாரண நாட்களில் மத்தியான வேளைகளில் மட்டையை வெட்டிப் போடுவது அவர் வழக்கம். அவர் இறப்பதற்குச் சில நாட்கள் முன்பு மட்டை வெட்டும்போது காலில் வெட்டுக்கத்தி ஆழமாகப் பட்டுவிட்டது. அதிலிருந்து அவர் சரியாக நடமாட முடியாமலிருந்தார். அதற்கு என்ன வைத்தியம் செய்தார் என்பது எனக்குத் தெரியவில்லை. அக்காலத்தில் எனக்கு அதைப் பற்றி யோசிப்பதற்கான அறிவு இல்லாவிட்டாலும், பின்னாளில் அந்தப் புண் புரையோடிவிட்டதோ என்று நினைத்துகொண்டேன். இதை மன்னியிடமும் சொல்லியிருக்கிறேன். அதற்கு அவள் "இருக்கலாம்" என்று சொன்னதும், "மற்றவர்களுக்கெல்லாம் வியாதியைக் குணமாக்கக் கூடியவர் தன் வியாதியை மட்டும் ஏன் குணமாக்கி கொள்ளவில்லை?" என்று நான் கேட்டேன். "அவர் தெய்வாம்சம் பொருந்தியவர். ஒருவேளை இனிமேல் உலகத்தில் நாம் இருக்க வேண்டாமென்று அவர் நினைத்திருக்கலாம். மகான்கள் விஷயத்தில் தூண்டித்துருவிக் கேள்விகள் எல்லாம் கேட்கக் கூடாது" என்று என்னை அடக்கிவிட்டாள்.

நான் பார்த்தவரையில் மற்ற அந்தக்காலப் பெண்கள்போல் மன்னி இல்லை. அவள் கோவில் குளம் என்று அலையமாட்டாள். பட்டினி பாரணி விரதம் என்று ஏதும் கிடையாது. பூஜை பண்ணமாட்டாள். புராணத்தில் நம்பிக்கையில்லை. ராமலிங்க சுவாமிகள் புராணம் பொய் என்றுதான் சொல்லியிருக்கிறார். நாள் நட்சத்திரம் பார்த்தாலும் ஜோசியம் பார்க்கமாட்டாள்.

குருட்டு ஆசாரம் கிடையாது. எங்கள் வீட்டில் சுவாமி படங்கள் எல்லாம் உண்டு. அதில் முக்கியமானவர் நடராஜர்தான். அருட்பா புத்தகத்திற்கு அதிக முக்கியத்துவமுண்டு. தினமும் சுவாமிக்குப் பால்தான் நைவேத்தியம். தினமும் இரவு ஏழு அல்லது எட்டு மணிவாக்கில் எல்லோரும் அருட்பாவிலிருந்து பழக்கப்படுத்தி வைத்திருந்தப் பாட்டுகளிலிருந்து நாலைந்து பாட்டுகள் பாடுவோம். பின் மன்னி சூடம் ஏற்றி சுவாமி படங்களுக்குக் காட்டி விட்டு எங்களுக்கும் ஒற்றிக்கொள்ளக் காட்டிவிட்டு, விபூதி கொடுப்பாள். பண்டிகை நாட்களில் மட்டும் பகலிலும் வடை பாயாசத்துடன் மேலே குறிப்பிட்டதுபோல் எல்லாம் நடக்கும்.

தாத்தா இறந்ததும் பாட்டியிடம் துக்கம் விசாரிக்க வருகின்றவர்கள், "ராமசுப்பி, நீ இந்தக் கதிக்கு ஆளாகி விட்டாயே? இவ்வளவு வயது (அப்போது பாட்டிக்கு 67 வயதிருக்கும்) ஆகியும் நீ போய்ச்சேராமல் அவர் முந்திக்கொண்டுவிட்டாரே? உன் நல்ல மனத்திற்கு தாலியோடு பூவும் பொட்டுமாகப் போயிருக்கவேண்டாமா? எல்லாம் போன ஜன்மத்துப் பாபம்தான்" என்றெல்லாம் சொல்வார்கள். "நான் கொடுத்து வைத்தது அவ்வளவுதான்" என்று ஒரே வார்த்தையில் பாட்டி பதில் சொல்வாள்.

அவர்கள் போனபின் "இதுகளுக்கு விவேகமே கிடையாது. நான் அவர்கூட வந்தேனா? இடையில் வந்த பந்தம். இவர் என்ன எங்கிட்ட அன்பும் ஆதரவுமாகவா இருந்தார்? வேறு யாராவது செய்த தப்பைக்கூட நான்தான் செய்திருப்பேன் என்று வைவார். என்னதான் இணைபிரியாமல் இருந்தாலும்கூட இரண்டு பேரும் சேர்ந்து போகமுடியாது. அவர் காலம் முடிந்தது. அவர் போனார். என்னவோ இதுகளை நம்பி நான் உட்கார்ந்திருக்கிற மாதிரியல்லவா எதையோ சொல்லிவிட்டுப் போறதுகள்" என்றெல்லாம் பாட்டி சொல்வாள்.

பாட்டி மழுமழுவென்று முகத்திலிருந்து கால்வரை இருப்பாள். நல்ல நிறம், நல்ல உடல்வாகுடன் இருப்பாள். மொத்தத்தில் நல்ல அழகி. கோபமே வராது. விரோதிகளுக்குக்கூட கெடுதல் செய்யக்கூடாதென்பாள். அவள் யாரையும் கடிந்துகொண்டு, நான் பார்த்ததில்லை. தினமும் காலை கொஞ்ச நேரம் ஸ்படிக மாலையை உருட்டிக்கொண்டே ஏதோ ஜபிப்பாள். ஸ்லோகமெல்லாம் நிறையத் தெரியும். மற்றபடி கோயில், குளம் என்று போகமாட்டாள். விரதம் ஏதும் கிடையாது. தாத்தா இறந்ததற்கு அவள் துக்கப்படவில்லை. இருந்தாலும் தலை முடியை எடுத்துவிட்டாள். "நான் இந்த முடி எல்லாம்

எடுப்பதற்குக் காரணம் இந்த மூட ஜனங்களுக்காகத்தான்" என்றாள்.

அந்தக் காலத்தில் விதவைகள் – அவர்கள் மிக இளம் வயதினர்களாக இருந்தால்கூட – மற்ற எல்லா இழப்புகளுடன் முடியையும் இழக்க வேண்டும். அந்த வயதில் எனக்கு இந்த விதவைக் கோலம் பற்றி எல்லாம் அவ்வளவாகச் சிந்தனை ஏதும் எழவில்லை. பிற்காலத்தில் இது பெண்களுக்கு இழைக்கப் பட்ட அநியாயம்; கொடுமையிலும் கொடுமை என்று உணரத்தொடங்கினேன். அதனால் அந்தப் பாதிப்புகளுக்கு ஆளானவர்களைப் பார்த்து மிகவும் வேதனைப்படுவேன். இதை எல்லாம் பற்றி நான் சிந்திக்கத் தொடங்கியதும் பாட்டியிடம் கேட்டேன்: (என் முப்பதாவது வயதில்தான் பாட்டி இறந்து போனாள். அப்போது அவளுக்கு வயது 87) "கணவனுக்காக தலை முடியை மழிக்கச் செய்வதெல்லாம் குருட்டு நம்பிக்கை; தவிர இந்த ரிஷிபஞ்சமி பட்டினி எல்லாம் அர்த்தமற்றது என்றெல்லாம் நீயே சொல்லிவிட்டு, அதை எல்லாம் நீயும் செய்திருக்காயே?"

"எனக்கு இதில் துளியும் நம்பிக்கையில்லை. எல்லாம் இந்த ஜனங்களுக்கு வேண்டித்தான். 'ராமசுப்பிக்கு இத்தனை வயசாகியும் முடியை எடுக்காமல் இருக்காளே சகல சாத்திரமும் தெரிந்தவள். முடி எடுக்காவிட்டால் பெரிய பாபமில்லையா?' என்றெல்லாம் சொல்லி சொல்லி என்னைப் பிடுங்கி எடுக்கும் இந்த ஜன்மங்கள். அதுபோலதான் இந்தப் பட்டினியும். எத்தனையோ பட்டினிகள் நம்ம பெண்களுக்கு சாஸ்திரத்தில் சொல்லியிருக்கு. வேறு எந்தப் பட்டினி எடுக்க முடிக்காவிட்டாலும், கட்டாயம் ரிஷிபஞ்சமி எடுக்கணும். அது பொண்ணா பிறந்தவாளுக்கு – முக்கியமாகப் பிராமணாளுக்கு – தூரம் போனதுக்காக; மறுஜன்மத்திலும் நாம் இதுபோல் கஷ்டப்படக்கூடாது என்பதற்காக" என்றாள் பாட்டி.

இப்படி எல்லாம் பாட்டி சொன்னதைக் கேட்டு மனத்திற்குள் கொதிப்படைந்தேனே தவிர அவளிடம் இது பற்றி விவாதம் ஏதும் செய்யத் தோன்றவில்லை. அதற்குக் காரணம் இவைகளை எல்லாம் பற்றி பாட்டிக்கு எந்த விதமான வேதனையோ வெறுப்போ இருந்ததாகத் தெரியவில்லை. அவள் முகபாவத்திலிருந்தும் பேச்சிலிருந்தும் இதை எல்லாம் ஒரு சர்வசாதாரணமான விஷயமாக அவள் எடுத்துக்கொண்டதாக எனக்குப் பட்டது. அதனால்தான் நானும் மேற்கொண்டு ஏதும் பேசவில்லை. ஆனால் மனத்திற்குள் குமுறிக்கொண்டேதானிருந்தேன்.

முடி என்பது பிறக்கும்போதே இருக்கக்கூடிய ஒன்று. அதை எடுக்க வேண்டுமென்று சொல்வது எந்த விதத்தில் நியாயம்?

பெண்டாட்டி இறந்ததும் எத்தனை வயதானாலும் ஆண்கள் மட்டும் மறுமணம் செய்துகொண்டு, வாழ்க்கையை நன்றாக அனுபவிக்கிறார்களே? இதிலிருந்து தெரியவில்லையா, ஆண்கள் முழுக்க முழுக்க சுயநலவாதிகள். சாஸ்திரம், சம்பிரதாயம் எல்லாம் அவர்களால் எழுதப்பட்டது. அதனால் அவர்களுக்குச் சாதகமாக எல்லாவற்றையும் எழுதிவைத்தார்கள் என்பதில் துளியும் சந்தேகமேயில்லை. இதில் விசித்திரம் என்னவென்றால் ஒரு பெண் முழுமையான பெண்ணாக ஆவதே இந்த பூப்பெய்தும்போதுதான். அந்த நாட்களில் பெண் திரண்டதை மேள தாளத்துடன் வரவேற்று பெரிதாகக் கொண்டாடுவார்கள். இப்பவும் மற்ற ஜாதியினர் சமைந்ததைப் பிரமாதமாகக் கொண்டாடிக் கொண்டிருக்கின்றனர். பெண்ணின் அடையாளச் சின்னமான, முக்கியத்துவம் வாய்ந்த ஒன்றை சாஸ்திரம் படைத்த இவர்கள் பாபம் என்று சொல்வது மடமையிலும் மடமை என்றுதான் எனக்குத் தோன்றியது. மறு ஜன்மத்தில் ஆணாகப் பிறக்க வேண்டுமென்று நினைக்கிறார்களா அல்லது அலியாகப் பிறக்க வேண்டுமென்று நினைக்கிறார்களா? அலிகளின் நிலை பற்றி நான் படித்திருக்கிறேன் அவர்களை மனித ஜாதியாகவே மற்றவர்கள் நினைப்பதில்லை. அவர்கள் படும் அவமானங்கள் சொல்லி மாளாது அவர்களை சமூகம் தீண்டத்தகாதவர்கள் மாதிரி நினைக்கிறது. பெண்ணின் முழு அடையாளச் சின்னமான, கடவுள் அல்லது இயற்கையால் கொடுக்கப்பட்ட மிகவும் முக்கியத்துவம் வாய்ந்த ஒன்றை, அவள் பெண்மையை, ஒரு குறிப்பிட்டச் சிறு சமுதாயம் அறியாமையால் இப்படிக் கேவலப்படுத்துகிறதே என்று நினைக்க நினைக்க எனக்கு எரிச்சலாகத்தான் வருகிறது.

இவர்கள் கூற்றுப்படி ரிஷிபஞ்சமி விரதம் முடித்த பிராமணப் பாட்டிகள் எல்லாம் ஒன்று அலியாகவோ அல்லது ஆண்களாகவோதானே பிறக்க வேண்டும்? ஒருவேளை பிறவா வரம் கிடைக்குமோ என்னவோ? எதுவாக இருந்தாலும் இவர்கள் நம்பிக்கையின்படி பிராமண சமுதாயமே நாளடைவில் அழிந்தல்லவா போய்விடும்? ஓர் ஆணைப் பெறவேண்டுமானாலும் கூட அதற்கு ஒரு பெண் வேண்டுமே? என்னதான் பாட்டி விவேகம் பேசினாலும் அவளும் இந்த மூட சமூக விதிகளை மீறக் கொஞ்சம் பயப்படத்தான் செய்கிறாள்.

தாத்தா இறந்துபோன மறு மாதமே பாட்டி கண் (காட்ராக்ட்) 'ஆப்பரேஷன்' செய்துகொண்டாள். இரண்டு கண்ணிலும் 'காட்ராக்ட்' நன்கு படர்ந்திருந்தது. இரண்டு வருஷங்களாகக் கண் பார்வை சற்றும் தெரியாமல் குருடாகவே நடமாடிக் கொண்டிருந்தாள். 'எல்லோருக்கும் வியாதியைக் குணமாக்கினவர்

ஏன் பாட்டிக்குக் கண் பார்வை சரி பண்ணவில்லை?' இந்த எண்ணம் பல வருஷம் கழிந்துதான் எனக்குத் தோன்றியது. (அவரின் ஆரம்பமே ஒருவருக்குக் கண்ணில் சிலாம்பு தெறித்துக் கண் போய்விட்டது. அதைத் தாத்தாதான் குணமாக்கினார் என்று மன்னி சொல்லியிருக்கிறாள்.) பாட்டிக்கு அவள் பிறந்த வீட்டிலிருந்து 5000 ரூபாய் ஸ்ரீதனமாக கிடைத்திருந்தது. அந்தக்காலத்தில் 5000ம் என்பது நல்ல தொகைதான். பாட்டி அதை அவள் கணக்கில் 'பாங்க்'கில் போட்டிருந்தாளா அல்லது வட்டிக்குக் கொடுத்திருந்தாளா என்பது சரியாகத் தெரியவில்லை. அந்த ரூபாயிலிருந்துதான் கண் 'ஆப்பரேஷன்' செய்துகொண்டதாகச் சொன்னாள். ஒரு கண் 'ஆப்பரேஷன்' செய்துகொண்டாள். அந்தக் கண் சாகும் வரை தெளிவாகத் தெரிந்தது. அவளுக்கு 'ஆப்பரேஷன்' பண்ணிய ஜோசப் என்ற டாக்டரே இந்தளவு அவளுக்குப் பார்வை தெரிந்தது பற்றி அதிசயப்பட்டாராம்.

பாட்டி எப்போதும் அமைதியாக இருப்பாள். அவளுக்குக் கோபமே வராது. ஒரு தடவை (என் அப்பா இறந்து போன சமயமென்று நினைக்கிறேன்) சித்தி (என் மாமனாரின் இரண்டாம் மனைவி; என் மாமியார்) துக்கம் விசாரிக்க கரமனைக்கு வந்திருந்தபோது பாட்டி எங்கள் வீட்டில் இருந்தாள். பாட்டியைப் பார்த்துவிட்டு, "இந்த வயதிலும் பாட்டி என்ன அழகாக இருக்கிறாள்" என்று சொல்லி சொல்லி சித்தி அதிசயப்பட்டாள். பாட்டி வாரம் இருமுறை தலையிலிருந்து கால்வரை எண்ணெய் தேய்த்துக் குளிப்பாள்.

ஒரு தடவை நான் பவழங்காடிக்குப் பாட்டியைப் பார்க்கப் போயிருந்தேன். மூத்த மாமா வீட்டிற்கு முதலில் போனேன். ஒரே காம்பவுண்டு. தாத்தாவின் பெரிய வீட்டை நாலு பிள்ளைகளும் பங்குபோட்டுக்கொண்டு குடியிருந்தனர். மூன்று பிள்ளைகள் சேர்ந்தால்போல் தடுப்புச் சுவர் வைத்து கொண்டு, மற்றும் சில சௌகரியங்கள் செய்துகொண்டு (கிராமத்து வீடுபோல் வரிசையாக இருக்கும்) வசித்துவந்தார்கள். எதிர்பக்கத்தில் தாத்தாவுக்கென்று தனியாக ஒரு ஹால் கட்டியிருந்தார்கள். அந்த ஹாலுக்கு இரண்டுப் பக்கமும் 'சைடு ரூமு'ம் உண்டு. ஒரு பக்க 'ரூமி'ல்தான் அவர் தூங்குவது ஜபம் செய்வது எல்லாம். அந்த 'ரூமி'ல் குறிப்பிட்ட ஒன்றிரண்டு பேர் தவிர வேறு யாரும் போகமாட்டார்கள். நான் முன்பு கூறியதுபோல் ஹாலில்தான் நிறைய சுவாமி படங்கள் வைத்திருப்பார்கள். அதில் நடராஜர்தான் முக்கியத்துவம் வாய்ந்தவர். விக்கிரகங்கள் எதுவும் கிடையாது. திருவாதிரை, குருபூஜை போன்ற நாட்களில் பல மனிதர்கள் பார்த்திருக்க தாத்தா அற்புதமாக நர்த்தனம் ஆடுவார்

என்பதை நான் ஏற்கனவே சொல்லியிருக்கிறேன். தாத்தாவின் அந்த இடத்தைத்தான் மூத்தவர் எடுத்துக்கொண்டிருந்தார்.

அந்த வீட்டில் நான் நுழைந்ததும் மாமியிடம் 'பாட்டி எங்கே?' (பாட்டி ஒவ்வொரு பிள்ளையிடமும் 3 மாதம் என்கிற கணக்கில் தங்குவாள்) என்று கேட்டதும்தான் தாமதம். "உன் பாட்டி கிணற்றுக் கரையில் ஒழுக ஒழுகத் தலையிலிருந்து கால்வரை எண்ணெய் தேய்த்துக் குளிக்கிறாள். பியர்ஸ் சோப்தான் தேச்சுப்பாள். இந்த வயதில் இதெல்லாம் என்ன வேண்டிக்கிடக்கு? நீ என்னமா பளபளனு எத்தனை அழகாக இருப்பாய். (அப்போது என் வயது 27 அல்லது 28 இருக்கும்.) அதெல்லாம் எங்கே போச்சு? உன் நாத்தனார்கள் ரொம்பப் பொல்லாதுகள்னு கேள்விப்பட்டிருக்கேன். வடிவீசுவரத்திலே பொம்மனாட்டிகளும் புருஷாளும் மோசம் எம்பா. நீ நன்னாருக்காயா? சாக்கிரதையாக இருந்துக்கோ. நீ பாவம்" இப்படியெல்லாம் அவள் சொன்னதும் "அதெல்லாம் பற்றி எனக்குத் தெரியாது" என்று நான் அவளிடம் சொன்னாலும் வடிவீசுவரம் மாமிகள் சிலரின் நடத்தை பற்றி எங்கள் வீட்டில் விமர்சிப்பதுண்டு. தவிர தெருக்காரர்கள் சிலர் சொல்லியும் கேட்டிருக்கிறேன். மாமனாருக்கும், ஏதோ ஒருத்திக்கும் (எல்லாம் பிராமணர்கள்தான்) தொடர்புண்டு என்று கூட கேள்வி. அது எவ்வளவு தூரம் நிஜம் என்று தெரியவில்லை.

பொதுவாக செக்ஸ் விஷயத்தில் பெண்கள் தவறு செய்தால்தான் பெருங்குற்றமாகக் கருதுவார்கள். இந்தக் காலகட்டத்திலும்கூட பெண்கள்தான் கற்பு நெறியுடன் இருக்க வேண்டுமென்று கருதுகிறார்கள். அதுவும் சினிமாக்களில் பலாத்காரமாக கற்பு இழந்தவளானாலும்கூட அவளை ஒரு ஈனப்பிறவியாகத்தான் சமூகம் கருதும். ஆண் என்றால் சின்ன வீடு வைத்துக்கொண்டு, சமூகத்தில் தாராளமாகக் கொஞ்சம் கூடக் கூச்சமில்லாமல் உலாவலாம். என்னதான் காலம் முன்னேறினாலும், சினிமாவில் மட்டும் மூளியாக வெள்ளைப் புடவையுடன்தான் விதவைகள் – பதினாறு வயதுப் பெண்ணாக இருந்தாலும்கூட – காட்சியளிப்பார்கள். அதுபோல்தான் தாலி 'சென்டிமெண்ட்'டும்.

இந்தத் தாலி 'சென்ட்டிமெண்ட்' தமிழ் சினிமாவைப்போல் வேறு எந்த சினிமா மொழியிலும் இல்லை. வட இந்தியாவில் மகாராஷ்ட்ரா தவிர வேறு எந்த மாநிலத்திலும் இந்தத் தாலி கிடையாது. சப்தபதியும், அக்னி சாட்சியும்தான். சட்டத்திலும், சாஸ்திரத்திலும், இல்லாத இந்தத் தாலியை ஏன்தான் தமிழ் சினிமாவில் மட்டும் கணவனின் உயிரே தாலியில்தான்

அடங்கியிருப்பது போல் ஓர் எண்ணத்தைப் பெண்களிடத்தில் உருவாக்கிவிட்டதோ அந்தக்கால ஆண் வர்க்கம்? தாலி கல்யாணத்திற்கான அடையாளச் சின்னம். பெண்களுக்குப் பாதுகாப்பு' என்றெல்லாம் விமர்சிப்பார்கள். ஆண்களுக்குக் கல்யாணம் ஆனதற்கு அடையாளச் சின்னம் ஏதேனும் உண்டா? வசதியுள்ளவர்கள் பெண்கள் எல்லாம் தங்கத்தில் செயினில் ஏதேதோ டிசைனில் மாங்கல்யத்தை இணைத்துப் போட்டுக் கொள்கிறார்கள். அப்போது தாலி என்பது புடவைக்குள் போய்விடும். கல்யாணமானவர்கள் ஆகாதவர்கள் என்ற பாகுபாடு இல்லாமல் எல்லோரும் போட்டுகொள்ளக்கூடியவைகள் இந்தச் செயின்கள். அப்படியிருக்க எப்படி அடையாளச் சின்னமாகும்? பரம ஏழைகள் பாடு கேட்கவே வேண்டாம். அவர்களுக்குத் தாலி எல்லாம் அதிக நாட்கள் கழுத்தில் தங்கியிருக்காது. புருஷன் சாராயக்கடைக்கோ கள்ளுக்கடைக்கோ எடுத்துச் சென்றிருப்பான். ஏழைகள் முக்கால்வாசிப் பேர்களும் ஆண்கள் குடிகாரர்களாகத்தான் இருப்பார்கள்.

பாட்டிகூட சொல்லியிருக்கிறாள் இது பற்றி. சாஸ்திரத்தில் கல்யாணத்தில் தாலி கட்டுவது பற்றிச் சொல்லவேயில்லை என்று பாட்டி சொன்னாள். பாட்டி ஒரு தீர்க்கதரிசி. பாட்டி பெற்ற ஆறு குழந்தைகளில் என் அம்மாதான் அதிபுத்திசாலியாக எனக்குத் தோன்றியது. தாத்தாவும் பாட்டியும் பேசிக்கொண்டதை நான் பார்த்ததில்லை. எப்படித்தான் ஆறு குழந்தைகளைப் பெற்றாளோ? தாத்தா தன் குடும்பத்துடன் திருவனந்தபுரம் வருவதற்கு முன்பே குழந்தைகளை எல்லாம் பெற்றுமுடித்திருந்தார்கள். தாத்தா திருவனந்தபுரம் வந்தபின்தான் அவரின் தெய்விகத்தன்மைகள் வெளிப்படத் தொடங்கிற்று. அதன் மூலம் மிகுந்த கஷ்டநிலையில் இருந்தவருக்கு வருமானமும் வரத்தொடங்கிற்று. நாள் செல்ல செல்ல வருமானமும் பெருகிக்கொண்டே போயிற்று. கடைசிக் காலத்தில் அவருக்குச் சிரமதசை ஏற்பட்டுவிட்டது. அந்தப் பெரிய வீடே அழுதுவடிந்தது. எப்போதும் ஜேஜே என்றிருந்த வீடு இப்படி ஆகிவிட்டதில் பாட்டியிடம் எந்தச் சலனமும் ஏற்படவில்லை. நாளுக்குநாள் சிஷ்யர்களின் கூட்டம் குறைந்துகொண்டேபோயிற்று. அதற்குப் பின் அவர் அதிக நாட்கள் உயிரோடு இருக்கவில்லை. பாட்டியின் சாந்தமான முகம், அறிவாற்றலான பேச்சு, எலுமிச்சம்பழ நிறம் எல்லாம் சேர்ந்து அவளிடம் எனக்குத் தனிப்பட்ட முறையில் ஓர் ஈர்ப்பு சக்தியை ஏற்படுத்திற்று.

இதையெல்லாம் நினைத்துக்கொண்டு கிணற்றடிக்கு நான் போனபோது மாமி சொன்னது போலவே பாட்டி தலையிலிருந்து கால்வரை நல்லெண்ணெய் தேய்த்து பியர்ஸ்

சோப் தேய்த்து, தண்ணீரைக் கிணற்றிலிருந்து மொண்டு மொண்டு விட்டுக்கொண்டிருந்தாள். அவள் எண்ணெய்க் குளியலைப் பற்றி மாமி விமர்சனம் செய்ததைப் பற்றி பாட்டியிடம் நான் சொன்னேன். "இவாளெல்லாம் இப்படித்தான் சொல்வா. எண்ணெய், சோப் எல்லாம் நான்தானே வாங்கிக்கொள்கிறேன்? நாம் இருக்கும் வரை இந்த உடம்பை சொறி, சிரங்கு வராமல் பார்த்துக்கொள்ள வேண்டியது நம் கடமை. யார் என்ன சொன்னாலும், அதற்கெல்லாம் செவிசாய்க்க மாட்டேன். அறியாத ஜனங்கள் அப்படியெல்லாம்தான் பேசும்" என்று சொல்லிவிட்டு "நீ என்ன இளைத்துக் கருத்துத் துரும்பா போயிருக்காய்? நான் எப்போதும் உன்னிடம் சொல்லியிருக்கேன். யார் என்ன சொன்னாலும், எது கிடைத்ததோ அதை அப்பப்போ சாப்பிட்டுக்கொள்ளணும். பட்டினி கிடக்கக் கூடாது. உனக்குக் கல்யாணம் கழிந்து 12 வருஷத்திக்கு மேலாச்சு. இரண்டு குழந்தைகளும் பிறந்தாச்சு. (பாட்டியின் இறப்பிற்குப் பின் இரண்டு வருஷம் கழித்துதான் குமார் பிறந்தான். பின் ஏழு வருஷத்திற்குப்பின் காஞ்சனா பிறந்தாள்) இனிமேல் எல்லாம் நீ முன் போல் ரொம்ப சாதுவாக இருக்கக் கூடாது. நீ எவ்வளவோ புத்திசாலித்தனமானக் கேள்விகள் எல்லாம் கேட்கிறாய். உன் சிந்தனை, அறிவு யாருக்கு இருக்கு? உன்னை உன் பக்கத்துக்காராள் எல்லாம் ஏமாளியாகவும், ஒன்றும் தெரியாதவளாகவும் நினைக்கக் கூடாது. அவர்கள் அக்கிரமமாக (அநியாயம்) பேசினால் கோபப்படாமல் சரியாகப் பதில் சொல்லணும். உனக்கும் அந்த வீட்டில் உரிமை உண்டு என்பதை அவாளுக்குத் தெரிவிக்கணும். அதுக்காக யாரிடமும் சண்டை போட வேண்டாம்" என்றெல்லாம் பாட்டி சொன்னதைக் கேட்டு,

"எனக்குக் கல்யாணம் ஆனதும், மன்னி, நீ எல்லாருமாகச் சேர்ந்து 'புக்காத்துக்குப் போனதும், அடக்கமாக இருக்கணும். வாய் கையைக் காட்டக்கூடாது. அவா என்ன சொன்னாலும் கேட்டுக்கணும். பதில் சொல்லக் கூடாது. நாத்தனார்கள் பொல்லாதுகள். அவாத்திலெ இளையாள் மூத்தாள் குழந்தைகள்னு வித்தியாசம் காட்டமாட்டாளாம். ஒற்றுமையான குடும்பம்னு சொல்லறா. குடும்பம் பிரியறதுக்கு நீ காரணமாக இருக்கக் கூடாது. நல்லாப் படிச்சிருக்கான் மாப்பிள்ளை. கூடிய சீக்கிரம் ஏதாவது வேலைக்குப் போவான். அவன் படிப்புக்கு நல்ல சம்பளம் கிடைக்கும். அப்போ உன்னைக் கூட்டிக்கொண்டுபோய்த்தானே ஆகணும்? கொஞ்ச காலம்தானே? பொறுத்துக்கோ' இப்படிப் பலவிதமான உபதேசங்கள் செய்து என்னை ஒரு பயந்தாங்கொள்ளியாக அல்லவா மாற்றிவிட்டேள்? அவரோடு

அப்பாவின் தொழிலையே அவரும் பார்க்க வேண்டுமென்று வக்கீலுக்குப் படிக்க வைத்து, அதே ஊரில் அவர் கூடவே கோர்ட்டுக்கும் போகத்தொடங்கிவிட்டார். இப்போ அவர் சன்னதம் வாங்கி கோர்ட்டுக்குப் போகத்தொடங்கி, 10 வருஷமாச்சு. இப்பத்தான் அவருக்கு 200-300 என்று வருமானம் வரத்தொடங்கியிருக்கு. இனிமேல் அவர் எந்த ஊருக்கும் வேலைக்கு நிச்சயமாகப் போகமாட்டார். அதனால் காலத்துக்கும் அந்தக் கூட்டுக்குடும்பத்தோடுதான் இருக்கவேண்டிவருமென்று நினைக்கிறேன்" என்று சொன்னேன்.

பாட்டி மௌனமாக நான் சொன்னதை எல்லாம் கேட்டுவிட்டு, "பயந்தாங்கொள்ளியாக இருக்கக் கூடாது. நான் முதலில் சொன்னதுபோல் கல்யாணமாகி 12 வருஷத்துக்கு மேலாச்சு. குழந்தைகளும் பெரியவளாகிண்டு வரா. உங்கிட்டே அவாளுக்கு பாசம், மதிப்பு ஏதும் இல்லாமல் ஆக்கியிருக்காளாம். அம்மாளு மன்னி சொன்னா. இதுக்கு முக்கிய காரணம் உன் நாத்தனார்களாம். உன் அழகு, புத்திசாலித்தனம் எல்லாம் குடத்தில் இட்ட விளக்காகி விட்டதே? உங்காத்துக்காரர் சம்பாதிக்கத் தொடங்கியாச்சு. உனக்கு வேணுமென்கிறதை எல்லாம் வாங்கித் தரச் சொல்லு. உன் குழந்தைகள் உன்னிடம் அன்பாக இருக்கும்படி பார்த்துகொள். யார் என்ன சொன்னாலும், சட்டை செய்யாமல் சந்தோஷமாக இருக்கப் பார். உன் எதிர்காலம் நல்லபடியாக அமையட்டும்னு தெய்வத்திடம் பிரார்த்திக்கிறேன். நான் இன்னும் எவ்வளவு நாள்தான் இருந்துவிடப்போகிறேன்? படுக்கையில் கிடக்காமல் போகணும். அதுதான் இப்போதைய என் எண்ணமெல்லாம்" பாட்டியின் கடைசி உபதேசமும் இதுதான்.

அதன்பின் இரண்டு வருஷதிற்கெல்லாம் பாட்டி இறந்து விட்டாள். அந்த இரண்டு வருஷத்தில் ஒரு முறைதான் பாட்டியை நான் சந்தித்திருப்பேன். பாட்டி அடிக்கடி பழவங்காடியிலிருந்து தனியாகப் பஸ்ஸில் ஏறி கரமனைக்கு வருவாள். ஒருமுறை அப்படி வரும்போது தவறான ஸ்டாப்பில் இறங்கி விட்டாளாம். "'ஸ்டாப் ப்ளீஸ்' சொன்னான். நான் இறங்கி விட்டேன். போகப்போக ஆண்டியிறக்கம் (அந்த இடம்தான் கரமனை பஸ் ஸ்டாப்) வரவேயில்லை. பின் யாரிடமோ கேட்டதில் நான் தவறுதலாக இறங்கினது தெரிந்தது. அவர்தான் ஆண்டியிறக்கம் வரை கொண்டு விட்டார்." பாட்டி 'ஸ்டாப் ப்ளீஸ்' சொன்னதற்கு வீட்டில் எல்லோரும் சிரியோசிரி என்று சிரித்தார்களாம். அப்போது மட்டுமல்ல அதைப் பல நாட்கள் வரை பாட்டியின் நினைவு வரும்போதெல்லாம் சொல்லி சொல்லி நாங்கள் எல்லோரும் சிரிப்போம்.

பாட்டி தன் 87வது வயதில் பத்து நாட்கள் 'டையரியா' மாதிரி வந்து இந்த உலகத்தை விட்டுப் பிரிந்துபோனாள். பாட்டி இறந்த இரண்டாவதுநாள்தான் எனக்குத் தகவல் வந்து நான் மட்டும் பழவங்காடிக்குப் போனேன். பாட்டியின் பணத்தை வைத்தே சாவுக்காக நடத்தப்படும் விசேஷங்களைப் பிரமாதமாகப் பிள்ளைகள் நடத்தினார்கள். பாட்டிக்கு இதில் எல்லாம் நம்பிக்கையே கிடையாது. "இருக்கிறவரை கூடியவரைக்கும் மன நிம்மதியுடன் சந்தோஷமாக இருக்கணும். கூடியவரை குழந்தைகள் வயதான காலத்தில் பெற்றவர்களைச் சந்தோஷப்படுத்தாவிட்டாலும், சங்கடப்படுத்தாமலாவது இருக்கவேண்டும். போன பின் ஏதும் தேவையில்லை" என்பாள் பாட்டி. பாட்டி ரொம்ப நல்லவளாக இருந்தும், கடைசி நாட்டுப்பெண், ஒரு மாப்பிள்ளை (என் அப்பா) ஒரு பெண் தவிர பேத்தியின் கணவன் இவ்வளவுபேரின் இறப்பும் பாட்டிக்குப் பெரிய துக்கம்தானே? இருந்தும், அதையெல்லாம் பற்றிப் பெரிதாக அவள் அலட்டிக்கொள்ளவில்லை. "அவர்கள் காலம் முடிந்தது போனார்கள்" என்று சமாதானப்பட்டுக் கொள்வாள்.

இப்போது பாட்டி சொன்ன ஒன்று ஞாபகத்திற்கு வருகிறது. எங்க அப்பா இறந்த சமயம் அவர் போய் நாலைந்து நாட்கள் ஆன பின்னும் மூலைக்கு ஒருவராகப் படுத்துக்கொண்டும் வேளைக்குச் சாப்பிடாமலும் ஒரே துக்கத்தில் ஆழ்ந்திருந்தோம். "இப்படி எத்தனை நாளைக்குத்தான் சாப்பிடாமலும், குளிக்காமலும் சதா அழுதுகொண்டே இருக்கப் போகிறேள்? அம்மாளு, கேட்டுக்கோ. உன் ஆம்படையான் வீட்டிலிருக்கும்போதெல்லாம் கூப்பாடுதான் போட்டுக்கொண்டிருந்தான். ஒருபோதும் அன்பாக ஒரு வார்த்தை உன்னிடம் பேசி நான் பார்த்ததில்லை. ஆபீஸிலிருந்து வரும்போதே கோபத்தோடுதான் வருவான். குழந்தைகளிடம் சில சமயம் அன்பாக இருப்பதுபோல் தோன்றும் பல சமயம் அவர்களிடமும் எரிச்சல்தான் படுவான். (ஒவ்வொரு சமயம் ஒவ்வொரு குழந்தைகளிடம் கூடுதல் பிரியமாக இருப்பதுபோல் எனக்குத் தோன்றும்.) ஏதோ கொண்டுபோட்டுக்கொண்டிருந்தான். (சம்பாத்தியம் பற்றி அப்படிச் சொன்னாள்) அதுவும் இப்போ இல்லை அவ்வளவுதான்" என்று பாட்டி சொன்னதும், அம்மாவுக்கு ரொம்பக் கோபம் வந்தது.

"நீ ஏதோ கொண்டு போட்டுக்கொண்டிருந்தான்னு சொல்லி விட்டாய்.என் ஜீவனமே அதில்தானேயிருக்கு? இந்தக் குழந்தைகளை எல்லாம் நான் எப்படி காப்பாற்றப்போகிறேன்? இன்னும் எவ்வளவு காலமிருக்கு இவாளெல்லாம் பெரியவாளாகறதுக்கு? நீ பெரிய அறிவாளியாக இருந்தும், கொஞ்சம் கூட நிலைமை

தெரியாமல் ஏதோ கொண்டுபோட்டுக்கொண்டிருந்தான்னு சர்வ சாதாரணமாகச் சொல்லிட்டயே?" என்று சொல்லிவிட்டு, அம்மா தலையில் அடித்துக்கொண்டு பெரிதாக ரொம்ப நேரம் அழுதாள்.

"போனவா திரும்பி வரப்போவதில்லை. மேற்கொண்டு ஆக வேண்டிய காரியங்களைப் பார்த்துதானே தீரணும் இந்தக் குழந்தைகளை கரைசேர்க்க வழியைத் தேடுவோம்" என்றாள் பாட்டி. எதற்குச் சொல்கிறேன் என்றால் எந்த நிலையிலும் பாட்டி கலங்க மாட்டாள் என்பதற்கு ஓர் உதாரணமாகத்தான் இதைச் சொன்னேன்.

பாட்டி ஒரு தடவைகூட என் புக்ககத்திற்கு வரவில்லை. என் கல்யாணத்தின்போதும் தாத்தா போய் ஒரு வருஷம் ஆகாததால் பாட்டி வரவில்லை. அந்தக் காலத்தில் கணவன் இறந்து போனால் – அதற்கு வயது கணக்கில்லை – மனைவி ஒரு வருஷம் வரை வாசற்படி தாண்டக்கூடாது. இந்து மதம் மூலம் விதவைகளுக்கு இழைக்கப்பட்டப் பல கொடுமைகளில் இதுவும் ஒன்று. நல்லவேளை அக்காவும், அம்மாவும் தலைமுடி எடுக்கவில்லை. அந்தக் காலகட்டத்திலிருந்தே கணவனை இழந்தவர்கள் தலைமுடியை எடுக்கும் வழக்கம் குறையத் தொடங்கியிருந்தது. அப்பா இறப்பதற்கு எட்டு வருஷத்திற்கு முன்பே அக்கா விதவையாகிவிட்டாள். அதைப் பற்றிச் சொல்லியிருக்கிறேன். முடி ஒன்றுதான் எடுக்கவில்லையே தவிர மற்றபடி சுமங்கலிகளுக்கான பூ, பொட்டு, மஞ்சள், நகை, நட்டு என்று எல்லாவற்றையும் இழக்க வேண்டும். மற்றும் ஒன்று. விதவைகளுக்கு சாதகமான விஷயம். வெள்ளைப் புடவை கட்டும் வழக்கம் குறைந்திருந்தது. நல்லவேளையாக என் கல்யாணத்தின்போது அக்கா விதவையாகவில்லை. சுபகாரியங்கள் எதிலும் விதவைகள் கலந்துகொள்ள முடியாது. அந்தக் காலத்தில் கணவனை இழந்தவள் ஒரு நடைப்பிணம்போல்தான் வாழ வேண்டும். இந்தக் காலத்திலும் விதவைகளின் நிலைமையில் பாதிதான் முன்னேற்றம் அடைந்திருக்கிறது. அதுவும் கிராமங்களில் பெரிதாக முன்னேற்றம் அடையவில்லை. இப்பவும் எனக்குத் தெரிய கல்யாணம், மற்ற எந்த சுப காரியமானாலும் சரி அமங்கலிகள் கலந்துகொள்ளக் கூடாது. பூ, பொட்டு, (மஞ்சள்) விதவைகள் வைத்துக்கொள்வதில்லை. ஏதோ படித்த ஒரு சிலர் (கணவனை இழந்தவர்கள்) பூ, பொட்டு எல்லாம் வைத்துக்கொள்கிறார்கள். மொத்தத்தில் கணவன் இருந்தபோது எப்படியிருந்தார்களோ அப்படியே இருப்பார்கள். இவர்களைப் போன்றவர்களைத்தான் மற்றப் பெண்களும் பின்பற்ற வேண்டும் என்பது என் அபிப்பிராயம். அதாவது கணவன் இருந்தபோது

எப்படி இருந்தார்களோ அப்படியே போனபின்பும் இருக்க வேண்டும் காலத்திற்கும்.

மற்ற மதங்களிலும் பெண்களுக்குப் பலவிதமானக் கட்டுப்பாடுகள், கொடுமைகள் (குறிப்பாக முஸ்லீம் பெண்களுக்கு) இருக்கலாம். ஆனால் இந்து மதத்தைப்போல் மற்ற மதங்களில் கணவனை இழந்த பெண்களை எதற்கும் லாயக்கில்லாதவளாக ஆக்கிவிடும் வழக்கம் வேறு சமூகத்தில் இல்லை என்றே நினைக்கிறேன். இந்து சமுதாய விதவைகளைப் பற்றி எழுதத் தொடங்கினால் பக்கம் பக்கமாக எழுதிக்கொண்டே போகலாம். இதுபற்றி தனியாக ஒரு கட்டுரை எழுத வேண்டும் என்பது என் ஆசை. ஆசையிருந்தாலும் என் வாழ்நாளில் அது நிறைவேறுமா என்பது சந்தேகம்தான். எனவே இத்துடன் இந்த விஷயத்தை நிறுத்திக்கொண்டு, என் சுயசரிதத்திற்கு வருகிறேன்.

என் திருமணம்

ஆரம்பத்தில் குறிப்பிட்டதுபோல் கல்யாணம் நிச்சயமானதும், மீனாவும், மன்னியுமாக கணக்குப் போட்டார்கள் இன்னின்ன சாமான்கள் வாங்க வேண்டும் என்று. மீனா கலை ரசனை உள்ளவள். அதனால் 'பந்தல் அழகாகப்போடச் சொல்லணும். கூடிய மட்டும் நன்றாக வாசிக்கக்கூடிய வாத்தியக்காரனை ஏற்பாடு செய்யணும்' என்றெல்லாம் சொன்னாள். "முழு சீர் கேட்டுருக்கா. முறுக்கு, உருண்டைகள், அதிரசம் எல்லாத்தையும் சின்ன சின்னதாக்கி அரையை முழு சீராக்கிக் காட்டணும். கூடுதலா கொடுக்க வேண்டியதுக்கு என்னோடு வெள்ளிப் பாத்திரம், வெங்கலம், பித்தளைப் பாத்திரங்களைக்கூட எடுத்துக்கலாம். உள்ளேதானே கிடக்கு" என்றாள் மீனா. "அதற்கு வேண்டிவந்தால் பார்க்கலாம்" என்றாள் மன்னி. அந்தச் சமயம் தாய்க்கும், மகளுக்கும் உள்ள ஒற்றுமை சொல்லி முடியாது. இங்கே ஒரு சுவாரசியமான விஷயத்தைச் சொல்லியே ஆகவேண்டுமென்று நினைக்கிறேன். அது நடராஜனும், குஞ்சியும் பேசிக்கொண்டதை (குஞ்சிக்கு 7 வயது. நடராஜனுக்கு 4 வயது): "செல்லம்மாளுக்குக் கல்யாணம் வந்தாச்சு. (எங்கள் வீட்டில் எல்லோரும் ஒருவரை ஒருவர் பேர் சொல்லித்தான் கூப்பிடுவோம்.) கல்யாணத்துக்கு இட்டிலி வாப்பா. கொட்டுமாளம் கொட்டுவா. பட்சணம் செய்வா. ஆத்துக்கு நம்ம சொந்தக்காரா எல்லாம் வருவா. அவாத்துக் குட்டிகளோடே நாம்ப களிக்கலாம். பட்சணம், பாயசம், இட்டிலி எல்லாம் நம்பளுக்கு நிறைய கிட்டும். ரொம்பச் சந்தோஷமாக

இருக்கும்." குழந்தைகள் பேசினதைக் கேட்டு, எங்களுக்கு எல்லாம் சிரிப்பு வந்தாலும், மன்னி, "இதுகளுக்கென்னா? இதுகளுக்கு சந்தோஷமாகத்தானிருக்கும். கல்யாணத்தை எப்படி நடத்தப் போறோமோன்னு ஒரே கவலையாக இருக்கு. இந்த மனுஷனிடமிருந்து பணம் வாங்குவதற்குள் பிராணன் போய்விடும்" என்றாள். அப்பா கொஞ்சமாகத்தான் செலவுக்குப் பணம் கொடுப்பார். "மன்னியே படு சிக்கனம். அதற்கே இப்படி கணக்குப் பார்க்கிறாரே" என்று அக்காவும், நானும் சொல்லிக்கொள்வோம். அப்பாவின் மாமிதான் நைசாகப் பேசி "கல்யாணத்துக்கு ஒவ்வொரு தடவையும் உங்கிட்டே கேக்க வெச்சுக்கக் கூடாது. எல்லாத்துக்கும் லெக்ஷ்மி (கரமனையில் அப்படித்தான் எல்லோரும் கூப்பிடுவார்கள். அதுதான் அவள் பெயருங்கூட. அம்மாளு என்பது தாத்தா வீட்டில் மட்டும்தான்) எல்லாத்துக்கும் கணக்கு தந்துடுவாள். கணக்கில் அவள் ரொம்பக் கெட்டிக்காரி. ஒரு காசு கூட கணக்குப் பார்ப்பாள். அதனாலே மொத்தமாக ஒரு தொகையை அவளிடம் கொடு" என்று அப்பாவிடம் சொன்னாள். மாமி சொன்னதும், மொத்தமாக ஒரு தொகை கொடுத்தார். எவ்வளவு என்று தெரியவில்லை. வடிவீசுவரத்திலிருந்து கல்யாணத்திற்கு தெரிந்தவர்கள், உறவினர்கள் என்று நிறையப் பேர் வந்திருந்தனர். அந்தக் கூட்டதிற்கு அப்பா பார்த்து வைத்திருந்த வீடு சின்னது. மேலத் தெருவில் அப்பாவின் நண்பரின் வீடு. "இப்படியொரு சின்ன வீட்டில் எங்களை எல்லாம் இறக்கி வைத்தாரே. இன்னும் என்னவெல்லாம் அவமானங்கள் படணுமோ" என்றெல்லாம் சீதை சொன்னாளாம்.

அந்தக் காலத்தில் பொதுவாக நான்கு நாட்கள் கல்யாணம் நடத்துவார்கள். நாலாவது நாள் மத்தியானதிற்கு மேல், கறிகாய், தேங்காய், கூடை சாதம், இட்டிலி இத்தியாதி வகைகளுடன் சம்மந்திகள் புறப்பட்டுப் போவார்கள். ஆனால் எனக்கு ஐந்து நாள் கல்யாணம். இவர்கள் கோதானியர்களாம்; (அதற்கு என்ன அர்த்தம் என்று இன்னும் எனக்குத் தெரியாது) அதனால் ஐந்து நாள் கல்யாணம். மீன் பிடிப்பு என்று ஆற்றில் வாழைக்காய் போட்டு மேல் துண்டால் பெண்ணின் கணவன் மீன் பிடிப்பதுபோல் பாவனை செய்வான். இதிலிருந்து என்ன தெரிகிறது என்றால் பிராமணர்கள் என்பவர்கள் வட இந்தியாவிலிருந்து வந்து தென் இந்தியாவில் குடிபெயர்ந்தவர்கள் என்று தெரிகிறது. அங்கிருந்துதான் வேதம், சாஸ்திரம், கோத்திரம் என்று வந்தது. இந்து மதத்தில் பிராமணர்களுக்கென்று கூடுதலாக சில சாஸ்திர சம்ரதாயங்கள் உண்டு. அவர்கள் மேல் ஜாதியினர். இந்து மதத்தில் மேலிருந்து படிப்படியாக ஜாதிகளின் அந்தஸ்தும் குறைந்து

கொண்டேவரும். கடைசி நிலையிலிருக்கும் ஜாதியினரை மற்ற ஜாதியினர் தீண்டத்தகாதவர்களாகவே கருதுவார்கள். அந்த நிலை இப்போது எவ்வளவோ மாறியிருக்கிறது. இருந்தாலும் இன்னமும் கூட முழுமையாக மாறிற்று என்று சொல்ல முடியாது. அடிக்கடி ஜாதிக் கலவரங்கள் ஏற்படுவதற்குக் காரணம் இந்த உயர் ஜாதி, தாழ்ந்த ஜாதி காரணம்தான். ஆண்டாண்டு காலமாக ரத்தத்தில் ஊறிப் போன ஒரு பழக்கத்தை மனிதர்களால் எளிதில் விட முடியுமா என்ன? எனவே பிராமணர்களுக்கென்று அதுவும் கோதானியர்களுக்கென்று நியமிக்கப்பட்ட (அவர்கள் மற்றப் பிராமணர்களை விட சற்று உயர்ந்தவர்களோ என்னவோ) எல்லா சடங்குகளும் முடிந்து, நான் மேலே சொன்ன சகல சம்பத்துடன் சம்மந்திகள் புறப்பட்டுப்போனார்கள்.

பொதுவாக அந்தக் காலத்தில் நாலு நாள் கல்யாணத்தில் முதல் நாள் முகூர்த்தன்று இரவு ஏதும் இருக்காது. நாலாவது நாள் மத்தியானம் சம்மந்திகள் போய் விடுவார்கள். இரண்டாம் நாளும், மூன்றாம் நாளும் மதியமோ சாயங்காலமோ நலுங்கு வைப்பார்கள். இரவுச் சாப்பாட்டிற்கு மேல் சதிர் என்று பெண்ணையும், பிள்ளையையும் 'செயரி'ல் உட்கார்ந்தி வைப்பார்கள். பாட்டுக் கச்சேரியும் வைத்திருப்பார்கள். பாடகர் பிரமாதப் பாடகராக இருக்க வேண்டும் என்பதுகூட இல்லை. நல்ல வசதியுள்ளவர்கள் நல்ல பெயர் பெற்ற பாடகர்களை வரவழைப்பார்கள். கல்யாணத்தில் மூன்று நாட்கள் ஔபாசனம் என்று ஒன்று உண்டு. ஒரு மண் பானையில் வரட்டி, உமி, சிராய் (விறகிலிருந்து செதுக்கி செதுக்கி எடுக்கப்பட்ட ஒன்று) மற்றும் என்ன போடுவார்கள் என்று தெரியவில்லை. ஊஞ்சல் பலகையில் பெண்ணும், பிள்ளையும் உட்காருவார்கள். புரோகிதர் பானையில் நெருப்பு மூட்டி ஏதோ மந்திரமெல்லாம் சொல்வார். தோழிகள் பெண்ணையும், பிள்ளையையும் சேர்த்து முடிச்சுப்போடுவார்கள். பெண்ணிற்குக் கரிப் பொட்டு வைக்கப் பிள்ளையை புரோகிதர் சொல்வார். அப்போது தோழிகள் பெண், பிள்ளைத் தலையை ஒன்றாகச் சேர்த்து முட்டவைப்பார்கள். கரிப் பொட்டு எனக்கு வைக்கும்போது ஒருத்தி சொன்னாள், "பிள்ளைக்குக் கரிப் பொட்டு தெரியவே தெரியாது" என்று. அதைக் கேட்டு மற்றவர்கள் சிரித்தார்கள். எனக்கு மிகவும் வேதனையாக இருந்தது. கல்யாணத்திற்கு முந்தின தினம் அப்பாவின் மாமா பெண் வந்து என்னிடம், "உங்கிட்ட வந்து யாராவது பிள்ளை கறுப்பாக இருக்கான், அப்படி இப்படின்னு ஏதேனும் சொன்னா நீ அதை வகை வைக்காதே. இதுபோல இடம் ஒண்ணு உனக்குக் கிடச்சது உன்னோட அதிர்ஷ்டம். காலிலிருந்து தலைவரை உனக்கு நகையாகச் சொறிவா. நல்ல

புடவைகள் எல்லாம் எடுத்துத் தருவா. வக்கீலானதால சக்கை, மாம்பழம், ஏத்தங்காய்ன்னு நிறைய திங்கறத்துக்கு வரும்" என்றெல்லாம் சொல்லிவிட்டுப் போனாள்.

கல்யாணத்திற்கு முந்தின நாள் நடந்த நிச்சயதார்த்தத்தின் போது நான் இவரைப் பார்க்கவேயில்லை. குனிந்த தலை நிமிரவேயில்லை. ஒரே பயம். கல்யாணத்தன்றுதான் மாலை மாற்றும்போது இவரை ஓரளவு பார்த்தேன். ஏதோ கறுப்பு என்று நினைத்திருந்தேன்; இவ்வளவு கறுப்பா என்று எனக்கு மிகவும் வருத்தமாக இருந்தது. கல்யாணத்தன்று வடிவீசுவரத்திற்கு கிரகப்பிரவேசத்திற்காக (அப்படித்தான் அந்தக் காலத்தில் எங்கள் ஊரில் சொல்வார்கள்) நானும், இவரும், கூட நாத்தனார் அவள் கணவன், என் அப்பா, அம்மா இவ்வளவு பேர்களும் டாக்ஸியில் போனோம். வீட்டிற்குள் போவதற்குள் சில சடங்குகள் நடந்து கொண்டிருந்தபோது, பின்னாலிருந்து "பெண் என்னமாக சுவற்றில வரைஞ்சதுபோல அதிகப் பருமனும் இல்லாமல் அதிக உசரமும் இல்லாமல் அழகாயிருக்கா. சிதம்பரம் கொடுத்து வச்சவன்" என்று யாரோ ஒருவர் மற்றவரிடம் சொல்வது என் காதில் விழுந்தது. வீட்டிற்குள் போனதும் பாலும், பழமும் கொடுத்தார்கள். இவர் என்னை அடிக்கடி திரும்பி திரும்பி பார்த்துகொண்டிருந்தார். இது எனக்கு எப்படி தெரிந்ததென்றால் எங்கள் மன்னி சொல்லித்தான். வீட்டிற்குள் போனதுமே 'இந்த வீட்டில் இவர்களுடன் அல்லவா நாம் இருக்க வேண்டும்; இவர்கள் எல்லாம் எப்படிப்பட்டவாளோ, நாத்தனார்கள் பொல்லாதுகள் என்று சொன்னார்கள்' என்று நினைத்தேன். மொத்தத்தில் எனக்கு ஒரே பயமாகவும், வேதனையாகவும் இருந்தது. அந்தச் சூழ்நிலை, அவர்களின் பேச்சு எதுவுமே எனக்குப் பிடிக்கவே இல்லை. ஒரு விஷயம் பிடித்தது. அது என்னவென்றால் எங்கள் வீட்டை விட அந்த வீடு நன்றாக இருந்தது. அந்தத் தெருவிலெயே அப்போது அந்த வீடுதான் அழகான வீடாக எனக்குத் தோன்றியது. நடுவில் முற்றத்தோடு விஸ்தாரமான தாழ்வாரம். பெரிதான சமையல் அறை. விஸ்தாரமான ரேழி, தவிர பாவுள், குச்சில் என்று இரண்டு 'ரூம்'கள். பாவுள் என்ற இடத்தில் சமையல் சாமான்கள் பாத்திரம் பண்டங்கள் வைத்திருப்பார்கள். மற்றும் பாத்திரங்கள் மாடிக்குப் போகும் 'சைடி'ல் அறைபோல் இருக்கும். அதில் வைத்திருப்பார்கள். அந்தக் காலத்தில் எவர் சில்வர் பாத்திரங்கள் வரவில்லை. இதெல்லாம் நான் அந்த வீட்டிற்குப் போன பின் தெரிந்துகொண்டது. கிரகப் பிரவேசத்தன்று மற்றொரு வீட்டிற்கும் போனேன். போனோம் என்று சொல்வதுதான் சரி. அந்த வீட்டில் மாமனாரின் அண்ணாவின் மனைவி சாகும் தறுவாயில்

இருந்தாள். அவளை நமஸ்காரம் பண்ணினபோது கை உயர்த்தி ஏதோ சொன்னாள். பின் யாரிடமோ கை காண்பித்து, ஏதோ ஜாடை காட்டினாள். அந்த ஆள் அவளிடம் ரூபாய் எடுத்துக் கொடுத்தார். குனிந்து ரூபாயை (எவ்வளவு என்று ஞாபகமில்லை) நாங்கள் வாங்கும்போது லேசாகச் சிரித்துபோல் எனக்குத் தோன்றியது. கண்ணிலிருந்து கண்ணீரும் வந்தது. அன்றிரவே அவள் இறந்துவிட்டதாகத் தகவல் வந்தது. பின்தான் தெரிந்தது, அவளிடம் பணம் எடுத்துக் கொடுத்தவர் அவளுடைய கணவர்; என் மாமனாரின் அண்ணா என்று.

இறந்துவிட்டதால் கல்யாணத்தன்று இரவே பாதிக் கூட்டம் வடிவீசுவரம் போய்விட்டது. இரண்டாம் கல்யாணத்தன்று நலுங்கு வைத்தார்கள். நான் நல்லாப் பாடுவேன் என்று நாத்தனார்கள் கேள்விப்பட்டிருந்தாளாம். என் அழகைப் பற்றிச் சொல்வதுபோல் என் பாட்டைப் பற்றியும் (பிரமாதமாகப் பாடுவதாக) ஊரில் சொல்வார்கள். 'நகுமோமு கநலேனி' பாடினேன். பயத்தில் சரியாகப் பாட வரவில்லை. சுருதி சேராமல் எனக்கே சகிக்க முடியாமல் பாதியில் நிறுத்திவிட்டேன். இவரின் சினேகிதர்கள் “சிதம்பரம், இன்னொரு பாட்டுப் பாடச் சொல். அப்போ பயம் போய் சரியாகி விடும்.” “'கமலாம்பாம் பஜரே' பாடு; பயப்படாதே” என்றார். “'கமலாம்பாம்' எனக்குத் தெரியாது” என்று சொல்லிவிட்டுப் பேசாமல் இருந்துவிட்டேன். சதிருக்கு ஒரு நாள் எனக்குப் பாட்டு சொல்லிக்கொடுத்த பாகவதர் பாடினார். மற்றொரு நாள் வேறு யாரோ பாடினார். எல்லாம் சுமார்தான். என் காலத்தில் நாலாம் கல்யாணத்தன்று சாப்பாட்டின் போதும் ஒருவர் மீது ஒருவர் சாயத் தண்ணீரைத் தெளித்துக்கொள்வார்கள். ஐந்தாம் நாள் சம்மந்திகள் புறப்பட்டுப் போவதற்கு முன் நாத்தனாரிடம் மாமனார் சொன்னாராம்: இந்த ஊரில் மந்து (பைலேரியா) வரும். நாட்டுப்பெண்ணை நம்ம ஊருக்கு இப்பவே கூட்டிண்டு போனா என்ன?” அதற்கு நாத்தனார் என்ன சொன்னாள் என்று ஞாபகமில்லை. இதைக் கேட்டுக்கொண்டிருந்த யாரோ ஒருவர் மன்னியிடம் சொன்னார். கல்யாணத்தில் பலகுறைகள் மன்னியிடம் சொன்னாள் சீதை. மன்னி கொஞ்சம்கூட சளைக்கவில்லை. “நான்தான் முதல்லயே சொல்லிட்டேனே? எங்களாலே உங்களுக்குத் தகுந்த மாதிரி செய்ய முடியாது. இதுவே எங்களோட நிலைமைக்கு ரொம்ப கூடுதல்” என்று சொல்லிவிட்டாள்.

அவர்கள் எல்லோரும் புறப்பட்டுப்போன பின் மீதியிருந்த கிட்டின சொந்தக்காரர்களும் புறப்பட்டுப்போனார்கள். எல்லோரும் போன பின் மீனாளும், மன்னியும் வீட்டைச் சுத்தம் செய்யத் தொடங்கினார்கள். வீடு பழைய நிலைக்கு

வர பல நாட்கள் ஆயிற்று. “நிறைய (எவ்வளவு என்று தெரியவில்லை) செலவாயிற்று” என்று அப்பா மன்னியிடம் பெரிதாகச் சத்தம் போட்டார். “நல்ல இடத்தில கொடுத்ததாலே பணம் கொஞ்சம் கூடுதலாகச் செலவாகத்தான் செய்யும். இவ்வளவுக்கும் அவா கேட்டதை எல்லாம் குறைத்து, மற்ற எல்லா விஷயத்திலும் எம்புட்டு குறைச்சுச் செய்ய முடியுமோ அம்புட்டு குறைத்திருக்கேன். பொண்ணுக்கு நம்பாத்திலேயிருந்து ஒரு புடவை கூட எடுக்கலை. அம்மான் கணக்குப் புடவை ஒண்ணு. நாலு உடன்பிறப்புகளும் சேர்ந்து எடுத்துக்கொடுத்தாளே அந்த ஒரு புடவைதான் நம்மாத்துப் புடவைன்னு சொல்லலாம்” என்று மன்னி சொன்னதைக் கேட்டு அப்பா “எப்படியோ போங்கோ. சம்பாதிக்கப்பட்டவாளுக்குத்தானே கஷ்டம் தெரியும்?” என்று சொல்லிவிட்டு, கோபத்தோடு வெளியே போனார். அந்தக் காலத்தில் பட்டுப் புடவைகள் ரொம்ப மலிவு. 50 ரூபாய்க்கு ஜரிகை போட்ட புடவை கிடைக்கும். மாமாக்கள் நாலு பேர்களும் சேர்ந்து கீற்றுப்போல் சரிகை போட்ட ஒரு பட்டு புடவை எனக்கு எடுத்துக் கொடுத்தார்கள். கூரைப்புடவையும், நிச்சயதார்த்தப் புடவையும் புக்ககத்தில் இருந்து எடுத்தார்கள். “நிறைய சரிகை போட்டு ஒரு புடவையாக எடுப்பதற்குப் பதில் குறைந்த சரிகையில் இரண்டு புடவைகளாக எடுக்கலாமே” என்று நாத்தனார் சொன்னதன் பேரில் நிச்சயதார்த்தப் புடவையும் (எல்லாம் 8 முழம்தான்) சேர்த்து எனக்கு மூன்று பட்டுப் புடவைகள் கிடைத்தன. கூரைப்புடவை என்பது நிறைய சரிகை போட்டு ஒரு புடவையாகத்தான் எடுப்பார்கள். எனக்குத்தான் வழக்கத்திற்கு மாறாக இரண்டு புடவையாக எடுத்தார்கள். சேர்ந்தார்போல் மூன்று பட்டுப் புடவை கிடைத்ததில் என் வீட்டாருக்கும், எனக்கும் ரொம்ப சந்தோஷம்.

பருவம் அடைதலும் கணவர் உடல்நிலையும் விதவைகள் குறித்த எண்ண ஓட்டங்களும்

கல்யாணமாகி ஒரு மாதத்திற்கெல்லாம் இவருக்கு TB என்று சொல்லி, மதனப்பள்ளிக்கு இவரைக் கூட்டிக்கொண்டு, நாத்தனாரும் அவள் கணவரும் போனார்கள். ஒரு வருஷம் அங்கிருந்தார்கள். அந்தக் காலத்தில் TBக்கு வசதி யுள்ளவர்கள் மதனப்பள்ளிக்குப் போவார்கள். மாமனார், நாத்தனார் ஆகியவர்களும், என் வீட்டாரும் ஒரேயடியாக இடிந்து போய்விட்டோம். ஊர்க்காரர்கள் எல்லோரும் துக்கம் விசாரிப்பது போல் "வியாதியை (பெரும் வியாதி) மறைத்துவைத்துக் கல்யாணம் பண்ணி வைத்திருக்காளே பிள்ளைக்கு. இவாள் எல்லாம் மனுஷாளா?" என்றெல்லாம் வாய்க்கு வந்தபடி பேசினார்கள். உண்மையில் மாமனாருக்கோ மற்றவர்களுக்கோ யாருக்குமே இப்படியொரு வியாதியிருக்கும் என்பது தெரியவே தெரியாது. முதலில் சாதாரணக் காய்ச்சல் என்றுதான் நினைத்தார்களாம். தொடர்ந்து விட்டு விட்டு காய்ச்சல் அதுவும் கூடியும் குறைந்தும் இருந்து கொண்டேயிருந்ததாம். அதனால் மெட்ராஸ் போய் Test பண்ணினார்களாம். அந்த டாக்டர் TB என்று சொல்லிவிட்டாராம். அதைக் கேட்டதும், உடனே மதனப்பள்ளி போவதற்கான ஏற்பாடுகள் எல்லாம் செய்து மதனப்பள்ளி போனார்கள். அங்கு ஒரு வருஷம் (உத்தேசம்தான்) இருந்தார்கள்.

கல்யாணமாகி ஆறு மாசத்தில் நான் பெரியவளானேன். அந்தக்கால வழக்கப்படி 'தெரண்டூளி' நடந்தது. (பெண் பூப்பெய்துவதை நான் முன்பு சொன்னதுபோல் 'பெண் சமைந்திருக்கிறாள்' என்று சில ஜாதியினரும் பெண் திரண்டிருக் கிறாள் என்று பிராமணர்கள் வீட்டிலும் சொல்வார்கள். திரண்ட மூன்று நாட்களுக்குப் பின் அவள் தலைக்குக் குளிப்பதை 'திரண்டு குளி' என்பார்கள். 'திரண்டு குளி' என்பதைத் 'தெரண்டூளி' என்றுதான் கொச்சையாகப் பேச்சுவழக்கில் சொல்வார்கள்.) அதை விமரிசையாகக் கொண்டாடினார்கள். அந்தக் காலத்தில் பெண் திரண்ட மூன்றாவது நாள் புக்ககத்து முக்கியமான மனிதர்கள் ஆண்களும், பெண்களுமாக பெண் வீட்டிற்கு வருவார்கள். வெளி ஆண்களும் வருவார்கள். வெளி ஆண்களுக்கு இரவு சாப்பாடு போடுவார்கள். அந்தக் காலத்தில் பெண் பெரியவளான அன்றே அந்தப் பெண்ணிற்குத் துணையாக இருக்க ஐந்தாறு 10 வயதிற்குள் உள்ள சிறு பெண்களை எல்லாம் கூட்டி வருவார்கள். குடியிருக்கும் பெண்கள் என்பார்கள் அவர்களை. குடியிருக்கும் சிறு பெண்களுக்குப் பணம் கொடுப்பார்கள். அதுகளுக்கு வேளாவேளைக்குச் சர்ப்பாடு போடுவார்கள். (நான் கூட யாருக்கெல்லாமோ குடியிருந்திருக்கிறேன்.) நல்ல சாப்பாடு, புட்டு, அள்ளிச் சீடை, பணம் எல்லாம் கிடைக்குமே? அதோடு தெரண்ட பெண்ணுடன் கபடம், சோழி, பல்லாங்குழி என்று பல விளையாட்டுகளும் விளையாடலாம். பள்ளிக்கூடம் போக வேண்டிய தொல்லையுமில்லை. எல்லா வீட்டிலும் "பெண் குழந்தைதானே இரண்டு நாள் பள்ளிக்கூடம் போகாவிட்டால் என்ன, குடியா முழுகிவிடப்போகிறது?" என்பார்கள். தெரண்ட பெண்ணையும், அவள் கணவனையும் சேர்த்துவைத்துப் படு அசிங்கமானப் பாட்டெல்லாம் பாடும் இந்தக் குட்டிகள். அதாவது தெரண்ட பெண்ணின் கணவன் அவளை இன்னன்ன செய்வான் என்று ஒளிவு மறைவு இல்லாமல் பாடும். அதை இங்கே விளக்க எனக்குக் கூச்சமாக இருக்கிறது.

இந்த நிகழ்ச்சிக்குப் பாடுவதற்கென்றே பெரியவர்கள் எழுதி வைத்திருந்தார்கள். பாடும் குழந்தைகளுக்குக் கூட அர்த்தம் தெரியாமல் இருக்க வழியில்லை. பெண்ணின் ஒவ்வோர் அங்கத்தையும் ஆண் எப்படியெல்லாம் ரசிப்பான் என்று பாட்டில் வரும். விசித்திரம் என்னவென்றால் பெண் ஆணை எப்படியெல்லாம் ரசிப்பாள் என்று ஒரு வார்த்தை கூட வராது. இதிலிருந்து பெண் என்பவள் ஆணுக்காகப் படைக்கப்பட்ட ஒரு பொருள் என்றுதானே அர்த்தம்? அந்தக்கால ஆண்கள் பெண்களை ஒரு போகப் பொருளாகவே கருதினார்கள். ஏன், பெண்களுமே ஆண்களின் இச்சையைப் பூர்த்தி செய்வதுதான்

தங்கள் கடமை என்று நினைத்துவந்தார்கள். அதனாலயே அடுக்கடுக்காகக் குழந்தைகளைப் பெற்றுத்தள்ளினார்கள். முழுக்க முழுக்கக் கணவனுக்காகத்தான் வாழவேண்டும். புராணத்தை எடுத்துக்கொண்டால், ஆண்களுக்கு எத்தனை பெண்களை வேண்டுமானாலும் கல்யாணம் செய்துகொள்ளலாம். தங்களுக்குச் சாதகமாக தெய்வத்தையுமல்லவா பல மனைவிகள் உள்ளவர்களாக எழுதி வைத்திருக்கிறார்கள்? என்னைப் பொறுத்தமட்டில் தெய்வத்தன்மையை இப்படி மோசமாக வேறு எந்த மதத்திலும் சித்தரிக்கவில்லை. கடவுளை நிர்குணன், உருவம் இல்லாதவன், பரப்பிரம்மம் எங்கும் நிறைந்தவன், குணம் இல்லாதவன், எதுவுமே இல்லாதவன், எல்லாம் அவன் செயல், நம் கையில் இல்லை இப்படிப் பல விதமாகக் கடவுளைச் சொல்லிவிட்டு, அதே சமயம் மனிதனுக்குள்ள ஆசாபாசங்கள் கோபதாபங்கள், மனைவி, மக்கள், தங்களுக்கு நல்ல காரியங்கள் நடப்பதற்காக கடவுளுக்கு அது தருகிறேன், இது தருகிறேன் என்றெல்லாம் சொல்லி, ஒரு சாதாரண மனிதனைப்போலவே நடைமுறை வாழ்க்கையில் தெய்வத்தை வைத்திருக்கிறார்கள். தெய்வத்தை ஏன் இந்த மனிதர்கள் இழிவுபடுத்துகிறார்கள் என்றுதான் எனக்குத் தோன்றும். ஒருவேளை எனக்கு அதன் உட்கருத்து தெரியவில்லையோ என்னவோ? நான் இழிவு என்று நினைப்பதை மற்றவர்கள் உயர்வு என்று நினைக்கலாம்.

மற்றொரு மோசமான விஷயம் இந்து சமுதாயத்தில் உண்டு. கணவனை இழந்த பெண்களைப் பலவிதமாகக் கொடுமைப் படுத்துவது. இது இந்து மதத்தில் மட்டுமே உண்டு என்று நினைக்கிறேன். ஒரு காலத்தில் இந்து மதத்தில் கணவன் இறந்ததும், அவனுடன் மனைவியையும் எரிப்பார்கள். அந்த வழக்கம் ராஜாராம் மோகன்ராய் என்ற சீர்திருத்தவாதியால் ஒழிக்கப்பட்டது. இப்பவும்கூட ராஜஸ்தான் மாநிலத்தில் சில கிராமங்களில் உடன் கட்டை ஏறினதாக அப்பப்போது தினசரிகளில் செய்திகள் வந்துகொண்டிருக்கின்றன. சதி வழக்கம் ஒழிந்ததே தவிர அதற்குப் பதில் கணவனை இழந்தவளை எப்படியெல்லாம் சின்னாபின்னமாக்க முடியுமோ அந்தளவுக்கு நான் ஆரம்பத்தில் குறிப்பிட்டதுபோல் பொட்டு, மஞ்சள், நகை, நட்டு என்று சகலத்தையும் இழந்து, வெள்ளைப் புடவையுடன் வீட்டிலும் அடைந்து கிடக்கவேண்டும் ஒரு வருஷம் வரை. ஒரு வருஷம் வரை நெருங்கின சொந்தக்காரர்கள் வீடுகளுக்குக்கூட போகக் கூடாது. இந்தக் காலத்தில் விதவைகளின் நிலைமை எந்தளவுக்கு முன்னேறியிருக்கிறது என்று முன்பே எழுதிவிட்டேன். விதவைகள் பற்றி இவ்வளவு தூரம் நான் எழுதக் காரணம் பெண் என்பவள் ஆணுக்கு எந்த விதத்திலும் குறைந்தவள் இல்லை.

பெண் இல்லை என்றால் ஆண் இல்லை. ஆண்களுக்குள்ள எல்லா உணர்ச்சிகளும் பெண்களுக்கும் உண்டு. உண்மையாகச் சொல்லப்போனால் ஆண்களை விட பெண்கள்தான் புத்திசாலிகள் அப்படியிருக்க, அவளை ஒரு ஜடப்பொருள்போல் அல்லவா அந்தக்கால ஆண்கள் நினைத்துவந்திருக்கிறார்கள்?

பிராமண சமுதாயத்தில் 5-7 வயதில் கல்யாணமாகி கணவனை இழந்தவர்கள் பெரியவளானதும், தலை முடி மழிப்பதிலிருந்து, சகல விதமான அலங்கோலமும் பண்ணி அந்தக் குழந்தையை மூலையில் உட்கார்த்தி விடுவார்கள். அப்படிப்பட்டவரை நான் பார்த்திருக்கிறேன். இந்த அநியாயத்தை 'கல்கி' கூட ஒரு கதை மூலம் சமூக அநீதியை எடுத்துக்காட்டியிருக்கிறார். கல்கியின் கதைகள், கட்டுரைகள் ஆகியவற்றை நான் விரும்பிப் படிப்பேன். அவர் ஒரு சிறந்த எழுத்தாளர். இந்திய சுதந்திரத்திற்கு பாடுபட்டவர்களில் அவரும் ஒருவர். தீண்டாமை, மூடப் பழக்க வழக்கங்கள், பாலிய விவாகம், இந்து சமுதாயத்தில் கணவனை இழந்த பெண்களைப் படுத்திவைக்கும் அவலங்களைப் பற்றி எல்லாம் கேலியாகவும், படிப்பவர்கள் மிகுந்த வேதனைப்படும் விதமாகவும் பத்திரிகையில் எழுதிவந்தார். விதவைகள் சுப காரியங்களில் கலந்து கொள்ளக்கூடாதே தவிர கல்யாணம் போன்ற விசேஷங்களில் பட்சணம்-பாடி (பட்சணம், பாடி என்பது பேச்சுவழக்கில் சேர்ந்துவரும் சொற்கள். நகை-நட்டு என்று சொல்வதுபோல) எல்லாம் தாராளமாக நாள் முழுக்க உட்கார்ந்து செய்யலாம். அந்தக் காலத்தில் யார் வீட்டில் கல்யாணமென்றாலும் கொட்டிலில் (வீட்டின் கடைசிப் பகுதியில் இருக்கும் இடம்) குறைந்தது நாலு இளம் விதவைகளாவது வந்திருப்பார்கள். வேலை செய்ய ஆள் வேண்டாமா? இவர்கள்தான் பணம் ஏதும் கொடுக்க வேண்டாத ஆள் ஆயிற்றே? அவர்களும் சந்தோஷமாகவே அந்த வேலைகளைச் செய்வார்கள். அவர்கள் பொழுதுபோக்கே அதுதானே?

அப்பொதெல்லாம் விதவைகள் பற்றி எந்தச் சிந்தனையும் என் மனத்தில் எழவில்லை. முதன்முதலில் அந்தச் சிந்தனையை என் மனத்தில் எழுப்பியவள் என் தோழி ஆவடை. அவள் என்னை விட இரண்டு வயது பெரியவள். அப்போது அவளுக்குக் கல்யாணமாகி இரண்டு வருஷம் ஆகியிருந்தது. என்னைப் பார்க்க வந்தவள், "உன் ஆம்படையானுக்கு க்ஷயமாமே. அது பெரிய சுகக்கேடாம். பிழைக்கறது அபூர்வம்தானாம். உன்னோட தாலிபாக்கியத்தினாலதான் அவன் பிழைக்கணும். எங்கம்மா சொல்லறா. தங்கவிக்கிரகமாட்டம் நீ இருக்காய். உன் ஆம்படையான் பிழைச்சுவரணும். இல்லையானா உன்னோட

ஜீவிதம் போச்சு" என்று சொன்னாள். திருவனந்தபுரமானதால் மலையாளம் கலந்தத் தமிழ்தான் பிராமணர்கள் பேசுவார்கள். அவள் மேலும் சொன்னாள்: "உனக்கு நகை, நட்டு ஏதும் போட்டுக்க முடியாது. நீ மஞ்சள் பூசிக்கப்படாது. பூ வெச்சுக்கக் கூடாது. கொஞ்ச நாள் கழிச்சு உன்னோட அடர்த்தியான முடியை எடுத்துட்டு வெள்ளைப்புடவையும் உடுத்திக்கவைப்பாளோ என்னவோ?" இதை எல்லாம் ரேழியில் அரைத் தூக்கத்தில் இருந்த மன்னி கேட்டுவிட்டு ஓடிவந்து, "நீ என்னவெல்லாம் கன்னாபின்னானு குழந்தை கிட்டப் பேசறாய்? ஒரு சின்னப் பொண் இப்படியெல்லாமா பேசும்? இப்படிப் பேசினதுக்கு உன் நாக்கை அறுக்கணும். இனிமே இந்த ஆத்துப் பக்கமே வராதே. நாங்களே என்ன செய்யறதுன்னு தெரியாம தெய்வத்தை வேண்டிண்டிருக்கோம். அந்த நடராஜர்தான் காப்பாற்றணும். அந்தப் பிள்ளைக்கு ஒண்ணும் ஆகாது. நடராஜா (தாத்தாவின் தெய்வம்) பார்த்துப்பார்" என்றெல்லாம் பொரிந்துதள்ளினாள்.

பின் ஆவடையை நான் பல வருஷங்கள் சென்றபின் பார்த்தேன். அவள் என் மனத்தில் ஒரு பயங்கரமான கிலியை ஏற்படுத்திவிட்டாள். அப்போதிலிருந்துதான் எந்த மொட்டைத்தலையைப் பார்த்தாலும், 'இவாள் போலத்தான் நானும் ஆம்படையான் செத்தா இருக்கணுமா? அய்யோ! நினைச்சாலே தாங்க முடியலையே!' என்று தோன்றும். அடிக்கடி இந்த எண்ணம் வந்து என்னைப் பயமுறுத்திக்கொண்டேயிருக்கும். அழுகையழுகையாக வரும். அதன்பின் கணவனை இழந்தவர்கள் யாரைப் பார்த்தாலும் – வயதானவர்களோ அல்லது இளம் வயதினரோ யாராக இருந்தாலும் – அவர்கள் மீது ஒரு பச்சாதாபமும், சொல்லமுடியாத வருத்தமும் உண்டாகும். எனக்குத் தெரிந்தவரைக்கும் இதை ஒரு சாதாரண விஷயமாகவே எல்லோரும் கருதுவதாகத் தோன்றுகிறது. என் மூத்த பெண்கூட சின்ன வயதில் பெண் சுதந்திரம், ஆண்கள் மோசம், பெண்களை அடக்கி வைத்திருக்கிறார்கள் என்றெல்லாம் பிரமாதமாகப் பேசுவாள். அவள்கூட விதவைகள் விஷயத்தில் அவ்வளவாக அலட்டிக் கொள்வதாகத் தெரியவில்லை. எனக்கு மட்டும் ஏனோ தெரியவில்லை. இப்பவும்கூட சமூகம் அவர்களைப் பல விஷங்களில் ஒதுக்கியே வைத்திருக்கிறது என்பது என் அபிப்பிராயம். நம் வீட்டில் நம் குழந்தைகள், உறவினர் யாருக்குமே இது பற்றி எந்தச் சிந்தனையும் இல்லாத போது நமக்கு மட்டும் ஏன் இந்தளவுக்கு விதவைகள் விஷயத்தில் தீவிரமான எண்ணங்கள் எழ வேண்டுமென்று பலமுறை எண்ணிக் கொள்வேன். ஒருவேளை என் தோழியின் பயங்கரமான வார்த்தைகள்தான் என் மனத்தில் அழமாகப் பதிந்துவிட்டனவோ என்னவோ?

எல்லாம் தனக்கு வரும்போது தெரியும் என்பார்களே, அந்த வார்த்தை முற்றிலும் உண்மை.

"இந்து மதத்தில் மட்டும்தான் விதவைகளுக்குப் பல கொடுமைகள் நடந்திருக்கின்றன" என்று நான் சொன்னால் என் குழந்தைகளே அதை எதிர்ப்பார்கள். ஒரு தடவை என் மகனுக்கும் எனக்கும் சண்டை வரும் அளவுக்கு வாக்குவாதம் நடந்திருக்கிறது. இதற்குக் காரணம் பிரபலப் பின்னணிப் பாடகி ஜானகி. ஜானகியை திடீரென்று டி.வியில் விதவைக் கோலத்தில் பார்த்ததும் எனக்கு ஒரே அதிர்ச்சியாகவும், மிகுந்த வருத்தமாகவும் இருந்தது. அப்போது அவள் கணவன் இறந்து போய் அதிக நாட்கள் ஆகவில்லை. டி.வியில் பேட்டியளித்துக்கொண்டிருந்தாள் ஜானகி. பக்கத்திலிருந்து என் மூத்த பிள்ளையிடம் "இது என்ன அநியாயம் பாரேன். இந்தக் காலத்திலும் கூடவா பாழ் நெற்றியும், ஒரு பொட்டு நகை கூட இல்லாமல் வெள்ளைப் புடவையுவையுடன் காட்சியளிக்கணும்?" என்று நான் சொன்னதற்கு அவன் கொஞ்சம் கூட அலுத்துக்கொள்ளாமல் "இது அவளாகச் செய்து கொண்டது. இதுக்கு யாரும் பொறுப்பாளியில்லை. இருக்கவும் மாட்டார்கள். இந்து மதத்தில்தான் கோவிலுக்கு வேண்டுமானால் போகலாம். இல்லாவிட்டால வேண்டாம். மற்ற மதங்களில் கட்டாயமாக அவர்கள் கோவிலுக்குப் போகணும். முஸ்லிம் மதத்தில் பெண்களை ரொம்பவும் கொடுமைப்படுத்துகிறார்கள். அவர்களுக்குச் சாதாரணமாக வெளியில் வரமுடியாது. ஆணுக்குச் சாதாரணமாக 4 பேரை கல்யாணம் செய்துக்கலாம். அவர்கள் சட்டமும், மதமும் அதுக்கு இடம் கொடுத்திருக்கு. தலாக் தலாக் என்று மூன்று முறை சொன்னால் போதும் மனைவியை விவாகரத்து செய்துவிடலாம். விவாகரத்தான மனைவிக்கு ஜீவனாம்சம் ஏதும் கொடுக்க வேண்டாம். பெண்ணிற்கு நக பாலீஷ் போட்டுக்கக் கூட உரிமை கிடையாது. சமீபத்தில் ஒரு பெண் நக பாலீஷ் போட்டுக் கொண்டாள் என்பதற்காக விரலையே எடுக்கச் சொன்னார்களாம். நீ இந்து மத எதிரி" என்றெல்லாம் சொல்லி, என்னை வாயடைக்கச் செய்துவிட்டான்.

என் பெண்ணும் இதே ரிதியில் முஸ்லிம் பெண்களுக்குள்ள அநியாயங்களைப் பற்றிப் பலமுறை பேசியிருக்கிறாள். நானும் இது பற்றி எல்லாம் பத்திரிகைகளில் படித்திருக்கிறேன். பின் பல டி.வி சேனல்களில் ஜானகியைப் பேட்டி எடுத்துக்கொண்டிருப்பதை நான் பார்த்தேன். உண்மையாகச் சொல்லப்போனால் அந்தப் பேட்டிகளின்போது எனக்கு அவளைப் பார்க்கும்போதெல்லாம் எரிச்சல் வரும். 'இவள் கணவன் இறந்து போய்விட்டான் என்று ஒரு மூலையில் கிடக்கவில்லை. சகலமான நிகழ்ச்சிகளிலும் கலந்து கொள்கிறாள். வழக்கம்போல் எல்லா மொழிகளிலும்

பின்னணியும் பாடுகிறாள். எல்லோரிடமும் சந்தோஷமாகச் சிரித்துப் பேசுகிறாள். இப்படித்தான் அவள் இருக்கவும் வேண்டும். ஆனால் தோற்றத்தில் மட்டும் ஏன் இந்த அலங்கோலம்?' என் மனத்தில் எழுந்த எண்ணங்களைப் பிள்ளையிடம் சொன்னதும், "அதுதான் நான் சொல்லறேனே. இந்து மதம் எதுவும் கட்டாயப்படுத்தவில்லை. இப்போ நீ, பாப்பாத்தை, பெரியத்தை (என் நாத்தனார்கள்)..." என்று சொல்லிவிட்டு மற்றும் யாரையெல்லாமோ மேற்கோள் காட்டினான். "நீங்கள் எல்லோரும் சாதாரணமாகத்தானே இருக்கேள்? இதிலிருந்து தெரியவில்லையா?" என்றான். "ஆரம்பத்தில் சிலர் தைரியமாக இந்த கட்டுப்பெட்டித்தனத்திலிருந்து வெளிவரவேண்டுமென்று துணிந்து செயலில் இறங்கினார்கள். (அவர்கள் நிச்சயமாகப் படித்தவர்களாக இருப்பார்கள்) அதனால் மற்றவர்களுக்கும் தைரியம் வந்து, வெள்ளைப் புடவை வழக்கம் ஒழிந்துகொண்டுவந்தது. பிராமணர்கள் தலை முடி எடுக்கும் வழக்கமும் குறைந்துகொண்டுவந்தது. அதனால் சமூகக் கட்டாயத்தின் பேரில்தான் அந்தக் கொடுமைகளை எல்லாம் வேறு வழி தெரியாமல் சகித்து கொண்டிருந்தார்கள்" என்று நான் சொல்ல, "அது அந்தக் காலம் இப்போ அப்படியா இருக்கு? திரும்பவும் சொல்கிறேன். ஜானகியை இப்படியிருக்கணும்னு யாரும் கட்டாயப்படுத்தியிருக்க மாட்டார்கள்" என்று பதில் சொன்னான்.

'இவனிடம் நாம் எது சொன்னாலும், பிரயோஜனமில்லை. தவிர நம் பெண், பிள்ளை எல்லாம் நன்கு படித்தவர்கள். நம்மை போன்ற சாதாரண மனுஷி சொன்னால் அதை ஒரு பொருட்டாக நினைக்க மாட்டார்கள். அதுவும் தவிர புக்ககத்து மனிதர்கள் – குறிப்பிட்டுச் சொன்னால் நாத்தனார்கள் – என்னைப் பற்றி, ஒன்றும் தெரியாதவள், விவரக்கட்டை, அப்பாவி, மொத்தத்தில் எவ்வளவு கீழ்த்தரமாக என்னை நினைக்க முடியுமோ அந்தளவுக்கு மூத்த பெண், பிள்ளை இவர்கள் இருவரிடமும் போதனை செய்துவைத்திருக்கிறார்கள். அதுவும் காலம் காலமாக. அது மட்டுமா? ஓர்ப்படிகள், கொழுந்தன்மார்கள், ஊர்காரர்களிடம் ஒருவர் பாக்கியில்லாமல் என் அசட்டுத்தனத்தை இருவருமாக பிரசாரம் செய்திருக்கிறார்கள். ஒரு காலத்தில் மூத்தவள் (அதாவது என் மூத்த நாத்தனார்), அவள் வசித்துவந்த பள்ளத் தெருவுக்கே ஒரு சர்வாதிகாரிபோல் இருந்துவந்தவளாச்சே? இந்த ஜனங்கள்தான் ஆட்டு மந்தைகள் கூட்டமாச்சே? பொதுவாக நான் யாருக்குமே ஒரு வகையில்லாதவளாக இருந்துவந்திருக்கிறேன் என்றே சொல்ல வேண்டும். அப்படியிருக்க நாம் சொல்வதை யார் மதிப்பார்கள்?' என்றெல்லாம் பலவிதமாக

எண்ணிக்கொண்டு, இனி இவர்களிடம் இது பற்றி ஏதும் நாம் பேசாமல் இருப்பதே நல்லதென்று முடிவெடுத்தேன். ஆனால் நம் அபிப்பிராயத்தை எழுதியே தீரவேண்டும். படிப்பவர்கள் எப்படி வேண்டுமானாலும் எடுத்து கொள்ளட்டும் என்று விட்ட இடத்திலிருந்து தொடங்குகிறேன்.

'கணவன் இறந்தபின் விதவைகளுக்கு என்று சாஸ்திரத்தில் நியமிக்கப்பட்ட விதிகளை அனுசரிக்காவிட்டால் பரலோகத்தில் இருக்கும் நம் கணவருக்கு நற்கதி கிடைக்காமல் ஆகி விடலாம்' என்ற தீவிரமான மூட நம்பிக்கையும், அதோடு 'நாம் பிரபலமான பாடகி. நம்மை எல்லோருக்கும் தெரியும். புருஷன் இறந்தபின் நாம் இந்தக் கோலத்தில் இருந்தால்தான் சமூகத்தில் நமக்கு ஓர் அந்தஸ்து ஏற்படும்' என்றெல்லாம் ஜானகி நினைத்திருக்கலாம் என்றே எனக்குத் தோன்றுகிறது. சாஸ்திரம் சம்பிரதாயமென்று இந்து சமுதாயத்தில் விதவைகளுக்காக விதிக்கப்பட்டவைகளில் நம்பிக்கை (அசட்டு நம்பிக்கை என்றே சொல்வேன்) ஜானகிக்கு இருந்ததால்தானே அது அவளை அந்தக் கோலத்தை மேற்கொள்ள வைத்தது? எனவே ஜானகியின் பட்டமரத் தன்மைக்கு இந்து மதமே காரணம் என்பேன். இந்தியாவைப் பொருத்தவரை மற்றச் சமூகங்களிலும் (முக்கியமாக முஸ்லிம் சமூகத்தில்) பெண்களுக்குப் பல அநீதிகள் இழைக்கப்பட்டு வருகின்றன. நான் சொல்ல வந்தது இந்து சமுதாயத்தில் கணவனை இழந்த பெண்களுக்கு இழைக்கப்பட்டுவந்த சொல்ல முடியாத கொடுமைகள் பற்றியது. இந்து மதத்திற்கு நான் எதிரியில்லை. அதிலுள்ள மூடநம்பிக்கைகளை எல்லாம் பூண்டோடு ஒழித்துவிட்டு, நல்லவைகளை நாம் எடுத்துக்கொள்ள வேண்டும் என்பது என் அபிப்பிராயம். யார் என்ன நினைத்தாலும் சரி என் ஆதங்கத்தையே வெளியிட்டிருக்கிறேன். என் வாழ்க்கை வரலாற்றில் இந்து விதவைகள் பற்றி எழுதப்பட்ட விஷயங்கள் யாவும் முக்கியமென்று கருதுகிறேன்.

என் தோழி ஆவுடை சொன்னதுபோல் ஏதும் என் வாழ்க்கையில் நிகழவில்லை. என் கணவர் 80 வயதைத் தாண்டியபின்தான் மரணமடைந்தார். நல்ல ஆரோக்கியத்தோடும் இருந்துவந்தார். TBக்கு சிகிச்சைக்காக இவர் மதனப்பள்ளி போய் ஆறு மாதம் கழித்து நான் பெரியவளானேன். நாளுக்குநாள் இவர் குணமடைந்து வருவதாக எங்களுக்குச் செய்தி வந்துகொண்டிருக்கும். நான் பெரியவளான சமயம் இவர் நன்றாகக் குணமடைந்திருந்தார். அதனால் தெரண்டுளியை (இப்பொதெல்லாம் இதை எழுதவே எனக்குப் பிடிக்கவில்லை. இருந்தாலும் சில உண்மைகளைச் சொல்லித்தான் ஆக வேண்டும். அது எவ்வளவு விரசமாகத் தோன்றினாலும்) விமரிசையாகவே கொண்டாடினார்கள் வீட்டில். கல்யாணமாகி ஒரு வருஷம் வரை மதனப்பள்ளியில்

இவர் இருந்ததால் புக்ககத்து மனிதர்களுக்குச் சீர் ஏதும் கொடுக்க வாய்ப்பில்லாமல் ஆகிவிட்டது. அந்தக் காலகட்டத்தில் புகுந்த வீடு பக்கத்தில் இருந்தால் ஆவணியாவட்டம், கார்த்திகை, பொங்கல் என்று சீர்செனத்தியுடன் பெண்ணைப் புகுந்த வீட்டிற்குத் தாய் கூட்டிச்செல்வாள். தீபாவளிக்கு மாப்பிள்ளை பெண் வீட்டிற்குக் குடும்பத்தாருடன் வருவான். அவளுக்குச் சௌகரியப்படாவிட்டால் நெருங்கிய சொந்தக்காரர் யாருடனாவது பெண்ணை அனுப்புவார்கள். சீர் கொண்டுபோவது பெண்களாகத்தான் இருக்க வேண்டும். அப்போதுதானே மாமியார் நாத்தனார்களுக்கு குற்றம், குறைகள் சொல்ல வாகாக இருக்கும்? தீபாவளிக்குச் சீரெனக் கேட்ட தங்க அரைஞாண் கொடுக்க வேண்டிவரவில்லை. ஒன்றை இங்கு சொல்லியே ஆகவேண்டும். நாத்தனார் அந்த ஒரு வருஷம்வரை தன் தம்பியை வேளாவேளைக்கு டாக்டர் சொற்படி உணவு, மருந்துகள் என்று அணு பிசகாமல் கண்ணும், கருத்துமாகப் பார்த்துகொண்டாள். அவள் கணவரும் அப்படித்தான். தன் உடன்பிறப்பிடம் அளவு கடந்த பாசமுண்டு அவளுக்கு. பொதுவாகச் சித்திப் பிள்ளைகளிடமும் மிகுந்த பாசமுண்டு அவளுக்கு. என் கணவரிடம் சற்று அதிகப்படி பாசமுண்டு. என் மூத்த பெண்ணிடமும் ரொம்பப் பாசமாக இருந்தாள். ரொம்ப நாளைக்குப்பின் அந்த வீட்டில் ஒரு குழந்தை வந்தது. அதோடு நல்ல நிறத்தோடு கொழுகொழுவென்று இருந்தது. அதனாலோ என்னவோ குழந்தையை அவளுக்கு மிகவும் பிடித்திருந்தது போலும்.

அக்காளும், அத்திம்பேரும் இவர் கூடவே இருந்தார்கள். மதனப்பள்ளியிலிருந்து என் கணவர் நல்ல குணமாகி வந்தபின் மீண்டும் ஒரு வருஷம் ராமவர்மபுரம் என்ற இடத்தில் இவருக்காக குடும்பத்துடன் வாடகைக்கு ஒரு வீடு எடுத்துத் தங்கினார்கள். அந்த ஊரை நல்ல சீதோஷ்ண நிலையுள்ள இடமாகச் சொல்வார்கள். காற்று நன்றாக வரும். மரம் செடிகளுடன் கூடிய காம்பவுண்டு. கிராமத்தில் நெருக்கமான வீடுகள். சுத்தம் இருக்காது. நல்ல காற்றை சுவாசிக்க வேண்டுமென்று டாக்டரின் உத்தரவின் பேரில்தான் அங்கு வசிக்கப் போனார்கள். இதில் விசித்திரம் என்னவென்றால் வடிவீசுவரத்திற்கும், ராமவர்மபுரத்திற்கும் இடையே உள்ள தூரம் ஒரு மைல் கூட இருக்குமா என்று சந்தேகம்தான். அந்தக் காலத்தில் அங்கு மனிதர்கள் குறைவாகவே இருந்தனர். அனேகமாக எல்லா வீடுகளும் காம்பவுண்டு வீடுகள்தாம். சுற்றியும் பலா, மா, தென்னை மற்றும் பல விதமான மரங்கள் நிறைந்து கண்ணுக்கினியக் காட்சியளிக்கும். கடும் கோடையில் கூட அங்கு வெய்யிலின் கொடுமை அவ்வளவாக

இருக்காது. திருகார்த்திகை, தை மாத பிறப்புக்கும் அதற்கு என்ன சீர் வரிசைகள் உண்டோ அவைகளை எடுத்துக்கொண்டு, மன்னி என்னைக் கூட்டிப்போனாள். கார்த்திகைக்கு விளக்குகள் ஏற்றுவதற்காக பாப்பாவும், சித்தியும் வடிவீசுவரம் வீட்டிற்கு வந்தார்கள். இரண்டு நாள் கார்த்திகை கழிந்து மன்னியும் நானும் கரமனை போனோம். தை மாதப் பிறப்பின்போது என்னை அங்கு விட்டுச்செல்லும்படி நாத்தனார் சொன்னதன் பேரில் என்னை விட்டுச்சென்றார்கள் மன்னியும், அண்ணாவும் (அப்பா). இவரைப் பார்பதற்காக அப்பாவும் எங்களுடன் வந்திருந்தார். ராமவர்மபுரம் வீட்டில் அவர்களுடன் பத்து நாட்கள் வரை நான் தங்கியிருந்தேன். இவர் நல்ல குண்டாக இருந்தார். அனேகமாக 'ரெஸ்ட்'டில்தான் இருப்பார். என்னிடம் பலமுறை யாரும் இல்லாத சமயம் பார்த்து, பேச முயற்சித்தார். ஆனால் இவரைப் பார்த்ததும், நான் ஓடிப்போய்விடுவேன். ஆனால் இவரைப் பார்க்க வேண்டுமென்று என்னுள் ஓர் ஆசை எழுந்தது. நல்ல காற்றோட்டமான இடமாக இருக்கவேண்டுமென்று வெளித் திண்ணையில் கட்டில் போட்டிருந்தார்கள். அதில் இவர் படுத்துக்கொண்டிருப்பார். நான் இரண்டு முறை இவரை நன்றாகப் பார்த்தேன் (அவருக்குத் தெரியாமல்). 'கரு கருவென்று நிறைய தலை முடி; கல்யாணத்தின் போது பார்த்ததற்கு உடம்பு நன்குத் தேறியிருக்கு. கறுப்புகூட குறைந்திருப்பது போல் தெரிகிறது. நல்ல படிப்பு' என்றெல்லாம் நினைத்துச் சமாதானப்பட்டுக்கொண்டேன். ஒருநாள் ராமன் என்ற இவரின் பால்ய சினேகிதர் வந்திருந்தார். "என்ன சிதம்பரம், பெண்டாட்டி கிட்ட பேசினயா?" என்றார். "எங்கே பேசறது? என்னைப் பார்த்தாலெ ஓடி ஓடிப் போயிடறாளே?" என்றார் இவர். "சின்னப் பெண். புதுசில்லையா? எல்லாம் போகபோகச் சரியாயிடும்." அவர் சொன்னதைக் கேட்டு இவர் சிரித்துக்கொண்டார். அந்த ராமவர்ம வீட்டைப் பார்த்து, 'இந்த வீடு சோலைக்குள் எத்தனை அழகாக இருக்கு! இவர்கள் எப்போதுமே இங்கு தங்க கூடாதா? இன்னும் கொஞ்ச நாளில் வடிவீசுவரம் வீட்டிற்குப் போய்விடுவாளே? அந்த வீடு கொஞ்சம் பரவாயில்லாமல் இருந்தாலும், அந்த தெருவு பிடிக்கவேயில்லையே. இன்னும் இரண்டு மாதத்தில் சாந்திக் கல்யாணம் நடக்கப் போகிறது. அதற்கு முன் அவர்கள் வடிவீசுவரம் போய் விடுவார்களாம்' என்றெல்லாம் நினைத்தேன். நினைக்கவே எனக்கு ரொம்பவும் வேதனையாக இருந்தது.

அதன்பின் நாத்தனாரின் மச்சினர் வீட்டில் (செந்தட்டை) ஏதோ விசேஷம் என்று திருவனந்தபுரம் போக வேண்டிவந்தது நாத்தனாருக்கும், அவள் கணவருக்கும். அப்போது என்னையும்

திருவனந்தபுரம் கூட்டிச்சென்றார்கள். என் கல்யாணத்திற்குப் பின் இரண்டாவது தடவையாக எங்கள் வீட்டிற்கு நாத்தனார் வந்தது அப்போதுதான். அவள் அதிக நேரம் தங்கவில்லை. மன்னியிடமும் ஒன்றிரண்டு வார்த்தை தவிர அதிகம் பேச வில்லை. தலை தீபாவளிதான் ஒன்றுமில்லாமல் ஆகிவிட்டது; இரண்டாவது தீபாவளியாவது ஊரில் இருந்தும் (அரைஞாண் போடாவிட்டாலும், மற்ற சீர்வரிசைகளாவது ஏதேனும் கொஞ் சமாவது செய்வார்களே) அதற்கும் வர முடியாமல் ஆகிவிட்டதே என்ற கோபமோ என்னவோ அவளுக்கு. கொஞ்ச நாளைக்கு வெளியூர்களுக்கெல்லாம் இவருக்குப் போகாமல் இருப்பது நல்லதென்று டாக்டர் சொல்லியிருந்தாராம். அதனால் இரண்டாவது தீபாவளியும் கொண்டாட முடியாமல் ஆகிவிட்டது. அதென்னவோ தெரியலை. ஆரம்பத்திலிருந்தே நாத்தனாருக்கு என் வீட்டாரைக் கட்டோடு பிடிக்காது. நாங்கள் அவர்களுக்கு ஏற்ற சம்மந்தமில்லை என்பது அவள் எண்ணம். அதைப் பலமுறை நேரிடையாகவே சொல்லிக்காண்பித்திருக்கிறாள் என்னிடம். உதாரணத்திற்கு ஒன்று சொல்கிறேன்: "சித்திக்கு உடம்பு சரியில்லை. (சித்திக்கு அடிக்கடி வலிப்பு வரும்) சம்சாரியாத்து பெண் கூட மாட எல்லாக் காரியமும் செய்வள். பாப்பா எப்போதும் இருக்க மாட்டா; ஆம்படையானுக்கு வேலை கிடைச்சு அவன்கூடப் போயிடுவள். அப்போ நாட்டுப்பெண் சித்தியைப் பார்த்துப்பள்னு நினைச்சேன். நமக்குச் சரியான சம்மந்தமில்லைன்னாலும், பொண் நன்னாருக்காளே இப்படி எல்லாம் நினைச்சுத்தான் அம்பிக்கு இந்தப் பொண்ணைக் கல்யாணம் கழிச்சுவெச்சேன். இவ அம்மை கெட்டிக்காரி. காரியமெல்லாம் சொல்லிக்கொடுத்திருப்பள்னு நான் நினைச்சது தப்பா போச்சு. இவளுக்கு அடுப்புக் காரியம் எதுவும் தெரியலை." இதே ரீதியில் நான் அந்த வீட்டிற்குப் போன புதிதில் வந்தவர்களிடமெல்லாம் சொல்லிக்கொண்டிருப்பாள் சீதை. அதற்குப் பதிலாக சிலர் "குழந்தைதானே? எல்லாம் போகப்போகப் படிச்சுப்பள்" என்பார்கள். "நான் எல்லாம் பத்து வயதிலெயே முறுக்கு சுற்றுவேன். உருண்டைகள் எல்லாம் பிடிப்பேன். ஒரு பக்கா அரிசி கூட நிமிஷப்போதில் அரைச்சுடுவேன். பாப்பா 12 வயதுக்குள்ளயே சமைக்க ஆரம்பிச்சாச்சு. தினமும் தோசைக்கு அரைப்பள். சின்ன வயசிலிருந்தே எல்லாக் காரியங்களையும் பட்டெனச் செய்துடுவாள்" என்று பதில் சொல்வாள் சீதை. அவள் சொன்னது உண்மைதான். எங்கள் வீட்டில் என் குழந்தைப் பருவத்தில் அக்கா இருந்து விட்டதால் என்னை எதுவும் செய்ய விடமாட்டாள். இருந்தாலும் ஆற்றங்கரையிலிருந்து தண்ணீர் கொண்டு வருவது, கிணற்றுத் தண்ணீர் இறைப்பது, சில தினங்கள்

பெருக்கி மெழுகுவது, கோலம் போடுவது போன்றவைகள் செய்துகொண்டு வந்திருக்கிறேன். ஆனால் அடுப்புப் பக்கம் போனதில்லை. யாராவது எனக்குப் பாடத் தெரியுமா என்று கேட்டால் கல்யாணத்தின்போது நான் பாடினதை வைத்து, எனக்குப் பாட்டும் தெரியாது என்று சொல்லிவிடுவாள் சீதை. சுருங்கச் சொன்னால் கிட்டத்தட்ட வடிவீசுவரம் முழுவதும் என்னை ஒன்றும் தெரியாத ஒரு ஜடப்பொருள்போல் நினைக்கும்படிச் செய்திருந்தாள். என் மூத்த பெண் கல்யாணம் வரை நாத்தனார் என்னை அலட்சியப்படுத்திவந்தாள். எப்படியெல்லாம் என் மனத்தைப் புண்படுத்தினாள் என்பதைப் பின்னால் எழுதுகிறேன்.

வடிவீசுவரத்தில் திருமண வாழ்க்கை

எனக்குச் சாந்திக்கல்யாணம் நடந்தபோது 16 வயதுகூடப் பூர்த்தியாகவில்லை. நான் ராமவர்மபுரத்திற்குப் போனதிலிருந்து ஆத்துக்காரர் மீது மதிப்பும் கொஞ்சம் பிரியமும் வரத்தொடங்கியிருந்தது. பெரிய இடம் என்று மன்னிக்கு அவள் தெரட்சிக்குக் (சாந்திக்கல்யாணத்தை அப்படித்தான் சொல்வார்கள்) கொடுத்த கட்டிலும், நிலைக்கண்ணாடியும் எனக்குக் கொடுத்தார்கள். அதோடு ஒரு நாற்காலி, ஒரு வட்ட மேஜை, மற்றும் பாத்திரம், பட்சணம், மாப்பிள்ளைக்குப் பட்டு வேஷ்டி, எனக்கு இரண்டு பட்டுப் புடவைகள் (ஒரு புடவை கொஞ்சம் சரிகையுள்ளது மற்றது சாதா) அந்தக்கால வழக்கப்படி ஓரளவு அவர்களால் முடிந்ததைச் செய்தார்கள். அந்தக் கட்டில் கண்ணாடி, மேஜை, நாற்காலி எல்லாம் இன்னமும் வீட்டில் இருக்கிறது. அந்தக் கட்டில் ஒருவருக்குத்தான் தாராளமாகப் படுக்கலாம். என் சாந்திக்கல்யாணத்தின்போது மன்னி என் தங்கை கிருஷ்ணாவை உண்டாகியிருந்தாள். 6 அல்லது 7 மாதமிருக்குமென்று நினைக்கிறேன். "40 வயதில் பேத்தி பிறந்தப்புறம் பிள்ளையாண்டிருக்காளே?" என்று நாத்தனார் கேலி செய்தாளாம். அந்தக் காலத்தில் தெரட்சியின்போது பெண்ணிடம் தாயார் சொல்வது இதுதான்: "ஆம்படையான் என்ன செய்தாலும் பாத்துக்கோ. அவனுக்கு அனுசரணையாக இருந்துக்கோ." இதையேதான் என் அம்மாவும் சொன்னாள். 'பெண் தெரிந்துகொள்ளத்தான்

எல். செல்லம்மாள்

ஒளிவுமறைவு இல்லாமல் படு அசிங்கமாகப் பாட்டுப் பாடப் பெரியவர்கள் சிறு பெண்களிடம் (தெரண்டுளியின் போது) சொல்லிக்கொடுத்திருக்கிறார்கள் போலும்' என்று பின்னாளில் தெரிந்து கொண்டேன்.

முதல் இரவு அன்று இவர் "உன்னை எனக்கு ரொம்பப் பிடிச்சிருக்கு. என்னை உனக்குப் பிடிச்சிருக்கா?" என்றார். "ம்" என்று மட்டும் சொன்னேன். "உன்னைப் பற்றி ராமசுவாமி சொன்னான். பெண் பஸ்டு கிளாஸாக இருப்பாள். நீ யோகசாலின்னு சொன்னான்." மற்றும் ஏதேதோ சொன்னார். என் கணவருக்கு நல்ல சங்கீதம், நல்ல ருசியான உணவு வகைகள், நல்ல சினிமா, புத்தகங்கள், சிகரட்டு, டிரிங்க்ஸ் (சிகரட்டு தினமும் ஒன்று அல்லது இரண்டுதான். அதுபோல் டிரிங்க்ஸும் ஏதேனும் 'கம்பனி' சேரும்போது மட்டும்தான்) போன்றவைகள் பிடிக்கும். அதுபோல் செக்ஸும் பிடிக்கும். எனக்கு அப்படியில்லை. 40 வயது வரை அப்படி இப்படியிருந்தது. பின் அதில் எனக்குத் தீர விருப்பமில்லாமல் ஆகிவிட்டது. ஒருவேளை இளம் வயதில் நான் சுயசரிதம் எழுதத் தொடங்கியிருந்தால் இன்னும் கொஞ்சம் விரிவாக செக்ஸ் பற்றி எழுதியிருப்பேனோ என்னவோ?

அவர் குறிப்பிட்ட ராமசுவாமி என்பவன் தாத்தாவின் சிஷ்யனின் பிள்ளை. அவர்கள் குடும்பமே தாத்தா வீட்டு தெய்வம் சம்மந்தமான விசேஷங்களுக்குக் குடும்பத்துடன் வருவார்கள். அவனை எனக்குக் கல்யாணத்திற்குப் பார்க்கலாமே என்று தாத்தா அவன் குடும்பத்தாருடன் பேசினார். அதிலிருந்து அவன் வரும்போதெல்லாம் என் பெரியம்மாவின் இரண்டாவது பிள்ளை "உன் ஆம்படையான் வந்தாச்சு. ஒளிந்து கொள்" என்பான். அந்தக் காலத்தில் மிகவும் சின்ன வயதில் கல்யாணம் நடப்பதால் கணவன் வந்தால் அப்படி ஒளிந்துகொள்வது வழக்கம். அப்போது எனக்கு 10 அல்லது 11 வயதிருக்கும். அவனுக்கு 25 வயது. என் ஒன்று விட்ட அண்ணன் தாத்தா வீட்டில் இருந்து கொண்டு B.A. படித்துக்கொண்டிருந்தான். அவன் ஒரேயடியாகப் பாஸாகவில்லை. அதனால் ஒவ்வொரு பார்ட்டாக எழுதி எழுதி ஒரு மட்டிற்கும் B.A. முடித்தான். தாத்தா வீட்டிற்குள் ராமசுவாமி கால் வைத்ததுமே அவன் "ஆம்படையான் வந்திருக்கான். ஆம்படையான் வந்திருக்கான்" என்று சொல்ல ஆரம்பித்துவிடுவான். நான் அழுதவண்ணம் இருப்பேன். அப்படி அழவைப்பதில் அவனுக்கு ஒரு சுவாரசியம். எனக்கோ ராமசுவாமியைக் கண்டாலே ஒரே வெறுப்பாக இருக்கும். இவ்வளவிற்கும் அவன் நன்றாக இருப்பான். அவன் கூட நான் அழுவதைப் பார்த்து, "என்னடா இப்படிக் குழந்தையை அழவிடறாய்?" என்பான்.

ராமசுவாமி இவருக்கு நன்கு பழக்கமே தவிர நெருங்கின சினேகிதன் இல்லை. இவருடைய நெருங்கின சினேகிதர்கள் நாலு பேர். அதில் முக்கியமானவன் சுந்தரம் என்பவன் அடிக்கடி வீட்டிற்கு வருவான். அவுனுக்குப் பக்கத்து ஊர்தான். அவன் எப்போதும் இவரிடம் செக்ஸ் பற்றிதான் அதிகம் பேசுவான். பெண்களை (அழகான பெண்களை) தலையிலிருந்து கால் வரை கண்காணிப்பான். முக்கியமாக மார்பகங்களை. நல்ல சங்கீத ஞானமுள்ளவன் சங்கீதத்தைப் பற்றி முழுமையாக அறிந்தவன். அவனும், நன்றாகப் பாடுவான். ஆனால் சாரீரம் அவ்வளவு இனிமையாக இருக்காது. அவர்கள் குடும்பமே சங்கீதக் குடும்பம்தான். பெண்கள் விஷயத்திலும் அந்த குடும்பம் மோசமானது என்று சொல்வார்கள். என் கணவரிடம் "சுந்தரம் ஏன் இப்படிப் பெண்களை 'அவள் அப்படியிருக்கிறாள். இவள் இப்படியிருக்கிறாள். அவள் முகம் அழகாயிருக்கிறது. மற்றதெல்லாம் சுமார்தான். எதிர் வீட்டுப் பெண் சிலைபோலிருக்கிறாள். அவள் மார்பகம் என்னமா கச்சிதமாக இருக்கிறது' என்றெல்லாம் சொல்கிறான்?" என்று கேட்டேன். அவன் இப்படி எல்லாம் சொல்வான் என்று இவரும் சொல்லியிருக்கிறார். மற்றவர்களும் சொல்லியிருக்கிறார்கள். "அவன் வெளிப்படையாக எல்லாத்தையும் சொல்கிறான். மற்றவர்கள் உள்ளுக்குள் ஆசையிருந்தாலும், வெளியில் எல்லாரிடமும் காட்டிக்கொள்ள மாட்டார்கள். உனக்கு பையன்களைப் பற்றியும் தெரியாது. பெண்களைப் பற்றியும் தெரியாது. பொதுவாகப் பையன்கள் பெண்கள்போல் தங்கள் ஆசையை வெளியில் சொல்ல அவ்வளவாக வெட்கப்பட மாட்டார்கள்" என்பார்.

அந்தக் காலத்தில் இவரிடம் எதிர்த்து பேச எனக்குத் தைரியம் கிடையாது. இருந்தாலும் இவர் சொல்வதெல்லாம் நியாயமாக எனக்குப் படாது. ஒரு விஷயம் இங்கே சொல்லியே ஆக வேண்டும். அது அந்தக் காலத்தில் வடீசுவரத்தில் ஒவ்வொரு தெருவிலும், ஒன்றிரண்டு மாமிகளாவது பிற ஆண்களுடன் தொடர்பு வைத்துக் கொண்டிருப்பவர்களாகச் சொல்வார்கள். அந்தக் காலத்தில் அது எனக்குத் தப்பாகப் பட்டாலும் பின்னாளில் அதை எல்லாம் நான் யோசிக்கத் தொடங்கினபோது வேறு மாதிரி நினைத்தேன். ஆண்களில் நூற்றுக்குத் 90 பேர்கள் பெண்கள் விஷயத்தில் படு மோசமாக நடந்துகொள்ளும்போது அதை இந்தச் சமூகம் சர்வ சாதாரணமாக எடுத்துக் கொள்கிறது. ஆனால் பெண்களில் யாரேனும் ஒரு சிலர் நான் சொன்ன சபலத்திற்கு ஆளானால் அவர்களை இந்தச் சமூகம் எவ்வளவு கீழ்த்தரமாக நினைக்கிறது. அவளுக்கு

விபசாரி என்ற பட்டத்தையும் அல்லவா அளிக்கிறது? இந்தப் பட்டத்தைச் சூட்டுவதும் பெண்கள்தான். ஒரு பெண்ணை நடத்தை கெட்டவள் என்று சொல்வதில் பெண்களுக்குத்தான் எத்தனை ஆனந்தம்? எனவே பெண்களுக்குப் பெண்களே எதிரி என்று சொல்வது முற்றிலும் உண்மை. அவன் ஆண் பிள்ளை அப்படித்தான் இருப்பான். இந்த வார்த்தையை ஆண்களை விடப் பெண்களே அதிகமாகக் கூறுவார்கள். அதுபோல் தப்பித்தவறி இரண்டாம் கல்யாணம் வேண்டாமென்று ஓர் ஆண் சொன்னால் அவனைக் கட்டாயப்படுத்தி "உனக்குச் சமைத்துப்போட வீட்டைக் கவனித்துக்கொள்ள, குழந்தைகளை (மூத்தாளுக்கு எத்தனை குழந்தைகள் இருந்தாலும்) கவனித்துக்கொள்ள கடைசி காலத்தில் படுக்கையில் விழுந்தால் கவனித்துக்கொள்ள இப்படிப் பல தேவைகளைக் கவனித்துக்கொள்ள இரண்டாம் கல்யாணம் அத்தியாவசியம்" என்று தாயார், சகோதரிகள் சொல்லி சொல்லி இரண்டாம் கல்யாணத்திற்கு அவனைச் சம்மதிக்க வைத்து விடுவார்கள். எல்லாமே ஆண்களுக்குத் தேவை. அதற்கு நேர்மாறாகக் கல்யாணமாகி, உடனே கணவனை இழந்தால் கூட அவளுக்கு ஏதும் தேவையில்லை என்பது அந்தக்காலப் பெண்களின் எண்ணமாக இருந்தது. அப்படியொரு எண்ணத்தை வேரூன்றச் செய்தது ஆண் வர்க்கம்தான் என்பதில் துளியும் சந்தேகமில்லை. ஜாதி போலவே பெண்கள் அடிமைத்தனமும் ஒரு புரையோடிப்போன விஷயமாகிவிட்டது. இப்படிப் பலவித எண்ணங்கள் என்னுள் எழுந்தன.

பொதுவாக என் கணவர் நல்லவர்தான். என்னிடம் பிரியமாகவே இருந்தார். ஆண்களுக்கே உரித்தான சில பலவீனங்களும் அவருக்கு உண்டு. என்னிடம் அவர் எதையும் ஒளித்ததில்லை. சதா யாரையும் குறை கூறமாட்டார். பிறரிடமுள்ள நல்ல அம்சங்களைப் புகழ்ந்து கூறுவார். அவரை யாராவது இகழ்ந்து சொன்னால் கூட அதைப் பொருட்படுத்த மாட்டார். அதிகமாக எதற்கும் கவலைப்பட மாட்டார். "கவலைப்பட்டு பிரயோசனமில்லை. செய்ய வேண்டியதைச் செய்யணும்" என்பார். என் புக்ககத்து மனிதர்களில் எல்லோரையும் விட நல்ல மனம் உடையவர் இவர்தான் என்று எனக்குத் தோன்றும். இருந்தாலும் என் விஷயத்தில் அவர் விட்டேத்தியாக நடந்துகொண்டதுதான் என்னை மிகவும் பாதித்தது. வீட்டில் எனக்கும், மற்றவர்களுக்கும் என்ன சண்டை நடந்தாலும் அதை இவர் கண்டுகொள்ளவே மாட்டார். நான் பலவிதமான எதிர்பார்ப்புகளுடன் 16 வயதில் (16 முழுவதும் முடியவில்லை) புக்ககம் வந்தேன். ஆனால் மற்றவர்கள் சொன்னதுபோல் இவர்கள் எனக்குப் புடவை, நகை என்று எதுவுமே கொடுக்கவில்லை. சக்கை, மாம்பழம்,

ஏத்தங்காய் வாழைப்பழம் என்று வீட்டிற்கு வரத்தான் செய்யும். அதைக் கூட நானாக எடுத்துச் சாப்பிட மாட்டேன். சித்தி ஏதோ கொடுத்தால் மட்டுமே சாப்பிடுவேன். அதைக்கூடத் தாராளமாகச் சித்தி கொடுக்கமாட்டாள். வெளியாட்கள் யாருக்கெல்லாமோ வாரி வாரிக் கொடுப்பாள். பாப்பா "நீ எடுத்துக்கோ" என்று என்னிடம் கொண்டுதரும்போது "அவளுக்கு நான் கொடுத்தாச்சு" என்பாள். சித்தி நல்லவள்தான். அந்த நாட்களில் நாத்தனாருக்குப் பயப்படுவாள். ஏனோ தெரியவில்லை அவளும் என்னை அலட்சியம் பண்ணிவந்தாள்.

இரண்டாவது நாத்தனாரிடம் சித்தி பிரியமாகவேயிருந்தாள். அவளைத் தன் மகள் போலவே பாவித்தாள். என் கல்யாணத்தின் போது பாப்பாவுக்குக் கல்யாணமாகி மூன்று வருஷத்திற்கு மேலாகியிருந்தது. நான் புகுந்த வீடு போனபோது பாப்பா கல்யாணமாகி நாலு வருஷத்திற்கு மேலாகியும், அவள் பிறந்த வீட்டில் இருந்துவந்தாள். புக்ககம் பக்கத்து ஊர்தான்; 25 மைலுக்குள்தான் இருக்கும். புக்ககத்தில் நாத்தனார், மாமியார் ரொம்பக் கொடுமைப்படுத்துகிறார்கள் என்று அவளை எப்பவாவதுதான் புக்ககம் அனுப்புவார்கள். போய்க் கொஞ்ச நாளிலேயே கூட்டியும் வந்துவிடுவார்கள். சித்திக்கு வலிப்பு வரும் என்பதால் அடுப்பின் பக்கம் போகக்கூடாதென்று பாப்பாதான் சமையல் வேலை எல்லாம் செய்வாள். நான் போன புதிதில் குழம்புக்கு அரைத்துக் கொடுப்பேன். சாப்பாட்டுத் தட்டுகள் அலம்புவேன். போகபோக ஒருநாள் விட்டு ஒருநாள் மெழுகிக் கொண்டிருந்த அடுக்களை தினமும் நான் மெழுகும்படியாயிற்று. அது மட்டுமா? நான் போய் ஒரு வருஷத்திற்கெல்லாம் சமைக்கவும் ஆரம்பித்துவிட்டேன். இதற்குக் காரணம் சித்திதான். பாப்பாவிடம் "நீ பாட்டுக்கு எங்கு வேணுமானாலும் போய்க்கோ. நானும், அவளுமாக எல்லாம் செய்துப்போம்" என்பாள். சில சமங்களில் பாப்பாவைச் சித்தி 'குழந்தை' என்று அன்பாகக் கூப்பிடுவாள். என் வீட்டில் நான் மற்ற வேலைகள் எல்லாம் செய்தாலும், அடுப்புப் பக்கம் போனதில்லையே? எப்படியோ அப்படி, இப்படி என்று கொஞ்சம் கொஞ்சமாக ஆரம்பித்து முழுச் சமையலும் என்னைச் செய்யவைத்துவிட்டாள் சித்தி. பாப்பா அப்போதே நன்றாகச் சமைப்பாள். வீட்டு வேலைகளை எல்லாம் மள மளவென்று செய்துவிடுவாள். தோசைக்கு ஒருநாள் விட்டு ஒருநாள் அரைப்பது வழக்கம். அநேக நாட்கள் இட்டிலி, தோசைதான். 2 மணி டிபனுக்குப் பண்ணுவார்கள். தோசைக்குச் சில நாள் வெளியாள் வந்து அரைத்து வைத்துவிட்டுப் போவார்கள். மற்றபடி பாப்பா காலை 10 மணிக்கே அரைத்து வைத்துவிடுவாள். எந்த வேலை

செய்தாலும் சுத்தமாகச் செய்வாள். அதுபோல் முகத்தையும் நாலைந்து தடவை தேய்த்து அலம்புவாள்.

வேலை செய்யும் சமயங்களில் எல்லாம் முகத்தைத் தூக்கி வைத்துக்கொண்டு செய்வாள். பாத்திரங்களை எல்லாம் டமார் டமார் என்று வைப்பாள். நான் சமைக்க ஆரம்பித்ததும், அவள் பிரசன்னவதனமானாள். இவள் சந்தோஷமாக இருப்பதற்காகத் தோசைக்கு அரைப்பதிலும் சித்தி என்னை ஈடுபடுத்தினாள். அதாவது அரைப்பதில் சரி பாதி எனக்கு வரும். தோசைக்கு அரைப்பது நான் முன்பு செய்யாத வேலை. அதனால் அது (1/2 பக்கா அரிசி என்று நினைக்கிறேன்) ரொம்பக் கஷ்டமாக இருந்தது. போகபோக வழக்கமாகி விட்டதால் ஆரம்பத்திலிருந்த சிரமம் தெரியவில்லை. சித்தி என்னை ஒரு குழந்தையாக நினைக்காமல் பெரிய மனுஷியாகவே நடத்தினாள். உதாரணத் திற்கு ஒன்று: அந்தக் காலத்தில் தெருவில் யாராவது ஒருவர் வீட்டில் கல்யாணம், சீமந்தம், தெரட்சி, தெரண்டூளி, அது, இது என்று ஏதேனும் விசேஷங்கள் நடந்துகொண்டேயிருக்கும். அப்போதெல்லாம் எங்கள் வீட்டிற்கு அந்தந்த விசேஷங்களுக்குச் செய்யும் பட்சணங்களை அந்த வீட்டார் கொண்டு தருவார்கள். (வடிவீசுவரத்து அந்த மூன்று அக்கிரகாரத் தெருக்காரர்களும், அனேகமாக நன்கு பழக்கமானவர்களும், உறவினர்களாகவும்தான் இருப்பார்கள்.) தெருக்காரர்கள் பட்சணங்கள் கொண்டு தரும்போதெல்லாம் குறைவாக இருந்தால் எனக்கும், சித்திக்கும் அதில் பங்கிருக்காது. எப்போதும் சித்திதான் பங்கு வைப்பாள். பாப்பாவுக்குப் பட்சணங்கள் எல்லாம் ரொம்பப் பிடிக்குமென்று அவளுக்கு கொஞ்சம் கூட்டியே வைப்பாள். ஒரு தடவை அப்படி வைக்கும்போது இவரும் இருந்தார். “உங்களுக்கு வேண்டாமா?” என்று பாப்பா கேட்டாள். “நீங்கள் எல்லாம் எடுத்துக்குங்கோ. நேக்கும் அவளுக்கும் வேண்டாம். நீங்களெல்லாம் எடுத்துண்டாலே நாங்க எடுத்துண்ட மாதிரிதான்” என்றாள் சித்தி. அப்போது இவர் சொன்னார்: “உனக்கு வேண்டாமென்று சொல்லிக்கோ. மற்றவாளுக்கு வேண்டா மென்று நீ சொல்லறது சரியில்லை.” இப்படி இவர் சொன்னதைக் கேட்டு “அப்படியா, இனிமே அப்படிச் சொல்ல மாட்டேன்” என்று ஒரு மாதிரி நெளிப்போடு சொன்னாள். பின் இரண்டு மூன்று முறை எனக்கும் மற்றவர்களைவிடக் குறைவாக ஒரு பங்கு வைப்பாள். பின்பு பழையபடிதான். பழக்கதோஷம் என்பார்களே, அதுதான் போலிருக்கிறது. இதிலிருந்து என்ன தெரிகிறது? பாப்பாவைக் குழந்தையாக நினைத்தவள் என்னை அப்படி நினைக்கவில்லை. இதில் விசித்திரம் என்னவென்றால், என்னைவிடப் பாப்பா 5 வயது பெரியவள். இவ்வளவிற்கும்

பாப்பா வயதுக்கு மீறியப் பருமனாக இருப்பாள். ஒருவேளை நான் மாற்று (வீட்டுப்) பெண், அவள் வீட்டுப் பெண் என்ற காரணமாக இருக்கலாம். மற்றொன்று சித்திக்கு வலிப்பு வரும் முன்பே பாப்பாவுக்குத் தெரிந்துவிடும். போகபோக எனக்கும் தெரிந்தது. ஒரு மாதிரி ஏதோ சம்பந்தமில்லாமல் பேசுவாள். அப்படியே கீழே சாய்ந்துவிடுவாள். அது போன்ற சமயங்களில் பாப்பா பக்கத்தில் இருந்தால் கைத்தாங்கலாகச் சித்தியைப் பிடித்துக்கொண்டு, படுக்க வைப்பாள். வாயிலிருந்து நுரை நுரையாக வழியும். அதையெல்லாம் பாப்பா துடைத்து, சித்திக்குச் சரியான நினைவு வரும்வரை பக்கத்திலிருந்து கவனித்துக் கொள்வாள். பின் அன்று முழுதும் அவளை ஒரு வேலையும் செய்ய விடமாட்டாள். ஓய்வு எடுத்துக்கொள்ளச் சொல்வாள். சித்திக்குப் பாப்பாவிடம் அதிகப் பாசத்திற்கு இதுவும் ஒரு முக்கிய காரணமாக இருக்கலாம்.

பாப்பா தன் வேலைகளை எல்லாம் முடித்துச் சாப்பிட்டு விட்டு, முகத்தை அலம்பி, புடவையை (மடிசார் புடவை) சரியாகக் கட்டிக்கொண்டு, அக்காள் வீட்டிற்குப் போய்விடுவாள். அக்கா வீடு அடுத்த தெரு. அதற்குப் பெயர் பள்ளத் தெரு. காலை 10 மணிக்குப் போனவள் 2 அல்லது 2.30க்கு வருவாள். சில நாட்கள் அவளுக்குப் பிடித்த டிபன் ஏதாவது அக்கா வீட்டில் செய்திருந்தால் அதைச் சாப்பிட்டுவிட்டு வருவாள். அநேகமாக மத்தியானம் நானோ சித்தியோதான் தோசை வார்ப்போம். அப்போதெல்லாம் எனக்குத் தோசை நன்கு வார்க்க வராது. அதனால் சித்தி என்னை விலகச் சொல்லிவிட்டு, அவள் வார்ப்பாள். பாப்பாவுக்கும், மூன்று தோசை வார்த்து வைப்பாள். பாப்பா வந்ததும், நான் தோசை வார்த்ததைப்பற்றி சித்தி பல குறைகள் சொல்வாள். இருவருமாக என்னை அலசோ அலசென்று அலசுவார்கள். வீட்டில் நடப்பதை எல்லாம் ஒன்று விடாமல் அக்காளிடம் ஒப்பிப்பாள் பாப்பா. சில சமயங்களில் பாப்பாவுக்கும், சித்திக்கும் ஏதேனும் சிறு வாக்குவாதம் நடந்தால்கூடப் போதும். அக்காளிடம் சொல்லிவிடுவாள் பாப்பா. உடனே பெரியவள் சண்டைக்கு வந்துவிடுவாள். மூத்தவளின் வார்த்தைகளுக்கு ஈடு கொடுக்க முடியாமல் சித்தி பணிந்துபோவாள். துரும்பைத் தூணாக்கக்கூடியவள் பெரியவள். அந்த நாளில் அவளின் மெட்டிச் சத்தம் (எப்போதுமே கிழங்காக மெட்டி அணிந்திருப்பாள். அது ணங்ணங்கென்று ஒலி எழுப்பும்) கேட்டாலே எனக்குச் சர்வாங்கமும் நடுங்கும். சண்டைவரும் போதெல்லாம் தனக்கு அம்மா இல்லை என்பதை சுட்டிக்காட்டுவாள். இந்த வார்த்தையை கிட்டத்தட்ட அவளின் 50 வயதுவரை சொல்லிவந்தாள் என்று நினைக்கிறேன். நாத்தனார்

ஒரு நாளைக்கு இரண்டு தடவையாவது பிறந்தகம் வந்து அப்பாவிடம் பேசிவிட்டு, என்னையும் கண்காணித்துவிட்டுப் போவாள். சித்தியிடம் "இவளுக்குக் காரியமெல்லாம் செய்யச் சொல்லிக்கொடு" என்பாள். 'இவள் வேறு சொல்லணுமா, அவள்தான் என்னை உட்கார விடாமல் வேலை வாங்குகிறாளே' என்று நினைத்துக்கொள்வேன்.

தினமும் எங்கள் வீட்டிலிருந்து (எனக்கு அப்படிச் சொல்லக்கூடப் பிடிக்கவில்லை. அந்த வீட்டில் என்னை யாரும் ஒரு மனுஷியாகவே நினைக்கவில்லை அதனால் அந்த வீடு என்றுதான் சொல்லப் போகிறேன்) குழம்பும், கறியும் எடுத்துச்செல்வாள் சீதை. இல்லை என்றால் பாப்பா கொண்டுபோய்க் கொடுப்பாள். அந்த வீட்டில் நகை, நட்டு, துணிமணிகள் எதும் இல்லாவிட்டாலும் எனக்கு நல்ல சாப்பாடுகூட கிடையாது. எப்பவாவது முறுக்கு பண்ணுவார்கள். இரண்டு நாத்தனார்களும் நன்றாக முறுக்கு சுற்றுவார்கள். அதிலும் மூத்தவள் முறுக்கை அழுத்திச் சுற்றாமல் லேசாகச் சுற்றி பொரிபோல் இருக்கும்படிச் செய்வாள். ஊரில் கல்யாணம் என்றால் சீதையும், அவள் ஒன்றுவிட்ட அக்காளுமாக கல்யாணத்திற்கு முறுக்கு சுற்றப் போவார்கள். இருவருமே சீர்முறுக்கு நன்றாகச் சுற்றுவார்கள். அதோடு குஞ்சாலாடு (லட்டுயில்லை) அண்டிப் பருப்பு உருண்டைகள் பிடிக்க இவர்களை விட்டால் வேறு ஆள் கிடையாது. குஞ்சாலாடு என்பது பூந்தி முறுமுறுப்பாக இருக்கும். லட்டுபோல் இல்லாமல் இதில் பாகும் நன்கு காய வேண்டும். யார் கைக்கும் பிடிபடாத குஞ்சாலாடு இவர்கள் கைக்குப் பிடிபடும். அதுபோல முந்திரிப்பருப்பும் உருண்டையாகப் பிடிக்க வராது. அனேகமாக அந்தக் காலத்தில் (குறிப்பாக வடிவீசுவரத்தில்) முந்திரிப்பருப்பு, குஞ்சாலாடு உருண்டைகள் கல்யாணத்திற்குச் சீராக வைப்பது வழக்கம். பொதுவாகக் கல்யாண பட்சணங்கள் செய்வதில் இவர்கள் இருவரும் சின்ன வயதிலிருந்தே பெயர் பெற்றவர்கள். பெரியக்காவுக்கு இன்னும் பல கை வேலைகள் தெரியும். பூவால் விதவிதமான ஆரங்கள் கட்டுவது, எம்பராய்டரி (பல டிசைனில்) போடுவது, குழந்தைகளுக்குப் பின்னலில் பல டிசைனில் பூ வைத்துக் கட்டுவது என்று எல்லாம் செய்வாள். அதுபோல் தாழம்பூவையும் வைத்துத் தைப்பாள். தாழம்பூவைத் தைக்கத்தான் முடியும். சதுர்த்திக்குக் களிமண்ணால் வெகு நேர்த்தியாகப் பிள்ளையார் செய்வாள். களிமண்ணால் அடுப்புப் போடுவாள். அந்த காலகட்டத்தில் களிமண் அடுப்புதான் போடவேண்டும். தெரிந்தவர் வீடுகளில் எல்லாம் பெரியக்காவைதான் அடுப்புப் போடக் கூப்பிடுவார்கள். மொத்தத்தில் அவள் ஒரு சகலகலாவல்லி.

மற்றொரு முக்கியமான விஷயம். கல்யாணங்களுக்கு அவரவர்களுக்குத் தகுந்தபடி திட்டம் போட்டுக் கொடுப்பதில் அக்காவும், தங்கையும் வல்லவர்கள். அதனால் அக்கிரகாரத்து மாமிகள் அனேகம் பேர்கள் இவர்களிடம்தான் கலந்து ஆலோசிப்பார்கள். பெரியக்காவையும் பொல்லாதவள் என்றுதான் ஊரில் சொல்வார்கள். ஆனால் நாத்தனார் போல் அவளுக்கு வம்பளக்க நேரம் கிடையாது. அவள் ரொம்பவும் கஷ்ட நிலையில் இருப்பவள். அவள் தங்கையின் வீட்டில்தான் முக்கால் வாசி நேரமும் அவள் இருப்பாள். தங்கைக்கு 5 குழந்தைகள். அவள் பரமசாது, அவளுக்கு ஒன்றும் தெரியாது என்று சொல்வார்கள். ஆனால் அவள் நல்ல வசதியுடன் இருந்தாள். பெரியக்காதான் சமையல் வேலை, மற்றும் வீட்டிற்கு வேண்டிய பொருட்கள் வாங்குவது என்று எல்லாம் செய்துகொண்டிருந்தாள். பெரியக்காவுக்குப் புருஷன் சரியில்லை. நிரந்தர வேலை ஏதும் கிடையாது. அவளுக்கு 2 பிள்ளை. மூத்த பிள்ளை ஸ்கூல் பைனல் பாஸ் பண்ணிவிட்டு, ஷார்ட்ஹாண்டும் டைப்பும் பாஸ் ஆகி பம்பாயில் ஒரு கம்பனியில் வேலையில் சேர்ந்திருந்தான். அந்தக் காலத்தில் வசதி இல்லாதவர்கள், வசதி இருந்தும் படிப்பு ஏறாதவர்கள் எல்லாம் டைப்பு, ஷார்ட்ஹாண்டு பாஸ் பண்ணிவிட்டு பம்பாய், பூனா, கல்கத்தா என்று வேலைக்குப் போய்விடுவார்கள். இந்தப் படிப்பிற்கு அப்போது லகுவாக வேலை கிடைக்கும். அக்காவின் மற்றொரு பிள்ளை கொஞ்சம் மக்கு. அதனால் நாலாம் வகுப்போ ஐந்தாம் வகுப்போதான் படித்திருப்பான் என்று நினைக்கிறேன். பெரியக்கா தன் 54ம் வயதில் 'யூட்ட்ரஸ்' கான்சரில் இறந்துபோனாள். சரியான வைத்தியம் பார்க்க முடியாததால் அந்த நோயால் அவள் ரொம்பக் கஷ்டப்பட்டாள். பெரியக்காவைப் பற்றி (அவள் அந்த வீட்டின் ஒன்றுவிட்ட அக்காவாக இருந்தாலும்) நான் இவ்வளவு சொல்லக் காரணம் புக்ககத்து மனிதர்களில் அவள் மட்டுமே கடைசிக் காலம் வரைக்கும் என்னிடம் மிகவும் அன்பாக இருந்துவந்தாள்.

அவள் சொன்ன ஒரு விஷயம் இன்னும் என் ஞாபகத்தில் இருக்கிறது. அது சித்தியின் அம்மாவை மகாதானபுரத்திலிருந்து இந்த வீட்டிற்குக் கூட்டி வரப்போவதாக அறிந்ததும், பெரியக்கா என்னிடம் சொன்னது. "சித்தியின் அம்மா ரொம்பக் கொடியவள். அவள் ஒரு சர்ப்பம். என் தம்பி பொண்ணைப் பாடாய்ப் படுத்தினாள். அவளை அவர்கள் எல்லோரும் சேர்ந்து தள்ளி வைத்துவிட்டார்கள். அதுக்கு முக்கிய காரணம் இந்தச் சிறுக்கிதான். சித்தியின் மாமாவுக்குத்தான் அக்காவின் தம்பி பெண்ணைக் கல்யாணம் செய்துகொடுத்திருந்தார்கள். அக்காவுக்கு அந்தத்

தம்பி அவள் அப்பாவின் இரண்டாம் தாரத்தின் பிள்ளை. அந்தக் காலத்தில் முதல் மனைவி இறந்துபோய் இரண்டாம் கல்யாணம் செய்துகொள்வது சர்வ சாதாரணம். அனேகமாகப் பிரசவத்தில்தான் மூத்தாள் இறந்துபோயிருப்பாள். முதல் மனைவிக்குக் குழந்தை பிறக்கவில்லை என்றாலும் சட்டென்று இரண்டாம் கல்யாணம் பண்ணிவைத்துவிடுவார்கள் வீட்டார்கள். எத்தனை வயதானாலும், ஆண்களுக்கு இளம் பெண்களைக் கல்யாணம் செய்துகொடுக்கப் பெற்றோர் தயங்க மாட்டார்கள். ஏழைப் பெற்றோருக்கு அது தவிர வேறு வழியில்லையே? கல்யாணம் தவிர அந்தப் பெண்ணிற்கு ஜீவனத்திற்கு வேறு வழி ஏதுமில்லையே? அக்காவின் தம்பி பெண் என்னைப்போல் கொஞ்சம் அசடு. சித்தியின் மாமா பாட்டு வாத்தியார். அவர் அந்தப் பாட்டை வைத்துதான் பிழைப்பு நடத்திவந்தார். மொத்தத்தில் அவர்கள் ஏழைகள். சித்தியின் அப்பாவை நான் ஒரு தரம் எங்கள் வீட்டிற்கு வந்தபோது பார்த்திருக்கிறேன். பின் அவர் இறந்து போனதாகச் சொன்னார்கள். சித்தியின் அம்மாவுக்கு இந்த வீட்டிலிருந்து மாதா மாதம் பணம் அனுப்பிக் கொண்டிருந்தார்கள். எவ்வளவு என்று தெரியாது.

கானல்நீராகும் மனக்கோட்டைகள்

கணபதிக்கும், நீலகண்டனுக்கும் (என் கொழுந்தன்கள்) பூணூல் போடுவதற்கு நாள் குறிப்பிட்டார்கள். பூணூலுக்கு ஆக வேண்டிய காரியங்கள் எல்லாம் மளமளவென நடந்து வந்தது. பூணூல் முடிந்ததும், பாப்பா அவள் குழந்தையுடன் பம்பாய்க்குப் போவதற்குத் தயாரானாள். அவள் கணவன் ஸ்ரீனிவாசன் வந்து கூட்டிப்போகப்போவதாகச் சொன்னார்கள். ஸ்ரீனிவாசனுக்கு பம்பாயில் ரயில்வேயில் வேலை கிடைத்ததாகச் சொன்னார்கள். கல்யாணமாகி 5 வருஷத்திற்குப் பின் (உத்தேசம்தான்) அவர் வேலைக்குச் சேர்ந்தார். அதற்குமுன் அவர் ஊரில் என்ன செய்துகொண்டிருந்தார் என்பது தெரியவில்லை. அவரின் ஊர் தளபதி சமுத்திரம். பெருமழிஞ்சி என்றும் சொல்வார்கள். அந்த ஊர் நாகர்கோவிலிலிருந்து 22 மையில் இருக்கும். ஸ்ரீனிவாசனுக்கு அம்மா, அக்கா, தங்கையும் ஒரு அண்ணாவும் இருந்தார்கள். அப்பா இல்லை. அவர் எப்போ காலமானார் என்பது எனக்குத் தெரியாது. ஸ்ரீனிவாசன் பம்பாயிலிருந்து குழந்தையுடன் மனைவியை பம்பாய் கூட்டிச்செல்ல பெருமழிஞ்சி வந்தார். என் கணவர்தான் தங்கையைப் புக்ககம் கொண்டுவிட்டார். எனக்குத் தெரிய அந்தக் காலகட்டத்தில் இரண்டு தடவைதான் ஸ்ரீனிவாசன் இந்த வீட்டிற்கு வந்தார். முன்பு சொன்னதுபோல் பாப்பாவையும் புக்ககத்திற்கு எப்போதாவது கொண்டுவிடுவார்கள். 15 நாளிலேயே திரும்பக்

கூட்டிவந்துவிடுவார்கள். காரணம் மாமியார், நாத்தனார்கள் அவளைப் படுத்துவார்களாம்.

அப்போதுதான் முதல் முதலாகப் புகுந்த வீட்டு மனிதர்களைப் பற்றி நினைக்க ஆரம்பித்தேன். அப்போது நான் இந்த வீட்டிற்குப் புதிசு. இவர்கள் எப்படிப்பட்டவர்களோ என்று நினைப்பேன். நாத்தனார்களைப் பற்றி ஊரில் பொல்லாதவர்கள் என்பார்கள். முக்கியமாகப் பெரியவளை. கேள்விப்பட்டிருந்ததாலோ என்னவோ அவளைப் பார்த்தாலே எனக்கு நடுக்கமாக இருக்கும். போகப்போக எல்லோருமே அந்த வீட்டில் ஒவ்வொரு விதத்தில் எனக்கு எதிரியாக இருந்தார்கள். மொத்தத்தில் யாருக்குமே அந்த வீட்டில் நான் ஒரு பொருட்டில்லை. மொத்தம் அந்த வீட்டில் மாமனார், அவர் அண்ணா, சித்தி, அவள் அம்மா, (நான் இரண்டாவது குழந்தை உண்டாகி 6 மாதத்தில் இந்த வீட்டிற்கு வந்தவள்) பாப்பா, என் கணவர், அவர் தம்பி, சித்தியின் மூன்று பிள்ளைகள் இவ்வளவு பேர் அடங்கிய குடும்பம். மூத்த நாத்தனார், அவள் கணவர் நடராஜன், பிள்ளை தாண்டு, அவர்கள் அடுத்த தெருவில் வசித்து வந்தார்கள். நாத்தனார் ஒரு நாளைக்கு நாலைந்து தடவை பிறந்தகம் வந்துவிட்டுப் போவாள். நான் இந்த வீட்டிற்கு வரும்போது சித்தியின் கடைசிப் பையனுக்கு 5 வயதிருக்கும். பொதுவாக நாத்தனார் பையன் உட்பட குழந்தைகள் எல்லோரும் என்னிடம் பிரியமாகவே இருந்தார்கள். 'கணபதி, நீலகண்டன் பூணூல் முடிந்ததும், பாப்பா பம்பாய் புறப்பட்டு விடுவாள். அதனால் பாட்டியைக் கூட்டிவரப் போகிறார்கள். மேலும் நம்மை வேதனைப்படுத்த ஒரு கூடுதல் ஆள் வரப் போகிறது. பெரியக்கா வேறு 'அவள் கொடுமைக்காரி, சாக்கிரதையாக இருந்துக்கோ' என்று சொல்லியிருக்காள்' என்றெல்லாம் நினைத்தேன். பாப்பா இருந்ததால் 'பாட்டி (சித்தியின் அம்மா) இந்த வீட்டிற்கு வரக் கூடாது. அவள் நல்லவள் இல்லை. அவளால் பாப்பாவுக்குக் கஷ்டங்கள் வந்துவிடும். அதனால் அவள் இங்கு வரக் கூடாது' என்று மூத்தவள் கட்டளை இட்டிருந்தாள். பெண்ணின் பேச்சுக்கு மறு பேச்சு பேசமாட்டாரே அப்பா சட்டை. பாப்பா போவதால் சித்தியைப் பார்த்துக்கொள்ள ஒரு சரியான ஆள் வேண்டும். அதற்கு அவள் அம்மாதான் வேண்டும். அவளுக்கு இவர்கள் பணம் கொடுத்துதான் ஜீவிதம் நடந்துகொண்டிருந்தது. மேலும் சித்தி ஒரே பெண் மட்டும்தான் அவள் அம்மாவுக்கு.

பூணூலுக்கு முன் மகாதானபுரத்திலிருந்து பாட்டியை யாரோ போய் கூட்டிவந்தார்கள். பாப்பா வீட்டுப் பெண். பாட்டியால் அவளுக்கு எந்தத் தொந்தரவும் இருக்கக்கூடாது. நான் மாட்டுப்பெண்தானே? எப்படியிருந்தாலும் பரவாயில்லை.

மேலும் நான் சின்னப் பெண். சித்தியின் வலிப்பு எல்லாம் பழக்கம் கிடையாது. "பாட்டி வந்தது ஒரு விதத்தில் உனக்கு நல்லதுதான். ஜாக்கிரதையாக இருந்துக்கோ." இப்படி இரண்டு விதமாகவும் பெரியக்கா சொன்னாள். பூணூல் பெரிதாகவே போட்டார்கள். யாருக்கெல்லாம் துணிமணிகள் எடுத்தார்கள் என்று தெரியவில்லை. ஆனால் எனக்கு எடுக்கவில்லை என்பது நிச்சயமாகத் தெரியும். பாட்டி ஆரம்பத்தில் என்னிடம் பிரியமாகவே இருந்தாள். "நீயும் என் பொண்போல பாவமாக இருக்காய். பொண்போல நன்னாவும் இருக்காய். இந்த பொண்கள் இரண்டும் பொல்லாததுகள். என் பொண்ணை பாடாய்ப் படுத்தும். நான் ஏழை. அதனாலே நாலு குழந்தைகள் உள்ளவருக்குக் கல்யாணம் கழிச்சுக்குடுத்தேன். உங்காத்திலே எல்லாம் வசதியுள்ளவாதானே? நீயோ வரைஞ்சாப்போல இருக்காய். எப்படி இவனைக் கல்யாணம் கழிச்சுண்டாய்?" என்று கேட்டாள் என்னிடம். "ஆத்திலெ சொன்னா. சரி சொன்னேன். எங்கிட்ட அவா ஏதும் கேட்கலை. எனக்கு அப்போ கல்யாணம் பற்றி எந்த எண்ணமும் இருக்கவில்லை. அப்பா அம்மா சொன்னதைத் தானே கேக்கணும்? கல்யாணத்துக்கு முன்னாலே இவரை நான் பார்க்கவே இல்லை." நான் சொன்னதை எல்லாம் கேட்டு பாட்டி "சிதம்பரம் கெட்டிக்காரன். நிறையப் படிச்சிருக்கான். கறுப்பாயிருந்தாலும், லக்ஷணமாயிருக்கான். நாளைக்கு நிறைய சம்பாதிப்பன். ஆம்பிள்ளைதானே எப்படியிருந்தா என்னா?" அவன் நிறைய சம்பாதிப்பான் என்று சொன்னது எனக்கு ஒரே சந்தோஷமாக இருந்தது. 'இனிமேல் இவர் வக்கீலாகத்தான் இருப்பார். நாம் நினைத்துபோல் வேறு வேலைக்குப் போக மாட்டார். நிறைய வருமானம் வரத்தொடங்கியதும், தனியாக வேறு வீடு எடுத்துப் போகவேண்டுமென்று இவரிடம் சொல்ல வேண்டும். அவர் நம்மிடம் ரொம்பவே பிரியமாக இருப்பதுபோல்தான் தெரிகிறது. அதனால் நாம் சொன்னால் கேட்பார். தனியாகப் போனால் நம் மனம்போல் சந்தோஷமாக இருக்கலாம். குழந்தைக்கு (அப்போது எனக்கு 19 வயதிருக்கும்) நகை, நல்ல நல்ல துணிகள், விளையாட்டுப் பொருட்கள் எல்லாம் வாங்கிக் கொடுக்கலாம். நமக்கும் நல்ல புடவை எல்லாம் எடுத்துக்கொள்ளலாம். பிறக்கப்போகும் அது ஆணோ பெண்ணோ எதுவாக இருந்தாலும், அதுக்கும் எல்லாம் வாங்கிக் கொடுக்கலாம். இரண்டாவது குழந்தை பிறந்தபின் இனிமேல் குழந்தை வேண்டாமென்று வைத்துக்கொள்ள வேண்டும். மொத்தத்தில் நாம் நாமாக வாழ வேண்டும். ஓர் அடிமை போல் பயந்து பயந்து வாழத் தேவையிருக்காது.' இப்படிப் பல விதமாக மனக்கோட்டைகள் கட்டினேன். அதெல்லாம் வெறும் கானல்நீராகிவிட்டது.

பாட்டி போகபோக அவள் சுபாவத்தைக் காட்டத்தொடங்கினாள். பொதுவாகச் சொந்த மாமியாருக்கும் மருமகளுக்குமே ஒத்துவராது. அப்படியிருக்க, மூத்தாள் பிள்ளையின் மனைவியிடமா அன்பாக நடந்துகொள்வார்கள்? பாட்டி எப்போதுமே பெண்கூடத்தான் இருந்துவந்தாள். அபூர்வமாகத் தன் பேரன் (மூத்தவன்) வீட்டிற்குப் போய் ஒரு மாதம் இருந்துவிட்டு வருவாள். அப்போது பேரன் தாணு விகடனில் கார்ட்டூன் போட்டுவந்தான். அந்தக் கால பிரபலங்களை எல்லாம் கார்ட்டுன் போடுவான். ஒரு விஷயத்தை சொல்லியே ஆக வேண்டும். அப்போது என் கணவரின் தம்பி வைத்தியநாதனுக்குக் கல்யாணமாகி ஒரு வருஷம் இருக்குமென்று நினைக்கிறேன். பாட்டி கொஞ்ச நாட்கள் தன்னுடன் இருப்பதற்காக தாணு வந்து அவளை மெட்ராஸ் கூட்டிச்சென்றான். சென்று ஒரு மாதம் கூட முடியவில்லை. (வைத்தியநாதன் தாணு கூடத்தான் இருந்து வந்தான். கல்யாணம் ஆன பின்பும். அவனுக்குச் சம்பளம் ரொம்பக் குறைவு.) அந்த ஒரு மாதத்திலும் தினமும் எதற்காவது வள்ளிக்கும் பாட்டிக்கும் சின்ன சின்ன சண்டைகள் நடந்துகொண்டிருந்தன. கடைசியில் அது பெரிதாக வெடித்தது. வைத்தியநாதன் தாணுவிடம் "பாட்டியை ஊருக்கு அனுப்பிவிடு. அவள் இங்கிருந்தால் வள்ளிக்குச் சரிப்படாது" என்று சொன்னானாம். "நீ புறப்படு. அதுதான் சரி. வள்ளிக்கு இங்குதான் இருந்து ஆகணம். உனக்கு அப்படியில்லையே. அதனால் ஊருக்குக் கொண்டுவிடறேன்" என்று தாணு பாட்டியிடம் சொன்னதற்கு, "என்னோடு பேரன் ஆத்திலெ நான் இருக்கேன். இவாளுக்கு என்னைப் போகச் சொல்ல என்ன அதிகாரமிருக்கு? அதுகள் போகட்டும்" என்றெல்லாம் பாட்டி சொன்னதும், பாட்டியின் துணிமணிகளை எல்லாம் சுமையாகக் கட்டிவைத்து அவளை கழுத்தைப் பிடித்துத் தள்ளாத குறையாக நடந்து கொண்டானாம் வைத்தியநாதன். தப்போ சரியோ எதுவாக இருந்தாலும் வள்ளியின் பக்கம்தான் பேசுவனாம் வைத்தியநாதன். கடைசியில் வள்ளிதான் ஜயித்தாள். பாட்டி வடிவீசுவரம் வந்துசேர்ந்தாள். யார்கூட வந்தாள் என்பது ஞாபகமில்லை. பாட்டி தனக்கு நேர்ந்ததை எல்லாம் சொல்லிப் பெரிதாக அழுதாள். வள்ளி, வைத்தியநாதன் இருவரையும் சபித்தாள். "சுமையைக் கட்டி என்னை அனுப்பினானே" என்று வருவோரிடமெல்லாம் சொல்லி சொல்லி அழுவாள். இந்தச் சம்பவம் நடந்தபின் பாட்டி என்னை ரொம்ப நாட்கள் புகழ்ந்துகொண்டிருந்தாள். "அவனுக்கு உடம்பும் கறுப்பு மனமும் கறுப்பு. அம்பிக்குத் தோல்தான் (வைத்தியநாதன் அளவுக்குக் கரியில்லை இவர்) கறுப்பு. அவன் மனசு கறந்த பாலுக்குச் சமானம்" என்றெல்லாம் சொன்னாள். மூத்தாளின் குழந்தைகளில் வைத்தியநாதன் அதீத கறுப்பு என்பார்கள். பாட்டியும்

அப்படித்தான் சொல்வாள். பாட்டி சொன்னதை எல்லாம் கேட்டு, எனக்கு வருத்தமாக இருக்கும். இருந்தாலும் அவள் என்னையும் இவரையும் ஓகோ என்று புகழ்ந்தது எனக்கு அப்போதைக்கு சந்தோஷமாகயிருந்தது. எல்லாம் கொஞ்ச நாள்தான். பின் பழைய குருடி கதவைத் திறடி கதைதான். மற்ற எல்லோரையும் விட கடும் சொற்களால் மூத்தவள் என்னை வதைப்பாள்.

பாட்டி வந்து கொஞ்ச நாளைக்கெல்லாம் நான் இரண்டாவது பிரசவத்திற்காக பிறந்தகம் போனேன். பாட்டியின் வரவைப் பற்றி மன்னியிடம் சொன்னேன். “போதாக்குறைக்கு இது வேறா? (கணபதி, நீலகண்டன் பூணூலுக்கு என் வீட்டிலிருந்து யாரும் வரவில்லை) உனக்குத்தான் நகை நட்டு போடவில்லை. தங்கமான பெண் குழந்தை. அதுக்குக்கூட ஒரு பொட்டுத் தங்கம் போடவில்லையே? இவா பெரிய பணக்காராளாம். உனக்கு நல்லதா நாலு புடவையாவது எடுத்துத் தரக்கூடாதா? கல்யாணத்துக்கு முன்னாலே அந்த காமாக்ஷி சொன்னாளே? நகையா சொரிவா, நல்ல நல்ல புடவைகள் எல்லாம் எடுத்துக் கொடுப்பான்னு சொன்னாளே? குழந்தைக்கு 2 வயசுக்கு மேலாச்சு அதுக்கு கூட ஒண்ணும் போடலை. அவகிட்டப் போய் கேக்கப்போறேன்” என்றெல்லாம் மன்னி பொரிந்துகொட்டினாள். நான் பிறந்த வீடு போகும் போதெல்லாம் மன்னி இப்படி சொல்வது வழக்கமான ஒன்று. மன்னியின் சொல்லுக்குப் பதிலாக நானும் “உன் மாப்பிள்ளைக்கு சம்பாத்தியம் ஏதும் கிடையாது இப்பத்தான் அவர் B.L. (M.A. B.L.) முடித்திருக்கிறார். அவர் இப்பத்தான் கோர்ட்டுக்குப் போகத்தொடங்கியிருக்கார். நான் அவரிடம் ஒரு சோப்பு வாங்கித்தரச் சொன்னால்கூட ‘எனக்கு சம்பாத்தியம் இல்லை. அண்ணா (மாமனார்) அலமாரித் தாக்கோலை என்னிடம் கொடுத்திருக்கார்னு என் இஷ்டத்துக்குச் செலவழிக்க முடியாது, எல்லாத்துக்கும் கணக்கு அவர் கேட்காவிட்டாலும் காட்டணும்’ இப்படித்தான் அவர் சொல்வார். தீராதேன்னு குறைந்த தரத்தில் மேல் தேய்க்கவும், துணிக்குப் போடவும் சோப்பு வாங்கித்தருவார்” என்று சொன்னேன்.

மடிசாரிலிருந்து ஆறு கஜப் புடவையும் முத்து மாமியும்

நான் புகுந்த வீடு போய் நாலு வருஷம் வரை உடுத்திக்கொள்ள இரண்டு புடவை எடுத்துக்கொடுத்துவந்தாள் மன்னி. அந்த இரண்டு புடவைகளும், படு 'சீப்'பாகவும், கனமாகவும் இருக்கும். தினப்படி அந்த இரண்டு புடவைகளை மாற்றி மாற்றி உடுத்திக்கொள்வேன். விசேஷங்களுக்குப் போகும்போது என் கல்யாணம், சாந்திக்கல்யாணம், வளைகாப்பு, சீமந்தத்திற்கு எடுத்தப் பட்டுப் புடவைகளை உடுத்திக்கொண்டு போவேன். எல்லாம் 9 கஜப் புடவைகள். நான் அந்தக்கால வழக்கப்படி மடிசார் புடவைதான் கட்டி வந்தேன். 9 வருஷங்கள் மடிசார் புடவை (பிராமணர்களுக்கு என்றே விதிக்கப்பட்ட புடவை) கட்டிவந்தேன். 23 வயதில் 6 கஜப் புடவைக்கு மாறினேன். ஊரில் சில பெண்கள் 9 கஜத்திலிருந்து தெலுங்குப் புடவைக்கு (6 கஜப் புடவை) மாறியிருந்தார்கள். போகப்போக தெலுங்குப் புடவை கட்டும் எண்ணிக்கை பெருகிக்கொண்டேவந்தது. எனக்கும் அப்படிக் கட்டுவதில் ரொம்பவும் ஆசையாக இருந்தது. ஆனால் தைரியம் வரவில்லை. எங்கள் வீட்டிற்கு இரண்டு வீடு தள்ளி முத்து மாமி என்பவள் (அவர்கள் வீட்டிற்கு நான் அடிக்கடி போவேன்) "உன்னைப் போல உள்ள பெண்கள் எல்லாம் இப்போ தெலுங்குப் புடவைக்கு மாறிண்டிருக்கா. நீயும் கட்டிக்கோயேன். வயசைக் குறைச்சுக் காட்டும். என்னதான் சின்னப் பெண்ணாகயிருந்தாலும் இந்த மடிசார் புடவை மாமி மாதிரி காட்டும்" என்றாள்.

அந்த மாமிக்கு மூன்று பெண்களும், ஒரு பிள்ளையும். அவர்கள் வடிவீசுவரத்துக்காரர்கள்தான். வேலை தேடி பர்மாவுக்குப் போனவர்கள். அந்தக் காலத்தில் இவர்களைப்போல் வேலைக்காக நாகர்கோவிலிலிருந்து பர்மாவுக்குப் போனவர்கள் பலர் உண்டு. பர்மாவில் யுத்தம் ஆரம்பித்ததும் தப்பிப் பிழைத்து வந்தவர்களில் மாமி குடும்பமும் ஒன்று. மாமியின் மூத்த பெண் என்னை விட 2 வயது குறைந்தவள். அவர்கள் வீட்டில் மாமி உட்பட என்னிடம் எல்லோரும் பிரியமாக இருப்பார்கள். அவர்கள் வீட்டில் எல்லோரும் கறுப்பாக இருப்பார்கள். நான் நல்ல நிறமாக இருந்ததால் அது அவர்களை வசீகரித்தது. அவர்கள் கறுப்பாக இருந்தாலும், நல்ல லட்சணமாக இருப்பார்கள். மாமிக்கு நல்ல உடல்வாகு. அழகான பல் வரிசை. குழந்தைகளுக்கும் அப்படித்தான். அவர்கள் கறுப்பு என்றாலும் என் புகுந்த வீட்டு மூத்தாள் குழந்தைகள்போல் இல்லை. அவர்கள் நிறத்திற்காக தனாகாக் கட்டை, தனாகா பவுடர் என்று உபயோகித்துக்கொண்டிருந்தார்கள். (தனாகாக் கட்டையும் பவுடரும் பர்மாவிலுள்ள தனாகா மரத்திலிருந்து செய்வதாம். இரண்டாயிரம் வருஷங்களாகப் பர்மாவில் பெண்கள் அதை உபயோகிக்கிறார்களாம்.) அந்தப் பவுடரும் கட்டையும் கொஞ்சம் நிறம் கொடுப்பதுபோல் எனக்குத் தோன்றியது. அவர்கள் எல்லோரும் நன்றாக உடை அணிவார்கள். என்னிடம் அவர்கள் மிகவும் பிரியமாக இருப்பார்கள். அவர்கள் வீட்டிற்குச் சென்றாலே எனக்குச் சந்தோஷமாக இருக்கும். சினிமா, சங்கீதம், நகை, புடவைகள், சமையல் போன்ற விஷயங்கள் பற்றிப் பேசிக் கொண்டிருப்போம். சில சமயம் தாம்பத்திய உறவுகள் பற்றியும் பேசுவோம். மாமியும் (அவள் பெயர் முத்து) ஒரு தோழிபோல் வயது வித்தியாசம் பார்க்காமல் எல்லா விஷயமும் பேசுவாள். மடிசார் புடவையிலிருந்து 6 கஜப் புடவைக்கு என்னை மாற்றினவர்கள் மாமியும் அவள் இரண்டு பெண்களும்தான். ஏற்கனவே என் மனத்தில் இருந்த ஆசையைக் கிளறிவிட்டார்கள்.

வீட்டில் என்னை ஆளாளுக்கு ஒரு கொலைக் குற்றவாளி போல் விமர்சனம் செய்தார்கள். முத்து என்னைக் கெடுக்கிறாள் என்றாள் நாத்தனார். "அவள் நல்லவள் இல்லை. தேனொழுகப் பேசி குடும்பத்தைப் பிரித்துவிடுவாள். இது போய் வீட்டில் நடப்பதை எல்லாம் சொல்லி வெக்கும்." இப்படி எவ்வளவு மோசமாகப் பேச முடியுமோ அவ்வளவு மோசமாக என்னையும், மாமி குடும்பத்தையும் பேசினாள். முத்து மாமியும் சீதையும் பால்ய சினேகிதிகள். வெளிக்குத்தான் சினேகிதிகளே தவிர உள்ளூரப் பகையாளிகள். நேரில் சந்திக்கும்போது இனிக்க இனிக்கப் பேசுவார்கள். மாமியிடம் நடந்ததைச் சொன்னேன்.

“இதுக்கெல்லாம் நீ பயப்படக் கூடாது. இந்த 6 கஜப் புடவையில் சின்னப் பொண்ணாகத் தெரிகிறாய். இந்த 23 வயதில் மாமியாட்டமா இருக்கணுமா என்ன? 18 முழத்தில் நாகரீகமானப் புடவைகள் கிடையாது. என் கூட கடைக்கு வா. நல்ல கலரில் 2 வாயில் புடவை எடுக்கலாம்” என்றாள் மாமி. தை மாதப் பிறப்பு, கார்த்திகை மற்றும் பல விசேஷங்களுக்கென்று எனக்கு வெளியாரும் வீட்டாரும் குழந்தைகள் இருவருக்கும் கிடைத்த பணம் சேர்ந்து மொத்தம் 1500 ரூபாய் என் கைவசம் இருந்தது. அதை என் பணமாக வைத்துக்கொண்டிருந்தேன். அந்தப் பணத்திலிருந்து 2 வாயில் புடவை வாங்கினேன். 2 புடவையின் விலை 20 ரூபாய். ஆரம்பத்தில் கட்டிப்பார்க்க மாமியின் பெண் சுந்தரியின் புடவையைத்தான் உடுத்திக்கொண்டேன். அந்த வாயில் புடவையை நான் கட்டிக்கொண்டதும் மாமியின் பெண்களும், மாமியும் ‘ரொம்ப அழகாக இருக்கு’ என்றார்கள். எனக்கும் கண்ணாடியில் பார்த்ததும், சின்னப் பெண்ணாக மேலும் அழகு கூடியிருப்பதுபோல் தோன்றியது. வீட்டிலுள்ளவர்கள்தான் (இவரைத் தவிர) தகாத காரியம் செய்து விட்டதுபோல் பார்த்தார்கள். யார் என்ன சொன்னாலும் வழக்கம்போல் பதிலே சொல்லாமல் இருந்தேன். படு பயந்தாங்கொள்ளியாக இருந்தவள் இதில் மட்டும் எப்படித் தைரியமாக இருந்தேன் என்று எனக்கே ஆச்சரியமாக இருந்தது. என் கல்யாணத்திற்கு எடுத்த கூரைப் புடவையில் ஒன்றும், சீமந்தத்திற்கு எடுத்தப் பட்டுப் புடவையையும் மன்னியிடம் கொடுத்து 80 ரூபாய் வாங்கிக்கொண்டேன். 100 ரூபாய் கேட்டேன். அவள் இப்போது 80 ரூபாய்தான் தரமுடியும் என்றாள். மன்னியும் எனக்கு தெலுங்குப் புடவைதான் நன்றாக இருக்கிறது என்றாள். அவள் தந்த ரூபாயில் கனகாம்பரக் கலரில் கறுப்புப் பார்டருடன் ஜரிகையில்லாத ஒரு புடவையும், பொன்வண்டுக் கலரில் ஜரிகை, சின்ன ஜரிகைக் கோடுடன் ஒரு புடவையும் மாமி கூடப்போய் எடுத்துவந்தேன். அந்தப் புடவைகளை நான் கட்டிப்பார்க்க வேண்டுமென்று மாமியும், அவள் பெண்களும் சொன்னார்கள். “உனக்கு இந்த இரண்டு புடவைகளுமே ரொம்ப நன்னாருக்கு” என்று புகழ்ந்தார்கள். பொதுவாக நான் எந்தப் புடவை கட்டிக் கொண்டாலும் ஊர்க்காரர்கள் ‘ரொம்ப நன்னாருக்கு’ என்று சொல்வார்கள்.

ஒரு நாள் வீட்டில் எல்லோரும் தூங்கியபின் கனகாம்பரப் புடவையை உடுத்திக்கொண்டு மாடியில் படித்து கொண்டிருந்த (தினமும் இரவு 12 மணிவரை படித்துக்கொண்டிருப்பார்) கணவரின் எதிரில்போய் நின்றேன். அவர் நிமிர்ந்து பார்க்கவே இல்லை. அவர் எப்போதும் கவிழ்ந்து படுத்துகொண்டுதான்

படிப்பார். பிரகாசமான ஒர சிமிணி விளக்கைப் பக்கத்தில் வைத்துக்கொண்டிருப்பார். அந்தக் காலத்தில் அடிக்கடி 'கரண்டு' போய்க்கொண்டிருக்கும். 'பவரு'ம் குறைவாகத்தான் இருக்கும். நான் கொஞ்ச நேரம் பார்த்துவிட்டு, "கொஞ்சம் நிமிர்ந்து பாருங்கோ" என்று சொன்னதும். "உன்னை நான் எதுக்குப் பாக்கணும்? ஓ, புதிசா ஒரு புடவை உடுத்திண்டிருக்கயா. பேஷாயிருக்கு." என்று ஒரே வார்த்தையில் சொல்லிவிட்டு, திரும்பவும் படிப்பில் கவனம் செலுத்திவிட்டார். எனக்குச் சப்பென்று ஆகிவிட்டது. அதாவது எனக்கு ஒரே ஏமாற்றமாகிவிட்டது. இவரிடம் இனிமேல் நாம் ஏதும் சொல்லக்கூடாது என்று தீர்மானித்துக் கொண்டேன். மனத்திற்குள் கோபம் பொங்கி வந்தாலும், அதை வெளியே காட்டவில்லை. ஒருவேளை என் இந்த மண்ணாந்தைத்தனம்தான் பிறருக்கு என் மீது மதிப்பின்மையையும், இவளை எது வேண்டுமானாலும் சொல்லலாம் என்கிற எண்ணத்தையும் ஏற்படுத்தியது போலும்.

வீட்டில் புடவை விஷயம் கொஞ்சம் கொஞ்சமாக ஓய்ந்தது. பின் வழக்கம்போல் குற்றங்குறைகள் என் மீது ஏதாவது சுமத்திக்கொண்டேதான் இருப்பார்கள். உதாரணத்துக்கு, தன் பெண்ணும் தானும்தான் இந்தக் குடும்பத்திற்கு உழைத்துக் கொட்டிக்கொண்டிருப்பதாகப் பாட்டி வருவோரிடமெல்லாம் சொல்லிக்கொண்டிருப்பாள். அதாவது நான் எந்த வேலையும் செய்வதில்லை. சித்தியோ "எங்கம்மைதான் அடுப்படியிலெ வெந்துகொண்டிருக்கிறாள்" என்பாள். நான் அம்மியில் குழம்புக்கு அரைத்துக் கொடுப்பேன். தொட்டியில் தண்ணீர் (கிணற்றுப் பக்கத்தில் ஒரு தொட்டியிருக்கும்) இறைத்துவிடுவேன். தாழ்வாரத்தில் ஒரு சிமிண்டு தொட்டி (4 குடம் பிடிக்கக் கூடியது) அதிலும் தண்ணீர் இறைத்து நிரப்புவேன். சில நாட்கள் அடுக்களையை நான் மெழுகுவேன். சில நாள் தோசைக்கும் அரைப்பேன். பாப்பா இருந்தபோதும் அவள் ஒருநாள் அரைத்தால் மறுமுறை நான் அரைப்பேன். அரையல், சமையல் எல்லாம் இந்த வீட்டிற்கு வந்துதான் பழகினேன். சித்திதான் மெள்ள மெள்ள எல்லாவற்றிலும் பழக்கினாள். குளித்து விட்டுத்தான் சமைக்க வேண்டியிருந்ததால் பாட்டிதான் சமைப்பாள். தோசையும் அவள்தான் வார்ப்பாள். மாமனார், என் கணவர், கீழாத்து அப்பா மூவருக்கும் ஒன்றரை மணிக்குத் தோசை வார்க்க ஆரம்பிப்பார்கள். அப்போதுதான் அப்பாவும், பிள்ளையும் கோர்ட்டிலிருந்து வருவார்கள். அவர்கள் சாப்பிட்டபின் கீழாத்து அப்பாவும் சாப்பிட்டபின் எனக்கும், சித்திக்கும் தோசை வார்ப்பாள் பாட்டி. நான் தோசை சாப்பிடும்போதெல்லாம் "உன் சித்தி ரெண்டுதான் எடுத்துப்பள். ஒண்ணும் சரியாகச்

சாப்பிடாது. அதுதான் இப்படி ஒணந்து போயிண்டிருக்கு. வியாதி வேறே வந்து தொலைக்கிறது" என்பாள் பாட்டி. பாட்டியின் இந்தச் சொல் பொறுக்கமுடியாமல் மூன்று தோசை தின்று கொண்டிருந்தவள் இரண்டு தோசை ஆக்கினேன்.

பாட்டி இந்த வீட்டிற்கு ஸ்திரமாக தங்க வந்த காலகட்டத்தில் கணபதியும், நீலகண்டனும் ஸ்கூலில் படித்துக்கொண்டிருந்தார்கள். அவர்கள் இருவருக்கும் தோசை வார்த்து வைத்துவிட்டு, பாட்டிக்கும் 4-5 தோசை வார்ப்பாள். (இரவு சாப்பாட்டிற்குப் பாட்டி தோசை போன்றவைகள்தான் சாப்பிடுவாள். சாதம் சாப்பிடமாட்டாள்.) இரண்டு சகோதரர்களும் இரவு ரவைக் கஞ்சிதான் குடிப்பார்கள். காப்பி எல்லாம் தண்ணீராக இருக்கும். சிவதாணு என்பவன் ஒரு சொம்பு (அது எவ்வளவு விலை என்று சரியாகத் தெரியாது) பால் கொண்டுவருவான். பால் தண்ணீராகத்தான் இருக்கும். மேலும் ஒரு டம்ளருக்கு மேல் சித்தி தண்ணீர் விட்டுக் காய்ச்சுவாள். குழந்தைப் பருவத்தில் என் பெண், பிள்ளைக்கும் அந்தப் பால்தான். கேழ்வரகு (ராகி) கூழும் கொடுப்பதுண்டு. வளர வளர நெய் விட்டு பருப்பு சாதம், இட்டிலி போன்ற லகுவான உணவு கொடுக்கப்பட்டது. அந்தக் காலகட்டத்தில் இடச்சிதான் (யாதவர்கள்) தயிரும், மோரும் கொண்டு வருவாள். எல்லாம் வெண்ணெய் எடுத்தது. தயிர் ரொம்பக் கட்டியாக இல்லாவிட்டாலும், மோரை விடப் பரவாயில்லாமலிருக்கும். சில நாளில் நல்ல கட்டியாகத் தயிர் இருக்கும். சிதம்பரம் (என் கணவர்) சம்பாதிக்க ஆரம்பித்தபின்தான் கொஞ்சம் நல்ல மோர் கிடைக்கத் தொடங்கியது. பாலைக் கரியடுப்பில் லேசான நெருப்பில் வைத்து ஆடை படியவைத்து, பின் பால் ஆறினவுடன் கொஞ்சம் தயிரை விட்டு உரை குத்துவார்கள். மறுநாள் கடைந்து வெண்ணெய் எடுப்போம். தயிர்கடைவது என்றால் வெங்கலப்பானையில் தயிர் விட்டு, கொஞ்சம் தண்ணீர் சேர்த்து, இதற்காகத் தூணில் கட்டியிருக்கும் (மேலும் கீழுமாக இரண்டு சங்கிலி) சங்கிலியில் மத்தை நுழைத்து தயிர் கடைவோம். நான்தான் பெரும்பாலும் தயிர் கடைந்து வெண்ணெய் எடுப்பேன். தயிர் கடைந்து கடைந்து எனக்கு என் வீட்டிலிருந்து கொடுத்த நல்ல அழகான கய்க்காத (வெங்கலப்பானையில் மோர் ஊற்றினால் மோர் கசந்துபோய்விடும். நல்ல வெங்கலப்பானையில் அப்படி நேராது. அதைக் "கய்க்காத (கசக்காத) வெங்கலப்பானை" என்று பேச்சு வழக்கில் கூறுவார்கள்) வெங்கலப்பானை ஓட்டையாகிவிட்டது.

பச்சைக்கல் மாலை

முக்கியமான இரண்டு விஷயத்தைச் சொல்லி விட்டு, கணவர் சம்பாதிக்க ஆரம்பித்தபின் என்னை எப்படி எல்லாம் வேதனைப்படுத்தினார்கள் என்பதை எழுதுகிறேன். அது என் இரண்டாவது அத்தியாயம் என்று வைத்துக்கொள்ளலாம். அந்தக் காலகட்டத்தில் 4-5 மாதத்திற்கு ஒரு தடவை கரமனைக்கு மன்னியோ அண்ணாவோ (அப்பா) வந்து என்னைக் கூட்டிப் போவார்கள். அவர்கள் வந்தால் சீதை அவர்களிடம் பேச மாட்டாள். அப்படி ஒரு தடவை நான் கரமனை போய்விட்டு வந்தபோது பாப்பா (அப்போது பாப்பா பம்பாய் போய்விட்டு பிறந்தகம் வந்த சமயம்) என்னிடம் 'ஓவல்' வடிவத்திலிருந்த ஒரு பச்சைக்கல் மாலையைக் காண்பித்து, "இப்போ இந்த ஊரில் இது தான் பாஷன். 2 பவுன்தான்" என்றாள்.

"ரொம்ப அழகாகயிருக்கே" என்று நான் சொன்னதும் உனக்கும் கல் வாங்கி வைத்திருக்கோம். நீ மறுமுறை உங்காத்துக்குப் போகும்போது உங்கம்மா கிட்ட இதைக் கொடுத்து, மாலை கட்டித்தரச் சொல். 2 பவுன்தான்" என்றாள்.

எனக்கு ஒரே நடுக்கமாக இருந்தது. 2 பவுன் என்பது மன்னியைப் பொருத்தமட்டில் பெரிய விஷயம். அதனால் நிச்சயம் மன்னி செய்து தரமாட்டாள். பிறந்த வீடு போகும்முறை வந்தது. எங்களுக்கு மிகவும் தெரிந்தவர் வந்து கூட்டிப் போனார். மன்னியிடம் கொஞ்ச நாள் சென்று மிகவும் தயக்கத்துடன் விஷயத்தைச் சொன்னேன். மன்னி ஒரே பாய்ச்சலாகப் பாய்ந்தாள். "நீ என்ன

எனக்கு ஒரு பொண்ணா? நான் இனிமேல் ஒரு பொட்டுத் தங்கம் தரமாட்டேன். கல்யாணம் கழிஞ்சு 2 குழந்தைகள் பிறந்தாச்சு. இன்னும் அவா ஒரு பொட்டுத் தங்கம் கூடப் போடலை. நல்ல துணிமணிகூடக் கிடையாது. ஏன் நல்ல சாப்பாடு கூட கிடையாது. இவாளையாக்கும் ரொம்ப நல்லவா, நாட்டுப்பொண்ணுக்கும், பொண்ணுக்கும் வித்தியாசம் பார்க்க மாட்டா, நகையா சொரிவான்னு வடிவீசுவரக்கா, சொன்னாளே. இன்னும் அவா போடறதாகச் சொன்னக் கன்னிகாதானம் கூடப் போடலை." மற்றும் மன்னி தன் மாப்பிள்ளையின் கையாலாகாத செயலையும், புக்ககத்து மனிதர்களின் மோசமான சுபாவத்தையும் கடுமையாக விமர்சித்தாள்.

"கன்னிகாதானம் போடலை என்கிறாயே? அவா சொன்னபடி பேசின ரூபாயில் 2000ம்தான் கொடுத்தேளாம். பாக்கி 250 கொடுக்கலையாம். அதனால்தான் எனக்குக் கன்னிகாதானம் போடலையாம். வருவோரிடமெல்லாம் நாத்தனார் சொல்லிக்கொண்டிருக்காள். அது நிஜம்தானா?" என்று கேட்டேன்.

நான் கேட்டதும் "அதுக்கு வேண்டி பணவசதியுள்ளவா இப்படியிருக்கமாட்டா. ஒரு 250 ரூபாய்க்கா இவ்வளவு வருஷமா போடாதிருப்பா? இப்பொ நீ அவாத்துப் பொண். எதுக்கெடுத் தாலும் எங்காத்துக்காரர் சம்பாதிக்கலை, சம்பாதிக்கலைன்னு சொல்லாதே. எனக்குக் கேட்டு கேட்டு அலுத்துப்போச்சு."

கடைசியாகச் சொன்னேன்: "உங்கிட்ட துண்டு தங்கமெல்லாம் இருக்குமே? 1½ பவுன் கூடப் போதும்."

நான் சொன்னதைக் கேட்டு, "திரும்ப திரும்ப கேக்காதே, எங்கிட்ட துண்டுத் தங்கம் கிடையாது. அப்படியிருந்தாக்கூட நான் தரமாட்டேன். நான் பொதுவில பண்ணி வச்சிருக்கிற நகை எல்லாம்கூட ஒரு ஆபத்து சமயத்துக்கு உதவத்தான். இப்போ ஆசை தீர நீ இங்கிருக்கிறவரைக்கும் விசேஷங்களுக்கும், கல்யாணம் கார்த்தின்னு ஊரிலே கூப்பிட்ட விசேஷங்களுக்கும் எந்த நகை வேணுமானாலும் போட்டுண்டு போகலாம்" என்று மன்னி சொன்னதற்கு "அதெல்லாம் எனக்கு வேண்டவே வேண்டாம். எனக்கு நீ கொடுத்திருக்கிற நகையே போதும். இப்பொ நான் இந்த மாலை செய்துண்டு போகலையானால் நாத்தனார்கள் ரொம்பவே உன்னையும் என்னையும் ரொம்பவும் கேவலமாகப் பேசுவார்கள். என்னைச் சொல்லறதுன்னா அவாளுக்குத் தயக்கமே கிடையாது. மூத்தவள் ஆங்காரத்தோடு பேசினால் இளையவள் நக்கலாக நெளிப்பாகப் பேசுவள்" என்றேன்.

“இன்னமும் எல்லாத்தையும் கேட்டுண்டு மக்காக இருக்கக்கூடாது” என்று பதில் சொன்னாள் மன்னி.

“மன்னி, நீயா இப்படிச் சொல்லறாய்? நான் அந்தாத்துக்குப் போகறதுக்கு முன்னால நீயும் பாட்டியும் சேர்ந்து ‘புக்காத்து மனுஷாளிடம் வாயைக் காட்டக் கூடாது. அவா – முக்கியமாக நாத்தனார்கள் – என்ன சொன்னாலும் கேட்டுக்கோ. கொஞ்ச நாள் பொறுத்திண்டிருந்தா ஆம்படையான் பம்பாய், கல்கத்தான்னு எல்லாரையும்போலே எங்காவது வேலைக்குப் போவன். அப்புறம் உன்னைக் கூட்டிண்டு போய்த்தானே தீரணும்? அப்புறம் உன் இஷ்டம்போலே இருக்கலாமே?’ன்னு என்னவெல்லாமோ சொன்னேள். நீங்க ரெண்டுபேரும் சொன்ன அந்த வார்த்தைதான் என் மனசிலெ பதிஞ்சுடுத்து. அவா சொல்லற போது எனக்குப் பயம்தான் வருமே தவிர வார்த்தை வராது. நான் தனிமையானவள்போல் தோணும். எனக்காகப் பரிந்து பேச யாரும் கிடையாது. சித்தி, பாட்டி எல்லாரும் சேர்ந்து பாடுவார்கள். நாத்தனார்கள் இல்லாத சமயம் லேசாக ‘இப்படித்தான் என் பொண்ணை மூத்தவள் பாடாய்ப் படுத்துவள். அவளும் பெரியவளைக் கண்டா உன்னப்போலே நடுங்குவள்’ என்பாள் பாட்டி” என்று மன்னியிடம் சொன்னேன்.

கடைசியாக மன்னியிடம் “எங்கிட்ட ரெண்டு திருமங்கலியம் இருக்கு. ஒரு திருமங்கலியம் 2 பவுன். அதை அழிச்சு கல்மாலை பண்ணலாம். கூலி மட்டும் நீ கொடுத்தால் போதும்” என்றேன். “தேவலையே பவுன் எல்லாம் ஞாபகம் வெச்சிருக்கயே. உங்க புக்காத்துக்காராளுக்குத் தெரிஞ்சா உன்னைத் துலைத்து எடுத்துடுவாளே?” என்று மன்னி சொன்னதும் “அதெல்லாம் அவாளுக்குத் தெரிய வழியில்லை. அப்படியே தெரிஞ்சாலும், இந்தத் தடவை நீ சொன்னதுபோல் தைரியமாகப் பதில் சொல்லறேன்” என்றேன்.

“நான்தான் சொல்லிக் குடுத்தேன்னு சொல்லும் அதுகள். எங்காதில் விழாதே, அதனாலெ எனக்குப் பாதிக்காதே?” என்றாள் மன்னி.

தட்டான் செய்துகொண்டு வந்தான்.

நான் புக்ககம் போக வேண்டிய நாள் வந்தது. இங்கே ஒன்றைச் சொல்லியே ஆக வேண்டும். அது பிறந்த வீட்டிற்கு வந்துவிட்டு புக்ககம் என்ற நரகத்திற்குப் போகும்போதெல்லாம் எனக்கு ரொம்பவும் வேதனையாக இருக்கும். மீனா என்னை ஒரு காரியமும் செய்ய விட மாட்டாள். வாய்க்கு ருசியான சாப்பாடு, பட்சணங்கள் என்று மீனா செய்து தருவாள். பூக்காலம்

என்றால் வித விதமாகப் பூக்களைப் பின்னலில் (எனக்குத்தான் நிறைய தலைமுடி உண்டே? அதனால் அவளுக்கு – அந்த இளம் விதவைக்கு – ஆசையாக இருக்கும்) தைப்பாள் அல்லது கட்டுவாள். நான் அங்கிருக்கும்போது கல்யாணம், சீமந்தம், வளைகாப்பு என்று விசேஷங்களுக்கு வெளியே போகும்போது மன்னி பொது நகைகளில் சிலதை எனக்குப் போடுவாள். "எனக்குச் சொந்தமில்லாத இந்த நகைகள் வேண்டாம்" என்று எவ்வளவு சொன்னாலும் கேட்காமல் போடவைத்துவிடுவாள். என்னதான் நான் வேண்டாமென்று சொன்னாலும் உள்ளூர எனக்கிருந்த நகை ஆசையால் போட்டுக்கொண்டுவிடுவேன். கல்யாண வீட்டில் எனக்கு நல்ல வரவேற்பிருக்கும். நகைகள் காரணமாகயிருக்கலாம். கல்யாணத்திற்கு வந்திருந்தவர்களில் சிலர் "இந்த ஒட்டியாணம், வங்கி எல்லாம் புக்காத்திலெ போட்டதா?" என்று கேட்பார்கள். உடனே மன்னி (அநேகமாக மன்னி கூடத்தான் கல்யாணங்களுக்குப் போவேன்) "ஒரு மஞ்சாடி தங்கம் அவாத்திலெ போடலை. இவளுக்குப் போடாதது மட்டுமில்லை. இவ பொண் குழந்தைக்குக்கூட அவாத்திலெ நகை ஏதும் போடலை. முதல் முதலா பிள்ளைக்குப் பொண் குழந்தை பொறந்திருக்கு. தங்கக் கட்டியாயிருக்கு. மாமனார், நாத்தனார் குழந்தைக்கு நகைபோட்டு பாக்கணுமென்னு ஒத்தருக்குமே தோணலையே? இவா பெரியப் பணக்காரளாம்" என்று சராமாரியாகப் பொரிந்துகொட்டுவாள். நகைகள் போட்டுக்கொள்ளும் சந்தோஷமும் கிடைக்காது. இப்படி எல்லாமாகச் சேர்ந்து புக்ககம் போவதென்றாலெ நரகத்திற்குப் போவதுபோல் தோன்றும். தாங்க முடியாத வேதனையாக இருக்கும்.

நான் வழக்கம்போல் இந்த வீட்டிற்கு வந்ததும், கல்மாலையை எல்லோரிடமும் காண்பித்தேன் "நன்னாருக்கு" என்றார்கள். பின் ஆறு மாதம் சென்று குளத்தில் குளிக்கும்போது சரடுடன் திருமங்கலியம் விழுந்துவிட்டது. சல்லடையால் சலித்துப் பார்க்கச் சொன்னார்கள் கிடைக்கவில்லை. அந்தக் காலகட்டத்தில் முழுதாகப் பனியன் போலிருக்கும் ஜம்பர்தான் போட்டுக் கொள்வார்கள். தலையோடு கழற்றும்போது திருமங்கலியச் சரடு குளத்தில் விழுந்திருக்கும். வீட்டில் வந்துதான் பார்த்தேன். "இன்னொரு மாங்கலியம் இருக்குமே (நான் ஒரு திருமங்கலியம்தான் போட்டிருந்தேன் என்று வீட்டாருக்குத் தெரியும்) அதைச் சரடில் போட்டுக்கொள். வாத்தியாரிடம் கேட்டு சரடு வாங்கித்தரேன்" என்று நாத்தனார் சொன்னதுடன் "இது கூட ஒருத்திக்குத் தெரியாதா? இப்போ பவுன் விலை 25 ரூபாயிருக்கும். இவ்வளவு அசட்டுத்தனமாக யாரும்

நடக்கமாட்டா. 2 குழந்தை பெற்றவள் இப்படியா (அப்போது என் வயது 23) பொறுப்பில்லாமல் இருப்பள்?" என்றெல்லாம் என் அசட்டுத்தனத்தை விமர்சித்தாள். சித்தியும், பாட்டியும் அவள் சொல்வது ரொம்பச் சரி என்பதுபோல் ஒத்துப் பாடினார்கள். அப்போது பாப்பா இங்கில்லை. இருந்திருந்தால் அதிகம் கோபப்படாமல் நெளிப்பாகவும், இழிவாகவும் பேசுவதில் அவள் வல்லவள். அவள் தன் கணவரையே படுதுச்சமாகப் பேசுவாள். அதுவும் நாலுபேர் இருக்கும்போது. பதிலுக்கு ஒரு தடவைகூட அவர் இவளைக் கேவலமாகப் பேசி நான் கேட்டதில்லை. மொத்தத்தில் என்னைப்போல் அவரும் எது சொன்னாலும் கேட்டுக்கொண்டு மௌனமாக அப்பாவியாக இருப்பார். என் விஷயத்திற்கு வருகிறேன். திருமங்கலியம் தரச்சொல்லி நாத்தனார் கேட்டதுமே என் சப்தநாடியும் ஒடுங்கிவிட்டது. என்னவானாலும் உண்மையைச் சொல்லித்தானே தீரவேண்டும்? ஒரு மாங்கலியம் அழித்து, கல்மாலை பண்ணியதைச் சொன்னேன். "அப்படியா? உங்கம்மை கெட்டிக்காரியாச்சே? கொஞ்சம் கூட அஞ்ஞானமில்லாமல் மங்கலியத்தை அழித்துப் பண்ணியிருக்காளே? பவுன் மாலை, ஒட்டியாணம், வங்கின்னு கல்லு கல்லா நகை பண்ணி வெச்சுண்டிருப்பவளுக்குத் தன் சொந்தப் பொண்ணுக்கு ஒரு 2 பவுன் கூடவா வாங்க முடியாது?" என்று கேட்டாள். அவள் சொன்னதை எல்லாம் கேட்டுவிட்டு, "மன்னி அழிக்கச் சொல்லலை. அவள் இப்போ முடியாதுன்னு சொன்னாள். நான்தான் அவளைக் கட்டாயப்படுத்திப் பண்ணவெச்சேன்" என்றேன் மெல்ல. இதை நான் ரொம்பவும் பயத்துடன்தான் சொன்னேன். "உங்கம்மை வேண்டாம்னு சொல்லியிருக்கணும். அவள் தான் சாமியார் (தாத்தா) பொண்ணாச்சே? சாஸ்திரம் தெரிஞ்சவளாச்சே? அப்படிப்பட்டவள் மாங்கலியம் அழிக்க எப்படிச் சம்மதிச்சாள்? 2 பவனுக்கு வேண்டி ஒரு தாயார் இப்படிச் செய்வளா?" என்றெல்லாம் கேட்டாள் நாத்தனார். மற்றும் என்னையும், என் பிறந்த வீட்டாரையும் மிகவும் கீழ்த்தரமாகப் பேசிவிட்டு, "இப்போ திருமங்கலியம் வேணுமே?" என்று நாத்தி சொல்லிக்கொண்டிருக்கும்போதே சித்தி, "இப்போதைக்கு என்னிடம் ஒரு சின்ன திருமங்கலியம் இருக்கு. அதைச் சரடில் கட்டிப் போட்டுக்கட்டும். கூடிய சீக்கிரம் உங்கம்மா கிட்ட கொடியுடன் திருமங்கலியம் பண்ணித்தரச் சொல்" சீதை சித்தி சொன்னதை பெரிதாக ஆமோதித்தாள். "எம் பொண்ணுக்குக்கூட நன்னாப் பேசத் தெரியறதே?" என்று சித்தியின் அம்மா மகிழ்ந்தாள்.

இங்கே முக்கியமான ஒன்றைச் சொல்லியாக வேண்டி யிருக்கிறது. என் தாத்தா, மன்னி ஆகியவர்களுக்கு சாஸ்திரம்

சம்பிரதாயம் மற்றும் ஆயிரக்கணக்கான மூட நம்பிக்கைகள் ஆகியவற்றில் நம்பிக்கை கிடையாது. நான் முன்பே சொன்னதுபோல் தாத்தா ராமலிங்க சுவாமியைப் பின்பற்றுபவர். ராமலிங்கசுவாமி புராணங்களும் சாஸ்திரங்களும் பொய் என்றே சொல்லியிருக்கிறார். கடவுளை ஜோதி சொரூபமாக வணங்கி வந்திருக்கிறார். இன்னார் என்றில்லாமல் எல்லோரையும் சமமாகவே பாவித்துவந்திருக்கிறார். ஜீவகாருண்யத்தை மிக வலுவாகச் சொல்லிவந்திருக்கிறார். சாதி, மத பேதமெல்லாம் அவரிடம் கிடையவே கிடையாது. யாராக இருந்தாலும் தன்னைப் பின்பற்றுவர்கள் கொல்லாமைக்கு முக்கியத்துவம் கொடுப்பவராக இருக்க வேண்டும். “அல்லாதவர்களை நான் கண்டிப்பாகச் சேர்த்துக்கொள்ள மாட்டேன்” என்று தீர்மானமாகச் சொல்லி சொல்லி வந்திருக்கிறார். அன்னதானத்தை வெகு சிறப்பாகச் செய்துவந்திருக்கிறார். ஆதியந்தமில்லாத நடராஜர் என்ற தெய்வத்தைப் பற்றி ஏராளமானப் பாட்டுகள் இயற்றியிருக்கிறார். பாட்டுகள் எல்லாம் அவர் வணங்கிய நடராஜரைப் பற்றி. உருகி உருகிப் பாடியிருக்கிறார். ஓர் இடத்தில் கண் மூடி முகமெல்லாம் மண் மூடிப் போகவேண்டுமென்று சொல்லியிருக்கிறார். வடலூரில்தான் அவர் ஆராதித்து வந்த நடராஜர் கோயில் இருக்கிறது. வடலூரில் அவர் ஏற்றி வைத்த ஜோதி இன்னமும் அணையாமல் இருப்பதாகச் சொல்லப்படுகிறது. அது எவ்வளவு நிஜம் என்று தெரியவில்லை. அவர் அற்புதங்கள் ஏதும் செய்ததாகத் தெரியவில்லை. தவிர அவர் வாழ்க்கை வரலாறு பற்றி எனக்கு அதிகம் தெரியாது. சமீபத்தில் சுகிசிவம் என்பவர் டி.வி ப்ரோகிராமில் அவரைப் பற்றி வெகுவாகப் புகழ்ந்து கூறி, அவர் ஒரு புரட்சி சாமியார் என்று சொன்னார். வடலூரில் இப்போதும் அவர்பால் ஈடுபாடுள்ளவர்கள் அவர் சமாதி அடைந்த நாளை குருபூஜையாகக் கொண்டாடுவதாகக் கேள்விப்பட்டேன். வள்ளலார் வெள்ளை ஆடையே அணிந்து வந்திருக்கிறார். அப்படிப்பட்ட உன்னதமான கொள்கைகளைக் கொண்ட வள்ளலாரை பின்பற்றிய தாத்தாவும், அவர் குடும்பத்தாரும் அருட்பாவையும் (வள்ளலார் இயற்றிய பாடல் புத்தகம்) நடராஜரையும் முக்கியமாக் கருதி வணங்கிவந்தார்கள். எனவே மன்னியைப் பொருத்தமட்டில் மாங்கலியத்தில்தான் கணவனின் உயிர் அடங்கியிருக்கிறது என்று நினைப்பவள் இல்லை.

தாலிக்கு இந்தக் காலத்துப் பெண்கள் முக்கியத்துவம் கொடுப்பதில்லை. தாலியைப் பற்றிக் கொஞ்சம் இதில் எழுதியிருக்கிறேன். எனவே மாங்கலியம் பற்றித் தெரியவந்தால் புக்ககத்து மனிதர்கள் என்னைப் பிடுங்கியெடுப்பார்கள்;

அதிலும் சீதை விஷமாக வார்த்தைகளைக் கக்குவாளே என்ற கவலை மட்டும்தான் மன்னிக்கு. "என்னை மட்டுமா உன்னையும் சேர்த்தல்லவா வசமாரி பொழிவாள்?" என்று மன்னி சொன்னபோது "ஆனா எது சொன்னாலும் உனக்குத் தெரியாதே?" என்றேன் அப்போது. "அவள் என்னை எது வேணுமானாலும் பேசிட்டுப் போகட்டும். திருடனுக்குத் தேள் கொட்டினதுபோல் ஆப்புட்டுண்டு முழிக்கப் போறயேன்னுதான் எனக்கு ரொம்ப வேதனையாயிருக்கு" என்று மன்னி சொன்னதுபோலவே இங்கு எல்லாம் நடந்தது. சித்தி மாங்கலியம் கொடுத்தாள். அதைச் சரட்டில் கோர்த்து அணிந்துகொண்டேன். பின் 6 மாதம் சென்று மன்னி தெரிந்தவர் மூலம் 4 பவுனுக்குள் சிறு மாங்கலியத்துடன் ஒரு செயின் கொடுத்தனுப்பினாள். அதையும் ரொம்ப லோலமாக (மெல்லியதாக) இருக்கு. பதிலா போட்டுக்கற போது சீக்கிரம் அறுந்துபோகும்." என்றெல்லாம் இந்த வீட்டார்கள் விமர்சனம் செய்தார்கள். அதை நான் தினமும் இரவு கழற்றி வைப்பேன். கொஞ்ச நாளாவது உழைக்க வேண்டாமா? 7-8 வருஷம் வரை அது விட்டுப்போகாமல் இருந்தது.

மன்னி எனக்கு இரட்டைவட செயினும் (கோகர்சான் (கோஹர்ஜான்) என்று அதற்குப் பெயர். அவள் பிரபல பாடகி மற்றும் கதக் நடனக் கலைஞர். அவள் பெயரில் கோஹர்ஜான் புடவை, கோஹர்ஜான் செயின் எல்லாம் இருந்தது. ஆரணி குப்புசாமி முதலியார் கூட கோஹர்ஜான் என்று ஒரு நாவல் எழுதினார்) இரட்டைவட முத்து மாலையும் போட்டாள். எல்லாம் குறைந்த பவுன்தான். வடிவீசுவரத்தில் வசதியுள்ளவர்கள் எல்லாம் கிழங்கு கிழங்காக நகை அணிந்திருப்பார்கள். திருமங்கலியக் கொடி எல்லாம் 10-12 என்று பவுன் இருக்கும். பொதுவாக மாங்கலியத்திற்குச் செய்யப்பட்ட செயின் எந்த மாதிரி இருந்தாலும் கனமாகவேயிருக்கும். மாங்கலியம் செயின் 4 பவுன் ஆச்சே? நான் தினமும், மன்னி கொடுத்த முத்து மாலை, சங்கிலி அணிய மாட்டேன். விசேஷ நாட்களிலும், கல்யாணம் கார்த்திகை என்று போகும்போதும் அவைகளைப் போட்டுக்கொள்வேன். வெறும் சரடுடன் நான் இருந்ததனால்தானோ என்னவோ கலெக்டரின் மாமியார் என்னை சமையல்காரியாக எடை போட்டுவிட்டாள்! பூதலிங்கம் என்பவர் வடிவீசுவரத்துக்காரர். அதனால் அவரையும் பூதலிங்கம் கலெக்டர் அவர் குடும்பத்தாரையும் நாத்தனாருக்கு நன்கு பழக்கமுண்டு. அதிலும் பூதலிங்கத்தின் ஒரு தங்கை சீதையின் அத்தியந்த சினேகிதி. அந்தக் காலத்தில் ஐ.ஸி.எஸ் பாஸ் பண்ணினவர்களுக்கு ரொம்பவே மதிப்புண்டு. (பூதலிங்கம் 1947க்குப் பிறகு அநேகமாக வேலை பார்த்தது டில்லியில்தான் என்று நினைக்கிறேன். அவர் மனைவி

மதுரம் “கிருத்திகா” என்ற பெயரில் கதைகள் எழுதுவாள்) அப்படிப்பட்ட உயர்ந்த கலக்டர் பதவியிலிருப்பவரின் மாமியார் சாதாரணமானவளாகவா இருப்பாள்? ரொம்ப நாகரீகமாக நகை, உடை எல்லாம் அணிந்திருந்தாள். அப்போது வயது ஐம்பதாக இருந்தாலும், பார்க்கப் பத்து வயது குறைவாகவே தோற்றமளித்தது. கழுத்தில் சரடும், மோசமான ஒரு பழம் புடவையுடனும் காட்சியளித்த என்னைச் சமையல்காரியா என்று அவள் கேட்டதில் தவறேயில்லை. அவள் வேறு ஏதேனும் கேட்டுவிடக்கூடாதே என்று அவசரமாக நாத்தனார் “அம்பி ஆம்படையாள்” என்றாள். முன்னறிவிப்பில்லாமல் சீதை கூட்டி வந்ததால் நான் வழக்கம்போல் இருந்தேன். தம்பி ஆம்படையாள் என்று சீதை சொன்னதும் அந்த மாமிக்கு என்னவோபோல் ஆகிவிட்டது. அதை மறைப்பதற்காக ‘நகை, நட்டு இல்லாவிட்டாலும், அழகாத்தான் இருக்கிறாய்’ என்றாள். மற்றும் அவள் ஏதோ சொல்ல வாயெடுப்பதற்குள் நாத்தி அவளை வேறு இடத்திற்குக் கூட்டிச்சென்றுவிட்டாள். தொடர்ந்து அவள் என்னிடம் பேசிக்கொண்டிருந்தால் நான் ஏதேனும் உளறிவைத்துவிடக்கூடாதே என்ற பயம் சீதைக்கு. அவள் போகும்போது திண்ணையில் நின்றிருந்த என்னிடம் “போய்ட்டு வரேன் குழந்தை” என்றாள். அவள் போனபின் நாத்தி, “இப்படி மூளியாக நிக்கணுமா உன்னோடு அந்த ஒரு சங்கிலியைப் போட்டுக்க வேண்டியதுதானே?” என்றாள். அவள் சொன்னதற்கு ‘ஆட்டும்’ என்று மட்டும் சொன்னேன். அவள் எப்போதுமே குற்றம், குறைகள் சொல்வதற்கு மட்டுமே என்னிடம் பேசுவாள்.

மன்னி திருமங்கலியத்துடன் செயின் கொடுத்துவிட்டபின் சரடை எறிந்துவிட்டு, அந்தச் செயினை எப்போதும் போட்டுக்கொண்டிருந்தேன். மறக்காமல் சித்தி அவளின் மாங்கலியத்தை என்னிடமிருந்து வாங்கிக்கொண்டாள். அந்தக் காலகட்டத்தில் அரைப் பவுனுக்குப் பத்து ரூபாய்தான். எதற்குச் சொல்கிறேன் என்றால், நாட்டுப்பெண்ணிற்கு ஒரு அரைப்பவுன்கூடக் கொடுக்காத மனிதர்கள் எப்படி உயர்ந்த உள்ளம் கொண்டவர்களாக இருப்பார்கள் என்பதை இதைப் படிப்பவர் தெரிந்துகொள்ளத்தான். கல்யாணத்திற்கு முன் தங்கமான நாட்டுப்பொண்ணுக்கு தங்கத்தால் சொரிவார்கள் என்று சொன்னவர்கள் இவர்களின் நல்லவர்கள் என்ற பொய்யான வெளித்தோற்றத்தை வைத்துத்தான் சொல்லியிருப்பார்கள் என்று நினைக்கிறேன். இளையாள் மூத்தாள் வித்தியாசமே பார்க்காத ஒற்றுமையான குடும்பம் என்ற பெயர் எடுத்திருந்தார்கள். அந்த ஒற்றுமைக்குக் காரணம் மூத்த பெண்ணிற்கு அப்பா

கட்டுப்பட்டு நடந்துகொண்டதுதான். சித்தியின் அம்மா ரொம்பப் பொல்லாதவள் என்ற காரணத்தால் ஆரம்ப காலத்தில் அவளை வீட்டில் வர விடாமல் செய்திருந்தாள். பரம ஏழையான சித்தி பரம சாதுவாகவும் இருந்தாள் என்று தெரிகிறது. அந்தக் காலத்தில்தான் ஏழைப் பெண்கள் முக்கால்வாசியும் தனக்குக் கணவனாக வருகிறவன் எத்தனை வயதுக்காரனாக எத்தனை குழந்தைகள் உள்ளவனாக இருந்தாலும் (ஏழையானதால் அவர்கள் கல்யாண வயதும் மற்ற பெண்களை விட கூடுதலாகவேயிருக்கும்) மறுப்பேதும் சொல்லமாட்டார்கள். இரண்டாம்தாரமாகக் கல்யாணம் செய்துகொண்ட ஆண்கள் மனைவி இளம் பெண்ணானதால் மனைவி சொற்படி நடப்பார்கள். எனவே அவள் சுதந்திரமாகச் செயல்படுவாள். தனக்கு எட்டாக்கனியாக இருந்த நகை, புடவை மற்றும் விதவிதமானப் பதார்த்தங்களை எல்லாம் வாங்கி அனுபவிப்பாள். ஆனால் சித்தியைப் பொருத்தமட்டில் சுதந்திரமாகச் செயல்படமுடியாது. மூத்தாள் பெண்கள் குறிப்பாக மூத்தவள் கட்டுப்பாட்டில்தான் இருந்துவந்தாள். சித்திக்கு எனக்கு என் வீட்டில் போட்டதை விடவும் நகை குறைவு. அதேபோல்தான் புடவையும். எல்லாம் பெண் வாங்கிக்கொடுத்தால்தானே உண்டு?

ரொம்ப வருஷம் சித்தி பெண்ணிற்குப் பயந்து அவள் சொற்படிதான் நடந்துவந்தாள். அவளுக்கு நாட்டுப்பெண் வரத்தொடங்கினபின்தான் பயம் கொஞ்சம் குறைந்து சில சமயங்களில் கொஞ்சம் எதிர்க்கவும் தொடங்கினாள். அதற்கு ஓர் உதாரணம் சொல்கிறேன். சித்தியின் மூத்த பிள்ளை தாணுவுக்கு மெட்ராஸில் வைத்துக் கல்யாணம் நடந்தது. கல்யாணத்திற்கு வழக்கம்போல் சீதை சொற்படிதான் எல்லாம் நடந்தது. கல்யாணம் கழிந்த இரண்டாம் நாள் சாப்பாடு குடிந்ததும், மத்தியானம் நாங்கள் அனைவரும் தாணு தாமசித்துவந்த (குடியிருந்த) லஸ் (மைலாப்பூர்) வீட்டிற்கு வந்துவிட்டோம். மாமனார், சித்தி, பாட்டி, கல்யாண மணப்பெண், தாணு மற்றும் தாணுவின் மாமனார், மாமியார் கூட ஒரு மாமியும் இருந்தாள் என்று நினைக்கிறேன். எல்லோருமாக மாலை 5 மணிவாக்கில் வந்தார்கள். அதற்குமுன் சீதை "ரயிலுக்கு நேரமாகறது. பெண் ஊருக்குப் போகிறான்னு தெரிந்தும் ஒரு அப்பா இப்படியா நடந்துகொள்வார்?" என்று சொல்லி வாசலுக்கும் உள்ளுக்குமாக நடந்துகொண்டிருந்தாள். அவள் முகத்தில் கோபம் தாண்டவமாடியது. எனவே அவர்கள் வீட்டிற்குள் காலடி எடுத்து வைத்த உடனேயே இவள் பத்திரகாளியாக மாறினாள்: "பாப்பா குடும்பம் பம்பாய்க்கு சாயங்காலம் போகப்போறது உனக்குத் தெரியுமே அண்ணா? (மாமனாரை அண்ணாவென்று கூப்பிடுவார்கள் அவர்கள்

குழந்தைகள்) இப்படி நேரம் கழிச்சா வருவா? இதுவரை அங்கே என்னதான் பேசிண்டிருந்தேள்?" சராமாரியாகப் பொழிந்தாள். அவள் சொன்னதெல்லாம் முழுவதும் எனக்கு இப்போது ஞாபகமில்லை. ஒன்று மட்டும் நல்ல ஞாபகத்தில் இருக்கிறது. அது இவள் சொல்வதை எல்லாம் கேட்டு சித்திக்குப் பொறுக்க முடியாமல், "இப்ப என்ன வேணுமென்கிறாய்? பாப்பா புறப்படறதுக்கு முன்னாலே வந்தாச்சே. உனக்கு எல்லாத்திலும் குற்றம் கண்டுபிடிப்பதே வேலையா போச்சு" இப்படி ஏதோ துணிச்சலுடன் சொன்னாள் சித்தி. "உனக்கு என்ன உங்க அம்மா இருக்காள்" என்று நாத்தனார் சொன்னாள். உடனே சித்தி "உனக்கு எங்கம்மா இருக்கிறது ஆங்காரம்" என்றாள். உடனே நாத்தி ஆவேசமாக "என்னைப் பார்த்து எப்படி ஆங்காரம்னு சொல்லுவாய்? நான் அப்படியா நடந்துக்கறேன்? உன் குழந்தைகள் வேறே நாங்கள் வேறேன்னு துளி வித்தியாசம் நான் பாக்கலை" என்றெல்லாம் சொல்லிக்கொண்டே பலத்த அழுகையுடன் நெஞ்சில் பலமுறை அடித்துக்கொண்டே எனக்கு நாந்துண்டு சாகணும்போலயிருக்கு" என்றாள்.

அப்போது வீட்டில் வேறு ஆண்கள் யாரும் இல்லை. மாமனார், தாணு, புது சம்மந்தி மட்டுமே ஆண்கள் இருந்தார்கள். உடனே தாணு "முதலில் அதைச் செய்" என்றான். அவளின் தகாத செயல்களைப் பார்த்துவிட்டு, மாமனாரும் தாணுவும் "சித்தியை மன்னிப்பு கேக்கச் சொல்லறோம்" என்று சொல்லி, சித்தியிடம் "பொண்ணுகிட்ட நீ ஆங்காரம்னு சொன்னதுக்கு மன்னிப்பு கேளு" என்று சொன்னார்கள். பிள்ளையும் கணவரும் சொன்னதும் சித்தி மறு பேச்சு பேசாமல் மன்னிப்புக் கேட்டாள் சீதையிடம். அக்கா ஆக்ரோஷமாக மார்பிலும், தலையிலும் அடித்துகொண்டபோது பாப்பா, "அக்கா, பேசாமல் இரு. இப்படியெல்லாம் செய்யாதே" என்று பலதடவை சொன்னாள். சீதை செய்தது ரொம்பவும் அநியாயமாகப் பட்டது எனக்கு. ஆனால் பயந்தாங்கொள்ளியான நானா அவளிடம் வாய் திறப்பேன்? என்னை அவள் ஒரு மனுஷியாகக் கூட மதிக்க மாட்டாள். தினமும் ஏதாவது குற்றம் சொல்லிக்கொண்டிருப்பாள். அவளைக் கண்டாலே எனக்கு நடுக்கம்தான் ஏற்படும். சீதை என்னிடம் தொட்டதற்கெல்லாம் "உனக்கு அம்மா இருக்காள்" என்பாள். சீதை கோர தாண்டவமாட இதுவும் ஒரு காரணமாக இருக்கலாம். அதாவது பாட்டி வீட்டிற்குள் வந்ததும் கூடத்தில் போட்டிருந்த 'செயரி'ல் உட்கார்ந்து கொண்டு, காலையும் ஆட்டிக்கொண்டிருந்தாள். அதைப் பார்த்ததும், நாத்திக்குப் பொறுக்க முடியவில்லை. "பாரு, காலையும் ஆட்டிண்டு உட்கார்ந்திருக்கறதை" என்றாள். அவள் சொன்னதைப் பாட்டி

கொஞ்சமும் லட்சியம் செய்யவில்லை. சித்தி மன்னிப்பு கேட்டதுடன் தாணுவும் மாமனாரும் அவளைப் பலவிதமாக இதமாகப் பேசி சமாதானப்படுத்தினார்கள். பின் நரசிம்மம் சாந்தமடைந்தது. பாப்பா குடும்பத்துடன் (ஒன்பது வயதுப் பெண் ராஜலெட்சுமி, கணவன் ஸ்ரீனிவாசன்) பம்பாய்க்குப் புறப்பட்டாள். அவர்களை ஸ்டேஷனுக்குக் கொண்டு விட அக்கா, அப்பா, தம்பி தாணு ஆகியவர்கள் கூடப்போனார்கள்.

கல்யாணமாகி முதல்முதலாக வீட்டிற்கு நாட்டுப்பெண் வந்ததும், இப்படி அஞ்ஞானமாக அழுதாளே என்று சித்திக்குத் தாங்க முடியாத வருத்தம். வந்திருந்த சம்மந்திகளுக்கு ஒரே அதிர்ச்சியாக இருந்தது. ஊருக்கு வந்ததும், கல்யாணம் விசாரிக்க வந்தவர்களிடமெல்லாம் சித்தி நடந்த விஷயத்தை எல்லாம் சொல்லி சொல்லி அழுதாள். "என் குழந்தைகள் ஆயுசோட நெடுங்காலம் நன்னாயிருக்க வேண்டாமா? இப்படி செத்த வீடுபோல் நடந்து கொண்டாளே?" சித்தியின் புலம்பலைக் கேட்டு, "எல்லாம் இவளால் வந்த வினைதான். வந்த நாளிலிருந்து இந்த நாள் வரை அவளுக்குப் பயந்து பயந்து அவ அனுமதியில்லாமல் ஒரு சின்னக் காரியம் கூட எம் பொண்ணு செய்யமாட்டா. வரத்துக்கு கொஞ்சம் நேரமாச்சுங்கறதுக்காக இப்படி ஒருத்தி அட்டகாசம் பண்ணுவளா? அவளுக்கு உண்மையிலேயே நான் கல்யாணத்துக்கு வந்தது பிடிக்கலை. 'உனக்கு அம்மை இருக்கா'ன்னு அவள் சொன்னதுக்கு எம் பொண்ணு 'எங்கம்மையிருப்பது உனக்கு ஆங்காரம்'னு சொன்னது தப்பேயில்லைன்னுதான் சொல்ல வேண்டு"மென்று ரொம்ப வேண்டியவர்களிடமெல்லாம் பாட்டி சொன்னாள். சித்திக்குத் தாங்கமுடியாத மன உளைச்சலினாலோ என்னவோ வயிற்றுக் கடுப்பு வந்துவிட்டது.

எனக்குச் சித்தியைப் பார்க்கப் பாவமாக இருந்தது. இருந்தாலும் நாத்திகள் என்னைப் பல விதத்திலும் இழிவாகப் பேசும்போதெல்லாம் சித்தியும், பாட்டியும் அவர்களுடன் சேர்ந்துகொண்டு, ஆமோதிக்கவல்லவா செய்கிறார்கள் என்ற எண்ணமும் என்னுள் எழுந்தது. என்ன இருந்தாலும் சித்தி முன்போல் மூத்தாள் பெண்களுக்கு அதிகமாகப் பயப்பட மாட்டாள். நாட்டுப்பெண் வந்தாச்சு; குழந்தைகளும் பெரியவர்களாக ஆகிக்கொண்டுவருகிறார்கள். அவளுக்காகப் பரிந்து பேசத்தான் குழந்தைகள் செய்வார்கள். நான் இந்த வீட்டிற்கு வந்த புதிதில் சித்தி அடிக்கடி என்னிடம், "மூத்தாளின் 100 பவுன் நகைகளையும் மூத்தவளுக்கே அவ அப்பா கொடுத்துவிட்டார். இளையவளுக்கு அத்தையின் நகைகளையும், போதாததற்கு அப்பா பண்ணிப் போட்டார். அது தவிர 'பொண்

கறுப்பாயிருக்கா வைரத்தோடு போடணும்'னு அவ புக்காத்திலே சொன்னாளாம். அதனாலே அதையும் போட்டார்" என்று சொல்வாள். அத்தை என்று சித்தி சொன்னது மாமனாரின் நேரான அத்தையாம். அவளுக்குக் குழந்தை இல்லாததால் மாமனாரை தத்து எடுத்துக்கொண்டாளாம். இதெல்லாம் சித்தி சொல்லித்தான் எனக்குத் தெரியும். இளையாளாக வாழ்க்கைப்பட்டவர்கள் சிலர் பற்றி பாட்டி சொல்லும்போது "அவாளுக்கெல்லாம் ஆம்படையான் நகையா சொரிந்திருக்கான். எம் பொண் குடுத்து வைச்சது மூத்தாள் குழந்தைகளுக்கு வேலை செய்யத்தான்" என்பாள். பாட்டி சொன்னது சரிதான் என்று எனக்குப் பட்டது.

சித்திக்கும் செல்லம்மாளுக்கும் வைரத்தோடு

தாணு அவன் 'ஆனந்த விகடனி'ல் வேலைக்குச் சேர்ந்த சில வருஷங்கள் சென்று சித்திக்கு வைர மூக்குத்தி (மூன்று கல் வைத்தது) வாங்கிக்கொடுத்தான். மூக்கின் இரண்டு பக்கத்திற்குமா அல்லது ஒரு பக்கத்திற்கா என்று ஞாகமில்லை. அந்தக் காலத்தில் இரண்டு பக்கத்திற்கும் மூக்குத்தி போட்டுக்கொள்வது சாதாரண வழக்கம். "என் பிள்ளை சம்பாதிச்சு எனக்கு வைரத் தளுக்கு (மூக்குத்தி) வாங்கிக் கொடுத்திருக்கான்" என்று வருவோரிடமெல்லாம் பெருமையாகப் பேசிக்கொள்வாள். அதன்பின் சித்திக்கு வைரத்தோடும் கிடைத்தது. "இன்னும் சில நாளில் அண்ணாவுக்கு சஷ்டி ஆப்த பூர்த்தி (தமிழில் 60ம் கல்யாணம்) வரப்போகிறது அதை விமரிசையாகக் கொண்டாடணும். வடிவீசுவரம் தெருவையும் கூப்பிடணும் (முழுக்க பிராமணர்கள் வசித்த தெருவு). முந்தின தினம் ருத்திர ஏகாதசியும் பண்ணணும்" என்று சீதை சொன்னாள். அவள் சொல்லுக்கு மறுபேச்சு பேசுவரா என்ன மாமனார்? சஷ்டி ஆப்த பூர்த்தி நடத்துபவர்கள் எல்லோருமே ருத்திர ஏகாதசியும் நடத்தமாட்டார்கள். அது முழுக்க முழுக்க வைதீகம் சம்மந்தப்பட்டது. விசேஷத்திற்கான காரியங்கள் மள மளவென்று நடக்க ஆரம்பித்தது. வீட்டில் இருப்பவர்கள் யாருக்கும் துணிமணிகள் எடுக்கவில்லை. சித்திக்கு ஏதோ ஒரு சாதாரணப் பட்டுப் புடவையும், மாமனாருக்கு வேஷ்டியும் நாத்தனார் கொண்டுவந்து

கொடுத்தாள். அது அவள் எடுத்துக்கொடுத்தாளா அல்லது மாமனார் பணம் கொடுத்தாரா என்பது தெரியாது. சஷ்டி ஆப்த பூர்த்திக்கு நாலைந்து மாதம் இருக்கும்போது ஒரு வைர ஆசாரியை (நாத்திக்கு மிகவும் பழக்கமானவர்) நாத்தி வீட்டிற்குக் கூட்டிவந்தாள். "சித்திக்கு வைரத்தோடு வாங்கணும், அதுக்காக வைரத்தோடு கொண்டுவரச் சொல்லியிருந்தேன். கொண்டு வந்திருக்கிறார். இவர் மதுரையில் பிரபலமான வைர வியாபாரி. இவர் பெயர் அழகு செட்டியார்" என்று பெண் சொன்னதைக் கேட்டு அப்பா சரி என்று மட்டும் சொன்னார். பின் சித்திக்கு வைரத்தோடு வாங்கப்பட்டது. அதே சமயம் எனக்கும் வைரத்தோடு கிடைத்தது. எப்படிக் கிடைத்தது என்று சொல்ல வேண்டாமா? ஒரு மஞ்சாடி தங்கம் போடாதவர்கள் எப்படி வைரத்தோடு போட்டார்கள் என்பது அதிசயமான விஷயமல்லவா?

என் அப்பா இறந்து போய் 6 மாதம் இருக்கும். அப்போது நான் கரமனை போயிருந்தபோது "வைரத்தோட்டையும் தளுக்கையும் உன் நாத்தனாரிடம் கொடுத்து விற்றுத்தரச் சொல். எனக்கு வெளியில் எங்கும் போக முடியாது. எனக்கு இப்போ பணத்திற்கு அவசியமிருக்கு. அவாளுக்கெல்லாம் நிறையபேரைத் தெரியுமே?" என்று சொல்லி மன்னி தோட்டையும் என்னிடம் கொடுத்து, "விக்கற வரைக்கும் நீ வேணுமானால் போட்டுக்கொண்டிரு" என்றும் சொன்னாள். "அதெல்லாம் வேண்டவே வேண்டாம்" என்று மன்னியிடம் சொன்னேன். அதை எடுத்து வந்தேன். பாட்டி, சித்தியிடம் காட்டி விஷயத்தையும் சொன்னேன். "உனக்கு இதை வாங்கிப் போட்டுக்கலாம். ரொம்ப சோபையாக இருக்கும். தோடு ஒளி வீசறது." என்றெல்லாம் இருவரும் சொன்னார்கள். நாத்தி வீட்டுக்கு வந்ததும், மன்னி சொன்னதை எல்லாம் சொல்லி, தோட்டையும் அவளிடம் கொடுக்கப் போனேன். "இப்போதைக்கு இங்கேயே இருக்கட்டும் விசாரிக்கிறேன்" என்றாள். அவள் சொன்னதுபோல் 2 நாள் சென்று தோட்டை எடுத்துச்சென்றாள். ஒன்றிரண்டு பேரிடம் காட்டியதில் ரொம்பவும் குறைத்துக் கேட்கிறாகச் சொல்லி தோட்டைத் திருப்பித்தந்தாள். அப்போது பாட்டியும், சித்தியும் "இதைச் செல்லம்மாளுக்கு வாங்கலாமே. கொஞ்சம் ஏறக்குறைய கொடுத்தாலும் பொண்ணுக்குத்தானே? அம்மா கொடுப்பா. ஏதோ கஷ்டத்தினாலே விக்க வேண்டிய நிலை வந்திருக்கு. கன்னிகாதானமும் போட்டாப்பலே ஆச்சு" என்றெல்லாம் அவர்கள் சொன்னதும் சீதை அரை மனத்துடன் "பாக்கட்டும். அண்ணா கிட்ட சொல்லி வைக்கறேன்" என்றாள். எனக்கு அப்போது 25 வயது. சித்தியும், பாட்டியும் எனக்காகப் பேசியது

எனக்கு ஆச்சரியமாக இருந்தது. மன்னியின் தோட்டுக்கு மட்டும் விலை 1000 ரூபாய் இருக்கும். தோடு வாங்கி அதிக வருஷமானாலும், மன்னி சேர்ந்தார்போல் போட்டுக்கொண்டது ஒரு வருஷம்தான் இருக்கும். தளுக்கும், கம்மலும் சேர்ந்து 750 ரூபாய் கொடுத்து வாங்கினார்கள். இவ்வளவாவது வெளியில் போகாமல் எனக்குக் கிடைத்ததில் மன்னிக்கு ரொம்ப சந்தோஷம். எனக்கும்தான். தோட்டைப் போட்டுக்கொண்டு, முதலில் முத்து மாமி வீட்டிற்குத்தான் போனேன். பெண்கள், அம்மா எல்லோரும் சேர்ந்து, "ரொம்ப நன்னாருக்கு; ரொம்ப ஒளி வீசறது" என்று ஒரேயடியாகப் புகழ்ந்தார்கள். "எனக்கு எப்படியிருக்குன்னு தெரியாது. எங்க மன்னிக்கு (அம்மா) அந்த மாசு மறுவில்லாத வெள்ளிக்கட்டியான, வட்ட முகத்துக்கு தளுக்கும், தோடும் ஜொலிக்கும்" என்றேன். "உனக்கும் அப்படித்தான் இருக்கு" என்றார்கள்.

மாமனாரின் சஷ்டி ஆப்த பூர்த்தி பிரமாதமாகக் கொண்டாடினார்கள். அப்போது வைத்தியநாதனுக்கும் கல்யாணமாகிவிட்டது. அப்போது வள்ளி கர்ப்பமாக இருந்தாள். ஆறோ ஏழோ மாதமிருக்கும். தலைச்சன் குழந்தை முழு மாதமும் திகைந்து வயிற்றில் வைத்தே இறந்துவிட்டதாகச் சொன்னார்கள். வள்ளியூரில் அவள் பிறந்தகத்தில்தான் பிரசவம் நடந்தது. அதன்பின் அவன் மூத்த பெண்ணும், இரண்டாவது பிள்ளையும் வடிவீசுவரத்தில்தான் பிறந்தார்கள். சஷ்டி ஆப்த பூர்த்திக்கு வந்திருந்த மாமிகள் எல்லாம் என் தோட்டையும், தளுக்கையும் புகழ்ந்தார்கள். சொந்தக்காரர்களில் சிலர் "கடைசியில் சீதை கன்னிகாதானம் போட்டுட்டா" என்றார்கள். 6 கஜ கனகாம்பரப் புடவையும் உடுத்திக்கொண்டு எனக்கிருந்த நகைகளையும் போட்டுக்கொண்டு, தலை நிறையப் பூவும் (விசேஷமானதால் தோவாளை பிச்சிப்பூ நிறைய வாங்கியிருந்தார்கள்) வைத்துக் கொண்டு கண்ணாடியில் பார்த்தபோது நான் ரொம்பவே அழகாக இருப்பதுபோல் தோன்றியது. அந்தக் காலத்தில் எனக்கு நிறையத் தலைமுடியுண்டு.

பத்மாவதி என்றொரு தோழி

முத்து மாமியை நாத்தனாருக்குத் தீரப் பிடிக்காது. நான் அவர்கள் வீட்டிற்குப் போவதைப் பல விதத்திலும் தடை செய்து பார்த்தாள் சீதை. "அவள் மோசமானவள். ஏமாற்றுவள். நன்னாருக்கிற குடும்பத்தைப் பிரித்துவிடுவாள். தவிர அவளின் நடத்தையைப் பற்றியும் எல்லாரும் மோசமாகப் பேசுவாள்" என்பாள். எனக்குக் கொஞ்சமாவது சந்தோஷம் கிடைக்கும் என்றால் அது அவர்கள் வீட்டிற்குப் போகும்போது மட்டும்தான். அதனால் தினமும் ஒரு தடவை அவர்கள் வீட்டிற்குப் போய்வருவேன். முத்து மாமி சில வருஷங்கள் தன் மூன்றாவது பெண்ணுடன்தான் இருந்துவந்தாள். அவள் இரண்டாது பெண் ஞானம்தான் வடிவீசுவரத்திலேயே கொஞ்சம் தள்ளி கணவருடன் இருந்து வந்தாள் அவளை அவள் அத்தை பிள்ளைக்குத்தான் கல்யாணம் செய்துகொடுத்திருந்தார்கள். அவள் அவளுடைய அம்மாவைப்போல் உயரமாக நல்ல உடல் அமைப்புடன் லட்சணமாக இருப்பாள். அவள் என்னைவிட ஏழு வயது சின்னவள். இருந்தாலும் என்னிடம் எல்லா விஷயங்களையும் பகிர்ந்து கொண்டு, ஒரு நெருக்கமான தோழியாக இருந்தாள். மூத்தவள் சுந்தரியின் கணவர் என் கணவரின் சினேகிதர். அவர் மிலிடரியில் வேலையாக இருந்ததால் அந்தக் காலகட்டத்தில் அம்மாவுடன்தான் இருந்தாள். கடைசிப் பெண் சரோஜாவின் கணவருக்கு கனரா பாங்க்கில் வேலை. ஓய்வு பெறும் வரை நாகர்கோவிலில்

அதே பாங்க்கில்தான் வேலையாக இருந்தார். மொத்தத்தில் மாமியும், அவள் பெண்களும் நாளடைவில் வெவ்வேறு வீடுகளில் இருந்துவந்தாலும் வடிவீசுவரத்தில்தான் பல ஆண்டுகள் இருந்துவந்தனர். இதை எதற்குச் சொல்கிறேன் என்றால் நாத்தனார் என்னதான் அவர்களைப் பற்றி இழிவாகப் பேசினாலும், எனக்கு அவர்களிடமுள்ள நெருக்கம் அதிகரித்ததே தவிரக் குறையவில்லை.

இவர்களைத் தவிர மற்றொரு அத்தியந்த சிநேகிதி பத்மாவதி. அவளைப் பாவு என்றுதான் கூப்பிடுவார்கள். அவளைப் பற்றிக் கொஞ்சம் விரிவாகச் சொல்ல வேண்டியிருக்கிறது. நான் என் மூத்த பெண் குழந்தையைப் பிரசவித்து 5 மாதத்தில் புக்ககம் என்ற நரகத்திற்கு வந்ததும், அவள் எதிர்வீட்டு மங்களாவுக்குக் குடிவந்தாள். எதிர்ப் பகுதியில் இருக்கும் குடிசைபோன்ற குடியிருப்புக்கு மங்களா என்று பெயர் சூட்டியிருந்தார்கள். எந்தச் சௌகரியமும் அதில் கிடையாது. அதே மங்களா இன்னும் இருக்கிறது. லைட்டு, ஃபேன், காஸ் அடுப்பு, கக்கூஸ், பைப்பு என்று ஒன்றிரண்டு வீடு தவிர மற்றவைகளில் அவைகளில் வாழ்கின்றவர்கள் சௌகரியப்படுத்திக் கொண்டிருக்கின்றனர். எல்லோருமே நகராட்சிக்கு சொந்தமான இடத்தை (பின் பகுதி) கொஞ்சம் எடுத்துக்கொண்டிருக்கிறார்கள். என்னவிருந்தாலும் பின்னால் ஓடும் சாக்கடை நாற்றத்தை அவர்கள் அனுபவித்தே தீர வேண்டும். சமீபகாலமாகப் பல இடங்களில் சாக்கடைகள் மூடப்பட்டு வருகின்றன. கூடிய சீக்கிரம் இங்கும் மூடிவிடுவார்கள் என்று சொல்கிறார்கள். பாவு தன் அப்பாவுடன் சண்டை போட்டுக்கொண்டு, தன் அம்மா, தங்கை, தம்பியுடன் எங்கள் வீட்டிற்கு நேர் எதிர்வீட்டு மங்களாவுக்குக் குடிவந்தாள். அவள் அம்மா அவள் அப்பாவுக்கு இரண்டாம் தாரம். மூத்தாளுக்கு 6-7 ஆணும் பெண்ணுமாகக் குழந்தைகள் உண்டு. அவருக்கு நிறையச் சொத்துகள் இருந்ததாகவும், நாளடைவில் எல்லாம் அழிந்துவிட்டதாகவும் சொன்னார்கள். அவருக்கு வேலை ஏதும் இருந்ததாகத் தெரியவில்லை. பாவு சிறுவயதிலேயே பக்கத்து வீட்டில் இருந்து வந்த (நாகர்கோவில் கிராமம்) ராமன் என்பவரிடம் பாட்டு கற்றுக்கொண்டிருந்தாள். ராமன் என்பவர் நாடகத்திற்குப் பாட்டும், வசனமும் எழுதிக் கொடுத்துக்கொண்டிருந்தார். வீட்டிலுள்ள வறுமை நிலை காரணமாக அப்பப்போது சில நாடகங்களில் பாவுவும் நடித்து வந்தாள். பின்னாளில் ராமன் ஹரி கதா காலட்சேபத்திற்கு கதை வசனம், பாட்டு என்று பாவுவுக்குச் சொல்லிக்கொடுத்துக்கொண்டிருந்தார். ராமன் என்பவர் இவருக்கு (சிதம்பரத்திற்கு) தாய் வழி உறவு. ஒரு முறைக்கு மாமா முறை. அவருக்கு வடிவீசுவரத்தில் ஒரு வீடு

உண்டு. அந்த வீட்டில் அவரின் உடன்பிறப்புகள் வசித்துவந்தனர். ராம மாமா மனைவி வீட்டில் வசித்துவந்தார். மனைவி கொஞ்சம் புத்தி ஸ்வாதீனம் இல்லாதவள். அவள் மனநோய்க்குக் காரணம் பாவுதான் என்பார்கள். பாவுவுடன் அவரும் வடிவீசுவரம் வந்துவிட்டார். தம்பி தங்கையுடன் அம்மாவைப் பாவு மங்களாவில் குடிவைத்தாள். சாப்பாட்டு நேரம் தவிர மற்ற நேரங்களில் பாவு ராமன் வீட்டில்தான் தங்குவாள். மாமா கதை, வசனம், பாட்டு என்று பாவுவுக்கு எல்லாம் தயார் பண்ணிக்கொடுப்பதுடன் கதைக்குக் கூப்பிட வருகின்றவர்களிடம் கதைக்கு இவ்வளவு பணம் தரவேண்டுமென்றும் கேட்பார். அவர்தான் கதை பண்ணும் இடங்களுக்கெல்லாம் கூட்டியும் செல்வார். மொத்தத்தில், பாவுவுக்கு எல்லாமே அவர்தான். கதைக்காக வரும் முழுப் பணமும் அவர்வசம்தான் இருக்கும். பாவுவுக்கு எது வேண்டுமானாலும் அவரிடம் கேட்டுத்தான் வாங்கிக்கொள்வாள். அவளுக்கு அவரிடம் அதீதமான அன்பும் மரியாதையும் உண்டு.

வடிவீசுவரம் வந்தபின் பாவுவுக்கு நிறையக் கதைகள் வர ஆரம்பித்தன. பாவு பார்க்க நன்றாக இருப்பாள். எதிர் வீட்டிற்கு வரும்போது அவுளுக்கு வயது பதினாறுதான். அவள் என்னை விட இரண்டு வயது சின்னவள். பாவுவும் என்னைப்போல் எந்தப் புடவை உடுத்திக்கொண்டாலும், என்ன நகை போட்டுக்கொண்டாலும் எடுப்பாகத் தெரியும் என்று எல்லோரும் சொல்வார்கள். நேரம் கிடைத்தபோதெல்லாம் இந்த வீட்டிற்கு வருவாள். மாமனார் அவளிடம் பேசிக்கொண்டிருப்பார். நாளடைவில் தன் வருமானம் சொத்து விஷயங்கள்கூட அவளிடம் சொல்லியிருக்கிறார். பாவு என் குழந்தையிடம் ரொம்பவே பாசமாக இருப்பாள். அதே போல்தான் மாமாவும் இருப்பார். நேரம் கிடைத்த போதெல்லாம் குழந்தையை அவள் வீட்டிற்கு எடுத்துச்செல்வாள். இருவருமாகக் குழந்தையைக் கொஞ்சிக் குலாவுவார்கள். அவர்கள் வீட்டில்தான் குழந்தைக்கு பிஸ்கட்டு, விளையாட்டுச் சாமான்கள் எல்லாம் வாங்கிக்கொடுப்பார்கள். அவர்கள் எவ்வளவு பாசம் குழந்தையிடம் வைத்திருந்தார்கள் என்பதற்கு ஓர் உதாரணம் சொல்கிறேன்: அப்போது பெண்ணிற்கு 4 வயது. வாசல்படியிலிருந்து கீழே விழுந்துவிட்டாள். கை முறிந்துவிட்டது. இவ்வளவிற்கும் அடுத்த படிதான் என்று நினைக்கிறேன். அப்போதெல்லாம் ஆசான் என்ற நாட்டு வைத்தியர்தான் முறிவுக்கெல்லாம் கட்டுப்போடுவார். குழந்தைக்கும் நாட்டு வைத்தியர்தான் வந்து கட்டுப்போட்டார். எதற்குமே ஆயுர்வேத மருந்துகளை நம்பாத என் கணவர் இதற்கு மட்டும் எப்படி சம்மதித்தார் என்பது எனக்குத் தெரியவில்லை.

நான்தான் வகையில்லாத ஒரு மனுஷியாச்சே? அப்போதும் மாமா குழந்தையைத் தூக்கிக்கொண்டு, பயனீயர் சினிமா தியேட்டருக்குக் கூட்டிச்செல்வார். அப்போதெல்லாம் படம் தொடங்குவதற்கு கிட்டத்தட்ட ஒரு மணிக்கூர்க்கு முன்பு சினிமாப் பாட்டு தியேட்டரில் போடுவார்கள். பெண் அதை ரசித்துக் கேட்பாளாம். பாட்டில் அவளுக்கு ஞானம் வரக் காரணமே நான்தான் என்று அடித்துச் சொல்வேன். எந்தச் சினிமாப் பாட்டாக இருந்தாலும் கேட்டு கேட்டு அது முழுமையாக என் மனத்தில் பதிந்துவிடும். ஆனால் இந்த வீட்டில் பாடமுடியாது. பாட்டை முனகினால்கூட மாமனாருக்குப் பிடிக்காது. ஒரு தடவை எனக்கு மிகவும் பிடித்த சகுந்தலை படப் பாட்டை (இது ஓர் உதாரணம்தான்) லேசாக முனகிக் கொண்டிருந்தேன். நாத்தனார் வந்து என்னிடம் "அண்ணாவுக்குச் சுகமில்லை. அது தெரியாமல் நீ பாட்டுக்குப் பாடிண்டிருக்கயே? அவருக்குப் பிடிக்கலை" என்று வெடுக்கென்று சொன்னாள். நான் புக்ககம் வந்த நாளிலிருந்தே "'மோஷன்' போகலை. தூக்கம் வரலை என்று சொல்லி, மாமனார் அதை ஒரு பெரிய வியாதிபோல் ஆக்கி, எதிலும் விருப்பமில்லாமல் ஆகிவிடுவார். அப்போது கோர்ட்டுக்கும் போகமாட்டார். அதற்காகத் தலையில் எண்ணெய் தேய்ப்பது, கஷாயம் வைப்பது என்று ஆள் ஒருவன் வந்து செய்வான். கடைசியில் எந்த வைத்தியத்தினாலோ எதனாலோ சரியாகும். இது அடிக்கடி நடக்கும். வயது ஏற ஏற அவருடைய இந்த மனோவியாதி அதிகரித்துக்கொண்டு வந்தது மாடியில் படுத்துக்கொண்டிருக்கும் தன் பிள்ளையை இரவு வேளையில் அடிக்கடி கூப்பிட்டுக்கொண்டேயிருப்பார். அப்போது யாரேனும் (முக்கியமாக நான்) மூச்சுவிட்டால்கூடப் பாடாய்ப்படுத்துவார். அதுபோன்ற சமயங்களில் நான் தோழிகளுடன் சினிமாவுக்குப் போய்வந்தால், அவருக்கு ஒரே எரிச்சலாக வரும். "ஒரு ஆள் சாகக் கிடக்கான் அது பற்றி இதுக்குக் கொஞ்சம் கூட சங்கடமில்லையே?" என்று புறுபுறுப்பார். சித்திக்கும் கதவு திறக்கவேண்டியிருப்பதால் சித்தியும், அவள் அம்மாவும் சேர்ந்துகொள்வார்கள். "நீ வேலைக்காரியா இவளுக்கு? வரதுக்கு 10 மணி ஆறது. சாப்பாட்டை வெச்சிருக்க வேண்டியிருக்கு. பாத்திரம் ஒழித்துப்போட முடியலை" என்பாள் பாட்டி.

குழந்தைகளுக்கு 5-6 வயது ஆனபின் இவரிடம் குழந்தை களுக்குப் படுக்கை போட்டுக்கொடுங்கோ" என்று சொல்லிவிட்டுப் போவேன். அந்த வயதில் தூக்கம் பண்ண, சாப்பாடு ஊட்ட எதுவும் வேண்டாம் இருந்தாலும் நான் சினிமாவுக்குப் போகிறேன் என்று சொன்னதும் பாட்டி, "குழந்தைகளுக்குச் சாதம் போட வேண்டாமா?" என்பாள். ஏதோ குழந்தைகளுக்கு

ஒரு சாதம் போடுவதைப் பெரிதாக நினைக்கிறார்களே இந்த வீட்டார்! இளையாள் மூத்தாள் குழந்தைகளிடம் வித்தியாசம் பார்க்காதவர்கள். ஊராரிடம் அப்படியொரு பெயர் எடுத்திருந்தனர். ஒரு விதத்தில் அதில் ஓர் உண்மையும் இருந்தது. அது நாத்தனார்கள் இருவரும் தன் கூடப்பிறந்தவர்களிடம் எப்படி அன்பு செலுத்தினார்களோ அதுபோலவே சித்தியின் பிள்ளைகளிடமும் அன்பு வைத்திருந்தனர். எது செய்தாலும் ஒன்றுபோல் செய்வார்கள். சித்தியின் நாட்டுப்பெண்களிடமும் அவர்கள் அன்பாகவே இருந்தார்கள். நான் ஒருத்திதான் கூட்டுக்குடும்பத்தில் இருக்க வேண்டி வந்ததால் எல்லோருடைய ஏச்சுக்கும், பேச்சுக்கும் ஆளானேன். எனக்காக ஒரு வார்த்தை பேச ஆள் கிடையாது. யாருமே வேண்டாம். அநியாயத்தை எதிர்த்திருக்கலாமே? நான்தான் ஒரு தொடைநடுங்கியாச்சே? சித்தியிடம் நாத்தனார்போல் பயம் இல்லாவிட்டாலும், சித்திக்குக் கல்தூண்போல் பக்கபலமாக அம்மா ஒருத்தியிருந்தாளே?

பாவு அடிக்கடி சொல்வாள்: “போதாக்குறைக்கு இந்தப் பாட்டியும் உனக்கு வந்து சேர்ந்திருக்காளே” என்பாள். பாவுவுக்கு வருமானம் அதிகரிக்க அதிகரிக்க நகைகள், பட்டுப்புடவைகள் என்று வாங்கினாள். பாவு ஒரு தடவை டிஷ்யூ புடவை ஒன்று வாங்கினாள். அதுக்கு விலை 250 அல்லது 300 ரூபாய் இருக்கும். அந்தக் காலத்திற்கு அது பெரிய தொகைதான். முழு ஜரிகையால் ஆனது என்பார்கள். அப்போ பாவு என்னிடம் வந்து “நீயும் ஒரு டிஷ்யூ புடவை எடுத்துக்கோயேன்” என்றாள். அப்போதுதான் நான் 6 கஜம் புடவைக்கு மாறியிருந்தேன்.

“உனக்கு எல்லாம் தெரிஞ்சிருந்தும் இப்படி பேசறயே? எனக்கு 5 ரூபாய் புடவைகூட நினைத்த சமயம் எடுக்க முடியாது” என்றேன்.

“சின்னண்ணாகிட்ட அடம்பிடித்து வாங்கித்தரச் சொல்லணும். அதுக்கான சாமர்த்தியம் உனக்குக் கிடையாது. எதுக்கெடுத்தாலும் அவர் சம்பாதிக்கலை என்பாய். மாமனாரிட்டெதான் நிறையப் பணமிருக்கே. புள்ளைதானே? சின்னண்ணாவுக்கு அவர்கிட்ட கேக்கக்கூடாதா?” பாவு ஏதேதோ சொன்னாள்.

“அதெல்லாம் நடக்காத காரியம். எனக்கும் ஆசையாகத்தான் இருக்கு. குழந்தைகளுக்குக் கிடைத்த பணம் மிச்சமிருக்கு. அதைக் கொடுத்து புடவை வாங்கலாம். அப்படி நான் வாங்கினாகூட இந்த வீட்டில் அதை உடுத்திக்க முடியாது. ஆளாளாளுக்கு (பாட்டி உட்பட) கேள்வி கேப்பா. என்னோடு போகாது ‘முத்துதான் இவளைக் கெடுக்கறாள்’னு அவளையும் சேர்த்து

நாக்கிலே நரம்பில்லாமல் வாயில் வந்ததை எல்லாம் நாத்தனார் சொல்லுவாள்" என்றேன்.

"என்ன சொத்திருந்தாலும் குடுத்து வெக்க வேண்டாமா?" என்று பாவு சொல்லிவிட்டுப் போனாள்.

இந்தப் பாவு ரொம்ப நல்லவள். அவருக்கும் அவளுக்கும் 25 வயது வித்தியாசம். பார்ப்பதற்கும் ஒல்லியாக இருக்கிறார். ஆனால் பாவுவுக்கு அவரை ரொம்பப் பிடித்திருக்கிறது. அவர்களுக்குள் உடல் உறவு கூட உண்டு. பாவுவே என்னிடம் பேச்சுவாக்கில் சொல்லியிருக்கிறாள். வயதும் நிறைய வித்தியாசம். பார்ப்பதற்கும் பிரமாதமாக இல்லை. பாவுவுக்கு அவர் மீது இப்படியொரு மோகம் ஏற்பட்டது இதுதான் காரணமாக இருக்க வேண்டும்: பாவு சின்ன வயதிலிருந்தே அவருடன் பழகிவந்தாள். அவர் கதை, வசனம், பாட்டு எல்லாம் எழுதிக்கொடுத்தார். எல்லா இடங்களுக்கும் கதைக்குக் கூட்டியும் செல்வார். அவர் நன்றாகப் படம் வரைவார். அற்புதமாகப் பெயிண்டிங் பண்ணுவார். ரொம்ப அழகாக நவராத்திரிக்குக் கொலு வைப்பார். அதில் அவர் கை வண்ணம் தெரியும். அவரை ஆர்ட்டிஸ்ட்டு ராமன் என்றுதான் சொல்வார்கள். எல்லாம் இருந்தும் அந்தத் திறமைகளை வெளிக்கொண்டுவர எந்த முயற்சியும் செய்யவில்லை. அதனால் அவரின் திறமைகள் எல்லாம் குடத்திலிட்ட விளக்காகிவிட்டது. ஆரம்பகாலத்தில் இசை அமைப்பாளர் கே.வி. மகாதேவன் இவரிடம்தான் பாட்டுப் படித்தாராம். ஒரு தடவை பாவுவுக்கு கதைகள் குறைந்துகொண்டே வந்த காலத்தில் கே.வி. மகாதேவன் மாமா வீட்டிற்கு வந்து (அப்போது கே.வி.க்கும் புகழ் குறைந்துவிட்ட காலமென்று நினைக்கிறேன்.) மாமா காலில் விழுந்து வணங்கினார். மாமா தன்னை அவன் கண்டு கொள்ளாததைப் பற்றி எல்லாம் சொன்னாராம். அதற்கு அவர் பல தடவை மன்னிப்புக் கேட்டதுடன் அவருக்குத் தன்னால் முடிந்ததைச் செய்கிறேன் என்றாராம். சொல்லிவிட்டுப் போனதோடு சரி. மகாதேவன் வந்தபோது கூட்டம் வந்தது. அதைத்தான் வாசல் படியிலிருந்து பார்த்தேனே தவிர நான் மாமா வீட்டிற்குப் போகவில்லை. எல்லாம் பாவு சொல்லித்தான் தெரியும். மாமாவுக்குக் கௌரவப் பிரச்சினை ரொம்ப உண்டு. அதனாலேயே அவர் முன்னேறவில்லை என்று நினைக்கிறேன்.

பாவு பிரபலமடைந்த காலத்தில் திருமங்கலம் என்ற ஊரில் கதைக்குப் போனபோது மாமாவும் பாவுவும் ஒரு ஓட்டலுக்குச் சாப்பிடப்போனபோது அங்கு 'சர்வு' பண்ணிய ஒரு பிராமணப் பையனைப் பார்த்தார்கள். அவன் பார்க்க நன்றாகவும், இனிமையாகப் பேசக்கூடியவனாகவும் இருந்தானாம்

அவனை அவர்களுக்கு ரொம்பப் பிடித்துவிட்டதாம். உடனே தன் தங்கைக்கு இவனைப் பார்க்கலாமே என்று பாவுவுக்குத் தோன்றியதாம். "உனக்குக் கல்யாணம் ஆச்சா?" என்று பாவு கேட்டதற்கு, "எதுக்குக் கேக்கறேள்? இல்லை" என்றானாம். "எனக்கு ஒரு தங்கையிருக்கா. ரொம்ப சாது. பாக்க நன்னாருப்பள். நீ கல்யாணம் கழிச்சுக்கிறாயா?" என்று பாவு சொன்னதைக் கேட்டு, அந்தப் பையன் உடனே "எங்காத்துக்கு வாங்கோ அம்மா, அண்ணாகிட்ட பேசுவோம்" என்று சொல்லி, "ஓட்டல் முதலாளிகிட்டே பர்மிஷன் கேட்டுண்டு வரேன்" என்றானாம். பின் மூவருமா வெங்கடேசுவரன் (பையன் பெயர்) வீட்டிற்குப் போய் அவர்கள் சம்மதத்துடன் கல்யாணம் நிச்சயம் பண்ணிவிட்டு, மாமா, பாவு ஊர் திரும்பினார்கள். அப்போதைய பத்மாவதியின் அந்தஸ்து, தோற்றம் எல்லாம் சேர்ந்து பெண்ணைக் கூடப் பார்க்காமல் வெங்கடேசுவரன் கல்யாணத்திற்குச் சம்மதித்துவிட்டான்.

இன்னொரு முக்கியமான விஷயம். மதுரையிலா அல்லது திருமங்கலத்திலா என்பது தெரியவில்லை. திருமங்கலத்திற்கு அடுத்த ஸ்டேஷன் மதுரை என்று நினைக்கிறேன். இரண்டு ஊரிலும் பாவுவுக்குக் கதை நடந்தது. அதனால் சரியாக நினைவில்லை. எந்த ஊராக இருந்தாலும், அந்த ஊர்க் கோவிலில் மாமாவும் பாவுவும் கல்யாணம் செய்து கொண்டார்கள். பாவுவுக்கு 25 வயது மாமாவுக்கு 50 வயது. அதற்குப் பின்தான் தங்கை குட்டிக்குத் திருமங்கலத்தில் பிள்ளையின் வீட்டில் கல்யாணம் நடந்தது. அதற்கு என் பிள்ளையைக் கூட்டிக்கொண்டு நானும் போயிருந்தேன். முதல் முதலாக மதுரையைப் பார்த்தேன். கையில் அதிகம் பணமில்லாமல் இருந்ததால் வளையலும், பொட்டும் குங்குமும் வாங்கினேன். குழந்தைக்கு (அப்போது அவன் வயது 4) ஏதும் வாங்கினதாக ஞாபகமில்லை. மதுரையில் பார்க்க வேண்டிய முக்கிய இடமான கோவில், திருமலை நாயக்கன் ஹால், ஆயிரம் கால் மண்டபம், தெப்பக்குளம் ஆகியவைகளைப் பார்த்தோம். எங்களுக்குத் துணை வந்த தம்பதியான மாமாவும், மாமியும், அவர்கள் வீட்டிற்கு எங்களை (மொத்தம் 5 பேர்) கூட்டிப்போனார்கள். ஒரு பெரிய வீட்டில் நாலைந்து குடித்தனம் இருந்தது. மதுரை அந்தக் காலத்திலேயே ஜன நெருக்கமான ஊர். பின்னாளில் நான்கு முறை மதுரைக்கு நான் போயிருக்கிறேன். பிரமாதமான சிற்பங்கள் நிறைந்த பிரம்மாண்ட கோவில். மதுரை கோவிலுக்குள் சென்றால் நாம் எந்த வாசல் வழியாக வந்தோமென்று தெரியாது. தமிழ்நாட்டில் எத்தனையோ பிரபலமான கோவில்கள் (பிரம்மாண்டமாக) இருந்தாலும், அதெல்லாம் அநேகமாக ஆண் தெய்வங்களாகத்தான் இருக்கும்.

மதுரையில் மட்டும்தான் மீனாட்சிக்குப் பிரம்மாண்ட கோவில் கட்டிவைத்திருக்கின்றனர் அந்தக் காலத்தில்.

கல்யாணம் முடிந்து வீட்டிற்கு வந்ததும் மதுரையைப் பார்த்த சந்தோஷமெல்லாம் பறந்துபோய்விட்டது. வீட்டில் யாரும் என்னிடம் பேசாமல் முகத்தைக் கடுமையாக வைத்துக்கொண்டிருந்தனர். பாட்டி அடுத்த வீட்டு மாமியிடம் "எம் பொண்ணுக்கு ஒரு இடம் போக முடியாது. அவளை மட்டும் ஒரு வியாதி படுத்தி எடுக்கறதே. அதனாலே அவளை யாரும் ஒரு இடத்துக்கும் கூட்டிண்டு போக மாட்டா. இந்த வயசானவனைக் கல்யாணம் செய்துகொண்டதுக்கு விழுந்து. விழுந்து ஆம்படையானுக்கும் மூத்தா குழந்தைகளுக்கும் காரியம் செய்யறது மட்டும்தான் கிடச்சிருக்கு. எனக்குத் தெரிஞ்ச இளையா எல்லாம் எப்படி எல்லாம் ஆம்படையானை ஆட்டிப் படைக்கறா?" என்று சொன்னதை எல்லாம் கேட்டுவிட்டு, "நீங்க சொன்னது ரொம்ப சரி. உங்க பொண்ணு மாதிரி ஒருத்தரும் இருக்க மாட்டா. சாப்பிடப் போங்கோ. அவளுக்கு நேரமாச்சே?" என்று சொல்லிவிட்டு வள்ளி என்பவள் எழுந்துபோனாள். இவர்கள் வம்பளப்புகள் எல்லாம் வாசல் திண்ணையில்தான் நடக்கும். அந்த வள்ளி மாமிக்கு அடுத்த வீடுதான். காலை 11 மணிக்கும், மாலை 5 மணிக்கும் சித்தி வயது, பாட்டி வயது பெண்கள் என்று மூன்று நான்கு பெண்களாவது வந்து திண்ணையில் வம்பளந்து கொண்டிருப்பார்கள். எல்லாம் தெருவில் ஒவ்வொரு வீட்டிலும் நடக்கும் சங்கதிகளாகவேயிருக்கும். தன் குற்றங்குறைகள் அவர்களுக்குக் கொஞ்சமும் தெரியாது.

தங்கைக்குக் கல்யாணமாகி ஊருக்கு வந்தபின் பாவு, மாமா கல்யாணம் செய்துகொண்டதற்கு அடையாளமாக உறவினர்கள், ரொம்பப் பழக்கமானவர்களுக்கெல்லாம் ஒரு பார்ட்டி கொடுத்தார்கள். கல்யாணமாகிக் கொஞ்ச நாளைக்கெல்லாம் குட்டியைப் புக்ககத்தில் கஷ்டப்படுத்துகிறார்கள்" என்று பாவுவிடம் கொண்டு விட்டான் மாப்பிள்ளை. மாதா மாதம் பணமும் அனுப்புவான். அடிக்கடி அவனும் வந்து போவான். கல்யாணமாகி ஒரு வருஷதிற்கெல்லாம் அவன் சொந்தமாக ஓட்டல் வைத்து நடத்தத்தொடங்கினான். பின் திருமங்கலத்திலிருந்து கொட்டாம்பட்டி என்ற இடத்திற்கு ஓட்டலை மாற்றினான் வெங்கடீசுவரன். கொட்டாம்பட்டியும் மதுரை பக்கம்தான் என்று நினைக்கிறேன். சென்னை, திருச்சி ஆகிய இடங்களுக்குப் போகும் பஸ்களை எல்லாம் வெங்கடீசுவரன் ஓட்டல் சாப்பாட்டுக்காக நிறுத்துவார்கள். வெங்கடீசுவரனுக்கு நல்ல பெயர். அப்போது பாவுவுக்குத் தாராளமாகப் பணம் அனுப்பிக்கொண்டிருந்தான். கொட்டாம்பட்டியிலிருந்து

நாகர்கோவிலுக்கு வரும் பஸ்ஸில் பால், பழம், கறிகாய்கள் என்று சாமான்களும் அனுப்பிக்கொண்டிருந்தான். பஸ் டிரைவர், கண்டக்டர் எல்லாம் வெங்கடேசுவரனுக்கு நண்பர்கள். எல்லோரிடமும் இனிமையாகப் பேசுவான். அவன் முகத்தில் சாந்தம் தவழும். குட்டிக்குக் கல்யாணமான மறு வருஷமே (ஒரு வருஷம் முடிவதற்குள்) பெண் குழந்தை பிறந்தது. அதைச் சீரும் சிறப்புமா அதீத பாசத்துடன் வளர்த்தார்கள். இடைப்பட்ட காலத்தில் 4 வருஷமாக வெங்கடேசுவரன் காணாமல் போய் விட்டான். போனவன் தன் பெண்ணின் 8 வது வயதில் திரும்ப வந்தான். எங்கே போனான், என்ன செய்தான் என்பதெல்லாம் என் ஞாபகத்தில் இல்லை. பின் வழக்கம்போல் பணம் அனுப்பிக் கொண்டிருந்தான். அதே கொட்டாம்பட்டியில்தான் ஓட்டல் நடத்தி வந்தான். அந்தக் காலகட்டம் பத்மாவதிக்குக் கதை மூலம் நல்ல வருமானம் வந்துகொண்டிருந்ததால் குழந்தையின் விஷயத்தில் எந்த குறையும் அவள் வைக்கவில்லை.

தங்கை பெண் விஜயாவுக்கு உத்தேசமாக 8 வயது ஆனபின் பாவுவுக்கு ஒரு பெண் குழந்தை பிறந்தது. 3 வயது இடைவெளியில் ஒரு பிள்ளையும் அவளுக்குப் பிறந்தான். அந்த இரண்டு குழந்தைகளும் ராமனுக்குப் பிறந்ததில்லை என்று ஊர்ப் பெண்கள் பலவிதமாகப் பேசினார்கள். அதில் என் ஓர்ப்படி வள்ளியும் முக்கியமானவள். எனக்கு அப்பவே என்ன தோன்றியது என்றால், எப்போதும் வாய்க்கு வாய் குழந்தைகள் கடவுள் கொடுத்தார் என்று சொல்கின்றவர்கள் இதையும் அப்படி எடுத்துக்கொள்ளலாமே என்று. இளமையும், கவர்ச்சியும் சம்பாத்தியமும் உள்ள ஒரு பெண் ஒரு வயதானவனுக்கு வாழ்க்கைப்பட்டு அவர் சொற்படி எல்லாம் கேட்டு தனக்கு வரும் வருமானம் முழுவதையும் அவரிடம் ஒப்பித்து, அவுளுக்கு ஏதாவது சிறு பொருட்கள் வாங்க வேண்டும் என்றால்கூட அவரிடம் கேட்டுத்தானே வாங்கிக்கொள்கிறாள்? ஆண் மட்டும் எத்தனைப் பெண்கள் கூட வேண்டுமானாலும் உடல் உறவு வைத்துக்கொள்ளலாம். தவிர சின்னவீடு என்று ஊரறிய ஓர் இளம் பெண்ணை (பணம் இருந்தால்) வைத்துக்கொள்ளலாம். சமுதாயத்தில் அவனுக்கு எந்தப் பாதிப்பும் கிடையாது. தப்பித்தவறி ஒரு பெண் வேறு ஆணுடன் தொடர்பு வைத்திருந்தால் மாமிகளும், பாட்டிகளும் சேர்ந்து அவளுக்கு விபசாரி என்ற பட்டத்தை சுலபமாகக் கட்டிவிடுவார்கள். இந்தப் பட்டம் மட்டுமா? விதவை, கைம்பெண், சப்பட்டையா போனவள், மலடி (பாதிக்கு மேல் குழந்தை பிறக்காமல் இருப்பதற்கு ஆண்கள்தான் காரணமாக இருப்பார்கள்) வாழாவெட்டி, வீணாப்போனவள் இதுபோன்ற பல பட்டங்களை வாரி வழங்கியிருந்தார்கள்

அந்தக்காலப் பெண்கள். ஆனால் இப்போதும் நகரங்களில்கூட பெண்கள்தான் (வயதானவர்கள்) அந்தத் தகாத வார்த்தைகளை உபயோகிக்கிறார்கள். இது பற்றி ஓர் இடத்தில் எழுதியிருக்கிறேன் என்று நினைக்கிறேன். மூத்தாளானாலும் சரி. இளையாளானாலும் சரி. கணவனுடன் மிகுந்த அன்புடன்தான் வாழ்ந்தார்கள் என்று சொல்ல முடியாது. சமூகத்திற்கு, குருட்டு சாஸ்திரத்திற்கு, போக்கிடம் இல்லாமை இவைகளுக்குப் பயந்துதான் சகலத்தையும் உள்ளடக்கிக்கொண்டு, கடனே என்று வாழ்ந்த பெண்கள் பலர் உண்டு. ஆனால் பாவுவைப் பொருத்தமட்டில் கணவரை மிகவும் மதித்தாள். நேசித்தாள். அவர் சொல் மீறி எதுவும் செய்யமாட்டான். அவரைப் பற்றி எப்போதும் பெருமையாகவே பேசுவாள். "அவரால்தான் இந்த நிலைக்கு நான் வந்திருக்கேன். நாடகம், கதைக்கு வசனம் பாட்டு எழுதுவார். மெட்டும் போடுவார். பெயிண்டிங் பண்ணுவார். எல்லாம் இருந்தும் அவருக்கு யோகம் இல்லையே?" என்பாள் பாவு. அவரிடம் பல திறைமைகள் இருந்தும் அதை வெளிகொண்டுவர அவர் எந்த முயற்சியும் செய்யவில்லையே என்று சொன்னால் "நீ சொல்வதும் சரின்னுதான் தோணறது" என்பாள்.

பாவுவுக்குக் கதைகள் குறைந்துகொண்டே வந்த காலகட்டத்தில் வெங்கடேசுவரன்தான் கஷ்டம் தெரியாமல் பாவு குடும்பத்திற்கு நிறைய உதவிகள் செய்துவந்தான். விஜயா பி.காம் பாஸ் பண்ணியதும் உடனே விஜயா பாங்க்கில் அவளுக்கு வேலை கிடைத்தது. விஜயா உயரம் குறைவாக இருந்தாலும் நல்ல நிறத்துடன் நன்றாக இருப்பாள். நன்கு சீர் செனத்தியுடன் பெரிதாகக் கல்யாணம் பண்ணினான் வெங்கிடேசுவரன். பந்தல் எல்லாம் ரொம்ப அழகாகக் கலை நயத்துடன் போட்டிருந்தார்கள். அந்தக் காலத்தில் பணத்தைப் பொருத்து கலை நயந்துடன் வெகு அழகாகப் பந்தல் போடக்கூடியவர்கள் நிறைய பேர் இருந்தார்கள். மதுரையில் விஜயாவின் நிச்சயதார்த்தத்திற்கு பாவு என்னையும் டாக்ஸியில் கூட்டிச்சென்றாள். மதுரைதான் விஜயாவின் கணவருக்கு ஊர். கல்யாணத்தில் பாவு பெண் ஸ்ரீமதியிடம் கல்யாணத்திற்கு வந்திருந்த பையன்கள் எல்லாம் சிரித்து சிரித்துப் பேசினார்களாம். அவளும் ரொம்பவே ஜாலியாகப் பேசிக்கொண்டிருந்தாளாம். ஸ்ரீமதி டீன் ஏஜ் பெண். பார்க்க 'ஸ்லிம்'மாக உயரமாக லட்சணமாக இருப்பாள். நிறம்தான் கொஞ்சம் குறைவு. ஸ்ரீமதி சிரித்தாலே ரொம்ப ரொம்ப அழகாக இருக்கும். முத்துக்கோர்த்ததுபோல் அழகானப் பல் வரிசை. ஸ்ரீமதி பையன்களிடம் சிரித்துப் பேசியதில் எந்தத் தவறும் இருப்பதாக எனக்குத் தெரியவில்லை. "இந்த வயதில் இதெல்லாம் சகஜம். கல்யாணமாகாத

இளம் பெண்களுக்கும் பையன்களுக்கும் பேசிக்கொள்வது, பார்த்துக்கொள்வது போன்றவற்றில் ஆசையிருக்கத்தான் செய்யும். அதிலும் பையன்களுக்கு அதிகமாகவே இருக்கும்" என்று நான் சொன்னதைக் கேட்டு அப்படிப் பேசிய அந்த இரு மாமிகளுக்கும் ரசிக்கவே இல்லை. "ஆமாண்டியம்மா, எல்லாம் கலிகாலம். அம்மாவைப்போலத்தானே பொண்ணும் இருப்பா? பாவு உன் தோழியாச்சே. அவகிட்ட போய் நாங்க இப்படிச் சொன்னோம். அப்படிச் சொன்னோம்னு சொல்லி வைக்காதே" என்று சொல்லிவிட்டுப் போனார்கள். அவர்களிடம் நேரில் இதற்குப் பதில் சொல்லாவிட்டாலும், இவர்களைப் போன்றவர்கள் பாவுவை நேரில் பார்க்கும் போது என்னமாகக் குழைந்து, குழைந்து தேனொழுகப் பேசுகிறார்கள்? "பத்மாவதி உன் கதையும், பாட்டும் அற்புதமாகயிருக்கு. நீ கதை பண்ணற போது அந்த சுரசுவதி தேவியே நேரில் வந்தாப்போலே இருக்கு" அப்படி இப்படி என்று பிரமாதாமாகப் புகழ்வார்கள்.

புராணக் கதைகள் எல்லாமே பெண்களைப் பல விதத்திலும் அடிமைப்படுத்தும் கதைகளாகவே இருக்கும். புராணங்கள் எல்லாம் கற்பனைகள் என்று இவர்கள் நினைக்கவில்லையே? அதைக் கேட்டால் ஜென்ம சாபல்யம் அடையலாம் என்றல்லவா இவர்கள் நினைக்கின்றார்கள்? பாவு இவர்கள் புகழ்ச்சியைக் கேட்டு உச்சி குளிர்ந்துவிடுவாள். ஊரில் எல்லார் வீட்டு விசேஷங்களுக்கும் அவளைத் தவறாமல் கூப்பிடுவார்கள். அது மட்டுமா? ஹரி கதை மூலம் நாகர்கோவிலில் பிரபலமானவளாக ஒரு காலகட்டத்தில் இருந்துவந்தாள்.

பாவுவுக்கு வருமானம் குறைந்துகொண்டே வந்தாலும், அதிகம் கஷ்டம் தெரியாமல் விஜயா அமெரிக்காவிலிருந்து அடிக்கடி டாலர் 50, 100 என்று அனுப்பிக்கொண்டிருந்தாள். ஸ்ரீமதியும் B.Com. பாஸ் பண்ணினதும் விஜயா போல் விஜயா பாங்க்கில் வேலைக்குச் சேர்ந்துவிட்டாள். பாவுவுக்குக் கதைகள் வருவது முழுமையாக நின்றதும், கொஞ்ச நாட்கள் பாட்டுக் கச்சேரி செய்யத் தொடங்கினாள். அவளுக்கு கமகம், பிருகாக்கள் எல்லாம் நன்றாக வரும். தாள நிச்சயமும் உண்டு. ஆனால் பாட்டிற்கு உயிர்நாடியான சுருதி அவ்வப்போது விலகும். அதுவும் மேல் ஸ்தாயியில் அதிகமாகவே சுருதி போகும். இதற்குக் காரணம் அவள் சரியான குருவிடம் சங்கீதம் கற்றுகொள்ளாத தாகக் கூடயிருக்கலாம். பாவுவுக்குத் தன் பிள்ளையால் எந்தப் பிரயோசனமும் இல்லை. அவனும் B.Com. பாஸ் பண்ணியிருக் கிறான். அவனை ரொம்பக் கஷ்டப்பட்டுத்தான் படிக்க வைத்தாள். அவன் மனைவி தங்கமானவள். அவள்தான் சம்பாதிக்கிறாள். கணவனே கண்கண்ட தெய்வம்போல்

அவள் செயல்பட்டுக் கொண்டிருக்கிறாள். காதல் கல்யாணம். கணேசன் (பாவு பிள்ளையின பெயர்) பிள்ளையும், பெண்ணும் நன்கு படிக்கின்றார்கள். மூத்தவன் இஞ்ஜினீயரிங் படிக்கிறான். இரண்டாவதாகப் பிறந்த பெண் என்ன படிக்கிறாள் என்பது எனக்குத் தெரியவில்லை. அவள் படிக்கும் ஸ்கூல் நல்ல ஸ்கூல் என்பது மட்டும் தெரியும். பாவு பற்றி இன்னும் எவ்வளவோ சொல்லிக்கொண்டே போகலாம். அதற்கான உடல்நிலை எனக்கு இல்லை. என்னைப் பற்றி எழுத இன்னும் நிறையப் பாக்கியிருக்கு. கூடியதும் சுருக்கமாகவாவது எழுதித்தான் தீரணும்.

மாமா ராமன் தன் 88 வயதில் இறந்து போனார். விஜயா டாலர் அனுப்பியது தவிர ராமவர்மபுரத்திற்கு வக்கீல், டாக்டர் தொழிலதிபர்கள் என்று பெரும் பணக்கார வீடுகளில் பாட்டு ட்யூஷன் எடுத்து வந்தாள் பாவு. காலை 10 மணிக்குப் போனால் சாயங்காலமாகத்தான் வீட்டிற்கு வருவாள். அதில் அவளுக்கு மாதத்திற்கு 1000 ரூபாய்வரை கிடைத்து வந்ததென்று நினைக்கிறேன். பிரபலமான பாடகி இல்லையே? அதனால் குறைவாகத்தான் பணம் கொடுப்பார்கள். போகும் இடங்களில் பிஸ்கட்டு, காப்பி, டிபன் என்று கிடைக்கும். அவள் போகும் இடங்களில் எல்லாம் அவளை மதித்து அன்பாகப் பழகுவார்களாம். கடைசியில் பாவு சுகமில்லாமல் ஒரு மாதம் கிடப்பில் ஆகிவிட்டது. அப்போதும்கூட 'பெட்பான்' வைக்க வேண்டிய நிலை வராமல் அவளே போய்வந்துகொண்டிருந்தாள். அவுளுக்கு வந்த நோய் கான்சர். லேசான கழுத்து வலியில் ஆரம்பித்து, அது போக போக பொறுக்க முடியாத வலியாகிவிட்டது. ஸ்கான் எடுத்ததில் கான்சர் என்று தெரியவந்தது. கான்சருக்கு என்று நாகர்கோவிலிலிருந்து 10 மைல் தூரத்திலிருக்கும் நெய்யூர் மருத்துவமனையில் (மிகவும் பழைமையானது) சேர்த்தார்கள். அவளுக்குச் சுகமில்லாததை அறிந்து சென்னையில் வேலையாக இருந்த அவள் தங்கையின் மகன் ரவியும், (கிட்டத்தட்ட விஜயாவுக்கும் அவனுக்கும் 15 வயது வித்தியாசமிருக்கும்) கோவாவிலிருந்து பெண் ஸ்ரீமதியும் வந்திருந்தார்கள். தங்கையின் பிள்ளை அவளிடம் மிகவும் அன்பாக இருப்பான். தங்கமான பையன். அப்போது பாவுவுக்கு பணம் கொடுத்து வந்திருக்கான். இதெல்லாம் நான் திருவனந்தபுரத் திற்குத் தம்பி வீட்டிற்குப் போயிருந்தபோது நடந்த விஷயங்கள். திருவனந்தபுரத்திலிருந்து நான் தம்பி கணபதியுடன் வடிவீசுவரம் வந்தபோது அவளுக்கு வந்த நோய் கான்சர் என்று தெரிந்தபோது எனக்கு ஒரே அதிர்ச்சியாக இருந்தது. கணபதிக்கு பாவுவை நன்கு பழக்கமுள்ளதால் முதலில் அவன் போய் பார்த்துவந்தான் அவளை. "இப்போ எனக்கு வலி நன்னா குறைஞ்சிருக்கு. இன்னும் ரேடியேஷன் 4-5 ரேடியேஷன் கொடுக்கணுமாம்.

சீக்கிரம் குணமாகிடும்னு டாக்டர் சொன்னார்" என்று சொல்லியிருக்கிறாள் அவனிடம். "அவள் சொல்லறதைப் பாத்தா அந்த வியாதியின் பயங்கரம் தெரியவில்லைன்னுதான் தெரியறது. எப்படியோ அவள் குணமாகி வீட்டுக்கு வரட்டும்" என்றான். பின் நான் போய்ப் பார்த்தபோதும் அவள் "இப்போ நல்லா தேவலை. ரேடியேஷன் கொடுக்க வேண்டிய மிஷின் ரிப்பேராகிவிட்டதாம். அதனாலே நாளைக்குக் கொடுப்பாளாம்" என்றாள். அவள் சொன்னதைக் கேட்டு என்னுடன் வந்திருந்த வைத்தியநாதன் (வள்ளியும் வந்திருந்தாள்) "ஒரு முக்கியமான மிஷின் ரிப்பேரானா அதை உடனடியாக ரிப்பேர் செய்யவோ அதுக்குப் பதிலாக வேறு மிஷினுக்கு ஏற்பாடு செய்யவோ வேண்டாமா? இவ்வளவு மோசமாகவா ஒரு ஆசுபத்திரியிருக்கும்?" என்று பொரிந்துகொட்டினான். அவன் சொன்னது முற்றிலும் சரி என்று எனக்குத் தோன்றியது. பாவு பார்ப்பதற்குத் தெளிவாகவும், அமைதியாகவும் இருந்தாள். அவளுக்கு உதவியாகத் தங்கை குட்டிதான் இருந்தாள். இடையில் ஸ்ரீமதி "அம்மா எப்படியிருக்கா நீங்கள் பாத்து சொல்லுங்கோ. நானும், இவரும் வந்து கூட்டிண்டு வந்து இங்கே வெச்சு பாத்துக்கறோம்" என்று போனில் சொன்னாள். "நான் நாலு நாளைக்கு முன்னால் பாத்துட்டு வந்தேன். அவள் குணமாகிண்டுவரா எதுக்கும் நீ சொன்னதை எல்லாம் டிரைவர் செட்டியாரிடம் சொல்லி பாத்துண்டு வரச் சொல்லறேன்" என்று கூறி, செட்டியாரிடம் விஷயத்தை எல்லாம் சொல்லி, பார்த்துவரச் சொன்னேன். அவர் போய்ப் பார்த்துவிட்டு பெண் சொன்னதை எல்லாம் சொன்னாராம். "'எனக்கு இப்போ நல்லா தேவலை. கூடிய சீக்கிரம் டிஸ்சார்ஜு ஆயுடுவேன். அதனாலே அவா யாரும் அவசரப்பட்டுண்டு வரவேண்டாம்'னு அம்மா சொன்னாங்க" என்று செட்டியார் பாவுவிடம் கேட்டு வந்து சொன்னதை நான் ஸ்ரீமதியிடம் போனில் சொன்னேன். நான் பேசி ஒரு வாரத்திற்குள் பாவு கடும் ஹார்ட்டு அட்டாக் வந்து இறந்துவிட்டாள். இரவு 3 மணியானதால் அவள் தங்கை மட்டுமே அவள் பக்கத்தில் இருந்தாள். கோவாவிலிருந்து பெண்ணும், மாப்பிள்ளை கண்ணனும், சென்னையிலிருந்து பிள்ளை ரவியும் வந்தார்கள். அவளின் கடைசி யாத்திரைக்கு நிறைய பேர் வந்திருந்தனர். என் தம்பி கணபதியும் (என் கண் ஆப்பரேஷனுக்காக வந்திருந்தான்) போனான். கண் ஆப்பரேஷன் முடிந்து அன்றுதான் நான் வந்திருந்ததால் எனக்குப் போக முடியவில்லை. ஒரு கண் திருநெல்வேலி அரவிந்த ஆசுபத்திரியில் ஆபரேஷன் ஆயிற்று. அந்தக் கண்ணைத் திறந்தால் ஒரே வெளிச்சம்தான் தெரிந்தது. நாள் செல்ல செல்லத்தான் சரியாயிற்று. இரண்டாவது கண் மெட்ராஸில் ஆப்பரேஷன் பண்ணியது. அந்தக் கண் எந்தக்

கோளாறும் கொடுக்கவில்லை. பாவு இறந்தது எனக்கு ரொம்பவே வருத்தமாக இருந்தது. அந்தப் பாதிப்பு உள்ளூர பல நாட்கள் ஒவ்வொன்றையும் நினைத்து நினைத்து வேதனையில் ஆழ்த்தியது. என்னை விடச் சின்னவளான அத்தியந்தத் தோழி போய் இப்போது 8 வருஷமிருக்கும். வியாதியால் அவள் வருஷக்கணக்கில் கிடக்காமல் போனதும் ஒரு விதத்தில் நல்லதுதான் என்று சமாதானப்பட்டுக்கொள்கிறேன். கூடியவரை பத்மாவதி பற்றி சுருக்கமாகத்தான் எழுதியிருக்கிறேன். இப்போது எல்லாம் எழுதுவது எனக்கு மிகவும் கஷ்மான காரியம்தான். இருந்தாலும் எழுதுவது எனக்கு ரொம்பப் பிடித்தமான விஷயம். இப்போது ரொம்பவே முடியவில்லை. எப்படியாவது தொடங்கினதை முடித்தே தீர வேண்டுமென்று நினைக்கிறேன். இனிமேல் என் விஷயத்திற்கு வருகிறேன்.

பள்ளத் தெரு பகவதி

அடுத்த தெருவில் இருக்கும் பகவதி சீதையின் சிநேகிதி, ஆனால் இருவருக்கும் இடையே 20 வயது வித்தியாசம் இருக்கும். அவர்கள் சேர்ந்தே எல்லா இடங்களுக்கும் போவார்கள். தோழிகள்போல் எல்லா விஷயங்களையும் பகிர்ந்து கொள்வார்கள். சீதை மாமிக்குக் கட்டுப்பட்டு நடந்துவந்த பள்ளத் தெரு மாமிகள் நாளடைவில் பகவதியின் சொல்லுக்குக் கட்டுப்பட்டுச் செயல்பட்டார்கள். பள்ளத் தெரு மாமிகளை எல்லாம் சேர்த்து அம்பாள் மண்டலி என்ற பெயரில் ஒரு குழுவை ஆரம்பித்துவைத்தாள் பகவதி. தளவாய் தெரு, பெரிய தெரு மாமிகள் சிலரும் மண்டலியில் சேர்ந்தார்கள். நவராத்திரியின் போது குழுவைச் சேர்ந்தவர்கள் 10 மணிக்கு மேல் கோவிலுக்குப் போய் அழகம்மனுக்கு அபிஷேகம் அர்ச்சனை எல்லாம் பிரமாதமாக நடத்துவார்கள். ஸ்லோகம் சொல்லுவார்கள். பாடவும் செய்வார்கள். பாட்டுத்தான் கேட்கும்படியாக இருக்காது எனக்கு. அப்படிச் சொன்னால்தான் சரியாக இருக்கும். சுருதி பற்றி அவர்களுக்கு கவலையே கிடையாது. பாட்டிற்கு உயிர்நாடி சுருதி என்று அவர்களில் யாருக்கேனும் தெரியுமோ என்னவோ? நவராத்திரியின் போது பிராமணர்கள் அல்லாதவர்கள் பலர் புடவை, பாவாடை, ரவிக்கைத் துண்டு போன்றவைகளைத் தலைவியிடம் (பகவதி) கொடுத்து “யாருக்கு வேண்டுமானாலும் கொடுத்துக்கொள்ளுங்கள்” என்பார்களாம். பகவதி ஜாதி வித்தியாசம் பார்க்க மாட்டாள். அடிக்கடி பண்டிகைகள் வரும்போதெல்லாம் (எல்லாமே

கடவுள் சம்மந்தப்பட்டதாகவே இருக்கும்) மண்டலி குழுக்கள் அம்பாளுக்கு அர்ச்சனை, அபிஷேகங்கள் செய்யச்சொல்லி அதற்கானப் பணத்தையும் கொடுப்பார்கள். ஆனால் நைவேத்தியம் பண்ணுவதற்கான பொங்கல், பாயசம், கொழுக்கட்டை, பஞ்சாமிர்தம், சுண்டல் போன்றவைகள் செய்வது மண்டலி குழுவினர். பகவதி அடுப்புப் பக்கமே போக மாட்டாள். அவள் வீட்டில் சமையலுக்கு காலம் காலமாக ஆள் உண்டு. பகவதி மற்றவர்களுக்குத்தான் அதைச் செய், இதைச் செய் என்று ஆர்டர் போடுவாள். ஆனால் கடைக்குச் சென்று சாமான்கள் எல்லாம் வாங்கி வருவாள். “கடைக்குப் போவது” என்றால் நிறையச் சாமான்கள் வாங்குவது என்று இல்லை அர்த்தம். சீதையும், அவளும் சேர்ந்தே பலமுறை கடைக்குப் போய்வந்திருக்கிறார்கள். சீதை மாமி செய்வதுபோல் நைவேத்தியத்திற்குச் செய்யும் பதார்த்தங்கள் எல்லாம் ரொம்பச் சுமாராக இருக்கும். அததுக்குப் போடவேண்டிய சாமான்களை (வெல்லம், நெய், முந்திரிப்பருப்பு, ஏலக்காய் ஆகியவை) சரியாகப் போட மாட்டார்கள். சுவாமி ஒரு துரும்பைக்கூடச் சாப்பிடமாட்டார் என்பதால் இதற்கு அதிகம் செலவு செய்ய வேண்டாமென்று நினைக்கிறார்களோ என்னவோ என்று எனக்குத் தோன்றும். பகவதி நடத்தி வந்த கோவில் சம்பந்தப்பட்ட எதிலும் நான் கலந்துகொண்டதில்லை. அந்தந்த நாளில் விசேஷ தினங்களில் – முக்கியமாக நவராத்திரி, திருகார்த்திகை, ஆடிச் செவ்வாய் போன்ற தினங்களில் – கோவிலுக்குப் போவேன். இரண்டு மூன்று தடவை மதியம் (12 மணி) மண்டலி பெண்மணிகள் என்னவெல்லாம் செய்கிறார்கள் என்று பார்ப்பதற்காகப் போனபோது பெண்கள் (அந்தக் கூட்டத்தில் முக்காலும் இளமையானவர்கள்தான்) பாடிக்கொண்டிருந்தனர். பகவதி மட்டும் அதில் கலந்துகொள்ளாமல் அங்கும் இங்கும் போய்வந்துகொண்டிருந்தாள். நைவேத்தியங்களைக்கூட மற்றப் பெண்கள்தான் வினியோகம் செய்தார்கள்.

வேறு எதையேனும் கண்டுபிடித்தார்களோ இல்லையோ இந்தியர்கள், சாப்பாட்டு விஷயத்தில் நம்மவர்களை வேறு எந்த நாட்டினரும் மிஞ்ச முடியாதென்றே எனக்குத் தோன்றுகிறது. வருஷம் பூராவும் சிறிதும், பெரிதுமாக (எல்லாம் தெய்வம் சம்பந்தப்பட்டதாகவே இருக்கும்) வந்துகொண்டேயிருக்கும். இந்து மதத்தில் பிராமணர்கள் அல்லாதவர்களுக்கான சடங்குகளும் மிக அதிகம். குழந்தைக்குக் காது குத்தல், பேரிடுதல், தாலிக்குப் பொன்னுருக்கு, தாலி பிரித்தல் மற்றும் பலது உண்டு. முக்கியமான ஒரு சடங்கு பெண் வயதுக்கு வந்தால் பரம ஏழை கூட கூடியதும் பெரிதாக நடத்துவார்கள். ஆனால் ஒன்று; செலவுக்குத் தகுந்த மாதிரி வரவும் உண்டு. பிராமணர்களும் மற்ற ஜாதியினர் போல்

ரொம்பப் பிரமாதப்படுத்தாவிட்டாலும், தெரண்டூளி என்ற பெயரில் பெண் முழுமை அடைந்ததற்கு அடையாளமாகக் கொண்டாடுவார்கள். தெரண்டூளி பற்றி முதல் பாகத்தில் கொஞ்சம் விரிவாக எழுதியிருக்கிறேன். பகவதி எல்லார் வீட்டுக்கும் (எந்த ஜாதியாக இருந்தாலும்) போவாள். பகவதியின் பக்தி எல்லாம் உண்மையான பக்தியாக எனக்குத் தோன்றாது. இப்படி எல்லாவற்றிக்கும் நம்பிக்கை வைத்திருப்பவள் தன் கணவன் விஷயத்தில் மட்டும் ரொம்பவும் அலட்சியமாக நடந்துகொள்வாள். அவள் கணவர் சுந்தரம் ஒரு வேலையிலும் ஸ்திரமாக இருக்கமாட்டார். பின் அவர் வேலயே பாக்கவில்லை. அதனால் பகவதிக்கு அவர் மீது அன்பு, மதிப்பு, மரியாதை ஏதும் இல்லாமல் போயிற்று. அவள் பிறந்த வீட்டு உதவியால்தான் தன் இரண்டு பிள்ளைகளையும், ஒரே பெண்ணையும் படிக்க வைத்தாள். பகவதியின் பெண் பல ஆண்டுகளாக அமெரிக்காவின் இருக்கிறாள். அவர் பெண், பிள்ளைகள் எல்லோரும் அவருக்குப் பணம் அனுப்பிக்கொண்டிருந்தார்கள். சுந்தரம் கால் முறிந்து படுக்கையில் கிடந்தபோது கூட பகவதி ஒரே முறை சென்று பார்த்ததோடு சரி. முழுக்க முழுக்க அவரை வேலையாள்தான் கவனித்துக்கொண்டான். பகவதியின் சொந்த வீட்டில் (பெற்றோரின் வீடு) மாடியில் அவர் வசித்துவந்தார். சமையல்காரி இருந்ததால் அவருக்குச் சாப்பாடு, காப்பி எல்லாம் கொண்டுகொடுப்பாள். அல்லது கீழே வந்து சாப்பிட்டுவிட்டுப் போவார். மாடியிலும் எல்லா வசதிகளும் உண்டு. கணவன் மனைவி பேசிக்கொள்வதே கிடையாது. பகவதி நிறைய மருந்துகள் சாப்பிடுவாள். அவளுக்கு 'ஹார்ட்'டு 'வீக்கு'. 'ப்ரஷர்', 'எக்ஸீமா' போன்ற நோய்கள் உண்டு. அவள் வீட்டு வேலைகள் ஏதும் செய்யாவிட்டாலும் தெருவில் யாருக்கேனும் திடீரென்று உடம்புக்கு வந்தால் ('ஹார்ட்டு அட்டாக்', 'ப்ரஷர்', 'ப்ராக்சர்' போன்றவை) எந்நேரமானாலும் அந்த வீட்டிற்குச் சென்று நோயாளி ஆசுபத்திரிக்குப் போகும்வரை கூடவேயிருந்து வேண்டிய 'ஹெல்ப்'பெல்லாம் செய்வாள். சில முதல் உதவிகள் கூட செய்வாள். அப்படிப்பட்டவள் தன் கணவரை மட்டும் (இரண்டு முறை கீழே விழுந்து கால் 'ப்ராக்சர்' ஆனபோது) சுகமில்லாதபோது தனக்கு அதில் எந்த சம்பந்தமும் இல்லை என்பதுபோல் நடந்து கொண்டாளே என்று எனக்கு ஆச்சரியமாக இருக்கும். மற்றவர்களுக்கும் அப்படித்தான் இருக்குமென்று நினைக்கிறேன். பகவதியும், அவள் கணவரும் இப்போது உயிரோடு இல்லை. பகவதி இரண்டு வருஷம் நடக்க முடியாமல் கிடந்து இறந்துபோனாள். அவர் போய் ஐந்து வருஷம் இருக்கும். அவருக்கு ஒன்றுமே செய்யவில்லை. அவர் ரொம்ப நல்லவர். அதனால் அவருக்கு நல்ல மரணம் கிடைத்தது என்று

சொல்ல மாட்டேன். உலகத்திலே நல்லவர்கள், கெட்டவர்கள் என்று எதுவும் கணக்குப்பார்த்து நடப்பதில்லை.

பகவதி விருப்பத்துடன் செய்யக்கூடிய மற்றொரு காரியம் சாக்கு நூல், கம்பளி நூல், முத்து (சாதா), பாசி போன்றவற்றால் நிறையப் பைகள் தயாரிப்பாள். எல்லாம் வெகு நேர்த்தியாக இருக்கும். இதெல்லாம் விற்பனை செய்தாளா என்று தெரியவில்லை. வீட்டில் குங்குமம் தயாரித்து விற்பதுடன் வெளியூர் சென்று சின்னாளம் பட்டி (ஒரு காலத்தில் அந்தப் புடவை பிரபலமாக இருந்தது) புடவைகள் எடுத்துவந்து விற்கவும் செய்து வந்தாள். இப்படிப் பல திறமைகள் அவளிடம் உண்டு. பகவதி பற்றி இவ்வளவு எழுதவேண்டும் என்று நினைக்கவில்லை. வடிவீசுவரத்தில் பகவதி பிரபலமானவள் என்பதால் கொஞ்சம் விரிவாக எழுதவேண்டிவந்தது. பகவதி வீட்டு விசேஷங்கள் எல்லாவற்றிற்கும் நான் போயிருக்கிறேன். அதுபோல் அவளும் வருவாள். என் பிள்ளை அம்பியின் பூணூலின் போது அவள் வந்தாளா என்று தெரியவில்லை. ஒருவேளை பார்ட்டிக்கு வந்துவிட்டு சீதை மாமிதானே முக்கியமானவள் என்று கருதி அங்கிருந்தே போய் விட்டாளோ என்னவோ?

சிதம்பரத்துடன் மனம்விட்டுப் பேச்சு

ஒரு மட்டிற்கும் சிதம்பரம் (அப்படித்தான் என் கணவரை அவர் சினேகிதர்கள், உற்றார், உறவினர்கள் கூப்பிடுவார்கள்) தன் 35வது வயதில் சம்பாதிக்க ஆரம்பித்தார். அதற்குக் காரணம் மாமானார்தான். மூன்று பேர் சேர்ந்து ஷேர் மார்க்கட்டு ஆரம்பித்தார்கள். அதற்கு மூலகாரணமாக இருந்தவர் சிதம்பரம்தான். அதற்குப் பதினாயிரம் ரூபாய் இவர்கள் பங்காக மாமனாரைக் கொடுக்கவைத்தார். அவரும் நிறைய சம்பாதிக்கலாம் (அப்போது அவருக்கு வக்கீல் தொழிலில் வருமானம் குறைந்துகொண்டே வந்தது) என்று பணத்தைக் கொடுத்தார். அப்போது எனக்கு ஷேர் மார்க்கட்டு பற்றி ஒன்றுமே தெரியாது. கொஞ்ச நாளிலேயே அதில் நஷ்டம் வந்துவிட்டது. ஏற்கனவே அடிக்கடி "'மோஷன்' போகலை, தூக்கம் வரலை" என்று ஒரு நோயாளிபோல் ஆகிவிடுவார் மாமனார். அதற்காகப் பல சிகிச்சைகள் நடக்கும். தன்னையும் கஷ்டப்படுத்திக்கொண்டு, பிறரையும் கஷ்டப்படுத்துவார். அந்த ஷேர் நஷ்டத்தால் அவர் இடிந்துபோய்விட்டார். "உன்னால்தான் எனக்கு இந்த நஷ்டம் வந்தது. பதினாயிரம் ரூபாயைச் சம்பாதிப்பது லேசான காரியமா?" அவர் சொன்னதிலும் தப்பில்லை என்று எனக்குத் தோன்றியது. அந்தக் காலத்தில் பதினாயிரம் ரூபாய் என்பது பெரிய தொகைதான். அதிலிருந்து கோர்ட்டுக்குப் போவதை நிறுத்திவிட்டார். அப்படியே போனாலும் சரியாகக் 'கேஸி'ல்

கவனம் செலுத்தமாட்டார். பின் அவர் 'கேஸ்'களை எல்லாம் பிள்ளைதான் ஏற்று நடத்தத் தொடங்கினார். ஆரம்பத்தில் இவரிடம் 'கேஸ்'கள் கொடுக்கத் தயங்கியவர்கள் எல்லாம் போக போக இவரின் வாதத் திறமையைக் கண்டு இவரிடம் வரத் தொடங்கினர். 'கேஸ்'கள் நாளுக்குநாள் அதிகரித்தன. நாகர்கோவிலில் ஏதோ ஒரு தியேட்டரில் (சரியாக ஞாபகமில்லை) ஒரு படத்தைப் போட தடை விதித்தார்கள். அது விஷயமாகத் தியேட்டர் உரிமையாளர்கள் சிதம்பரத்திடம் வந்து, "நீங்கதான் இந்தத் தடை உத்தரவை நீக்க ஏதேனும் வழி செய்யணும். இன்றே அந்தப் படம் போட்டாகணும். இல்லையானால் எங்களுக்கு பெரும் நஷ்டம் வரும்" என்றெல்லாம் சொன்னார்கள். எப்படியோ தெரியவில்லை, அந்தப் படம் அன்றே தியேட்டரில் ஓடியது. இவருக்கு மாலை எல்லாம் போட்டார்கள் தியேட்டர் உரிமையாளர்கள். அதிலிருந்து மேலும் இவர் பெயர் பிரலமாயிற்று. இந்தச் சம்பவம் நடந்தபோது இவருக்கு வருமானம் வரத் தொடங்கி ஒரு வருஷம் இருக்குமென்று நினைக்கிறேன். மாமனார் தன்னை முழு நோயாளியாக நினைத்துக்கொண்டு, "நான் இனிமேல் அதிகம் நாள் இருக்கமாட்டேன். 'மோஷன்' போகலை, தூக்கம் வரலை. நீ என்னைக் கவனிக்கமாட்டேங்கறாய். மலையா தொகை போயுடுத்து. என் சம்பாத்தியமும் அடியோடு நின்னாச்சு" என்றெல்லாம் பிள்ளையிடம் ஓயாமல் புலம்பிக்கொண்டிருப்பார். "நான் உனக்கு வேண்டிய மருந்துகள் எல்லாம் வாங்கித்தந்துகொண்டுதான் இருக்கிறேன். நீ இழந்த பணத்துக்கு மேலேயே சம்பாதிச்சுத் தந்துடறேன். ஆனா நீ ஓயாமல் சங்கடப்பட்டுண்டு, அழுதுகொண்டிருந்தா அது என்னை ரொம்பப் பாதிக்கும். 'கேஸ்' படிக்க முழுக் கவனம் செலுத்தமுடியாமல் போய்விடும். ஒன்று ரண்டு நாள் 'மோஷன்' போகலையானா ஒண்ணும் ஆயிடாது. தூக்கமும் கொஞ்சம் குறைஞ்சுட்டா ஒண்ணும் ஆகாது. மனசை சமாதானமாக வெச்சுக்கணம். நீ சந்தோஷமாக இருந்தால்தான் என்னால் வேலையில் கவனம் செலுத்த முடியும்" என்றெல்லாம் அப்பாவுக்குப் பிள்ளை உபதேசம் செய்வார். அவருக்குத் தூக்கம் வரவில்லை என்றால் அடிக்கடி இவரைக் கூப்பிட்டுக்கொண்டே யிருப்பார். இவருக்கு வருமானம் அதிகரிக்க அதிகரிக்க வீட்டுச் செலவு முழுவதும் இவரே ஏற்றுகொண்டார். வருஷத்தில் நெல் விற்றப் பணம் 2000 ரூபாய்தான் கிடைக்கும். மாமனாருக்கு மாதம் டானிக்கு மருந்துகள், டாக்டர் பீஸ் என்று அதற்கு மட்டுமே மாதம் 200 ரூபாய்க்கு குறையாமல் செலவாகும். அந்த ரூபாயை மாமனார் இவரிடம் செலவுக்கு எடுத்துக்கொள்ளச் சொன்னார். அதை இவர் எடுத்துக்கொள்ளாமல் அவர் பேரிலியே பாங்க்கில் போடுவதாகச் சொன்னார். ஏதோ ஒரு சந்தர்பத்தில் "என்னை

விட நீதான் பாயிண்டு எல்லாம் எடுத்துப் பேசறயாம். உனக்கு ரொம்பப் பேராம். அதைக் கேக்க எனக்கு சந்தோஷமாயிருக்கு. ஒரு விதத்தில் எனக்குச் சுகமில்லாமல் ஆனது நல்லதுதான். உன் திறமை எல்லாருக்கும் தெரிஞ்சது. பொறுப்பும் வந்திருக்கு" என்றார் அப்பா பிள்ளையிடம்.

இவர் சம்பாதிக்க ஆரம்பித்தாயிற்று. இனிமேல் நமக்கு ஆசைப்பட்டவை வாங்கலாம் என்ற என் ஆசையில் மண் விழுந்தது. நான் 2 ரூபாய்க்கு ரவிக்கைத் துணி வாங்கினால் கூட ஏதோ ஆம்படையான் சம்பாதிப்பதை நான் அழிப்பதுபோல் மாமனார் கத்துவார். மொத்தத்தில் வீட்டில் தையல்காரன் வரக் கூடாது. தட்டானிடம் ஒரு நகையை அழித்துப் பண்ணக்கூடக் கொடுக்கக் கூடாது. துணி மணி ஏதும் வாங்கக் கூடாது. தீபாவளிக்கு ஒரு சாதா புடவையோ குழந்தைகளுக்கு ஏதேனும் துணி மணிகளோ வாங்கினால் அவர் வாயிலிருந்து வார்த்தைகள் அம்புபோல் தைக்கும். தீபாவளிக்கு 10 ரூபாய்க்கு பட்டாஸ் வாங்கினால் கூட அவரால் பொறுக்கமுடியாது. மற்ற இரு குழந்தைகளுக்கும்தான் லாக்டோஜன், கிளாக்ஸோ, பிஸ்கட்டு என்று ஏதும் கொடுக்கவில்லையே என்று அதெல்லாம் கொடுக்க வேண்டுமென்பதற்காகவே இவர் சம்பாதிக்கத் தொடங்கி நாலு வருஷத்தில் ஒரு குழந்தையைப் பெற்றுக்கொண்டேன். அதுதான் குமார். பிள்ளை, பெண் என்று நினைக்கவில்லை. ஏதோ ஒரு குழந்தை வேண்டுமென்று மட்டும்தான் நினைத்தேன். நான் ரொம்பவே கீழ் நிலையில் இருந்தது வந்ததால், அதுவும் களாக்ஸோ எல்லாம் விலை கூடின சாமான் ஆனதால் அதை நான் சிக்கனமாகவே உபயோகிப்பேன். பிஸ்கட்டும் அதுபோல்தான். மொத்தத்தில் 5 ரூபாய்க்கு ஒரு சாமான் வாங்கினால் கூட 500 ரூபாய்க்கு வாங்கினதுபோல் கத்துவார். நாள் செல்ல செல்ல அவர் வீட்டில் இருப்பதும் அதிகரித்தது. அதனால் வார்த்தைகளால் சதா வேதனைப்படுத்திக்கொண்டிருந்தார்.

முதன்முதலாக எனக்குக் கல்யாணமாகி 21 வருஷத்திற்குப்பின் தீபாவளிக்காக ஒரு பட்டுப் புடவை எடுத்தேன். அது கூட நானாக எடுக்கவேண்டுமென்று நினைக்கவில்லை. பாவு வந்து என்னிடம் "எனக்குத் தெரிந்தவர் வீட்டிலே யாரெல்லாமோ கேட்டதாலே திருநெல்வேலியிலிருந்து கொஞ்சம் புடவைகள் வாங்கி வந்திருக்கார். உனக்கும் ஒன்று சொல்லியிருக்கேன். பெரிய தெருவிலெதான் அவா வீடு. மாம்பழக் கலரிலே கொஞ்சம் அகல ஜரிகை போட்டப் புடவை 150 ரூபாய்தான். ரொம்ப நன்னாருக்கு. எனக்கும் உனக்குமாக 2 புடவை எடுத்துண்டு வரேன்" என்று சொன்னதைக் கேட்டு, "எனக்கு வேண்டாம் நான் அந்தப் புடவையைக் கட்டிண்டால் இந்த வீட்டில் பெரிய

ரகளை நடக்கும் மாமனாரால் அதைத் தாங்க முடியாது" என்றேன்.

"ரொம்பச் சாதாரண நிலையிலே இருக்கறவா கூட எடுத்திருக்கா. இப்பத்தான் சின்னண்ணா நிறையச் சம்பாதிக்கறார். இனிமே நீ இப்படிப் பயந்தாங்கொள்ளியா இருக்காதே. எத்தனை நாளைக்குத்தான் இவாளுக்கெல்லாம் பயந்து சாவாய்? நான் எடுத்துண்டு வரத்தான் போறேன்" என்று பாவு சொல்லிவிட்டுப் போனாள்.

அன்று ராத்திரி இவரிடம் நான் விஷயத்தைச் சொல்லிவிட்டு, "புடவையை வாங்கினாலும் அதைச் சந்தோஷமாக உடுத்திக் கொள்ள முடியாது. உங்கப்பா குடி முழுகிப்போனதுபோல் பாடாய்ப் படுத்துவாரே? நீங்க சம்பாதிச்சும் எனக்கு ஏதும் வாங்கிக்கொள்ள முடியலை. இந்த வீட்டில் இருக்கும் வரை எனக்குப் பழைய நிலைதான்" என்றேன். "நான் பணம்தான் தர முடியும். அண்ணாவிடம் வந்து நான் ஏதும் சொல்ல முடியாது. நீ யார் சொல்வதையும் வகை வைக்காமல் உனக்கு வேணுமென்கிறதைச் செய்துக்கணும்" என்றார்...

[இங்கே நிறுத்திவிட்டு யோசிக்க ஆரம்பித்தேன். வயது ஏற ஏறச் சிலருக்கு ஆரம்ப காலங்களில் இல்லாத பல நம்பிக்கைகள் வந்துவிடுகின்றன. அதாவது கோவில் குளங்களுக்குப் போவது, பூஜை புனஸ்காரம் போன்றவை. சுருங்கச் சொன்னால் முன்னோர்களால் ஜாதிக்குத் தகுந்தவாறு எதெல்லாம் செய்தால் புண்ணியம் கிடைக்கும் என்று எழுதி வைத்திருக்கப்பட்டிருக்கிறதோ அவைகளில் எல்லாம் ஈடுபாடு உண்டாகிறது. என்னை பொருத்தமட்டில் முன்பிருந்த சில நம்பிக்கைகள் கூட இப்போது இல்லை என்றே சொல்வேன். எல்லாவற்றையும் சிந்தித்துப் பார்க்கிறேன். எல்லாமே பொய் என்றே எனக்குப்படுகிறது. எல்லாம் அவன் செயல் என்று சொல்வார்கள். நானும் இப்படி எழுத அவ்வாறு சொல்லிக் கொள்கிறேன். கடவுள் பேரில் செய்யப்பட்டிருக்கும் மூட நம்பிக்கைகள் என்றும் உண்மையான பக்தி ஆகாது. உண்மையான ஞானிகள் யாவரும் மனிதர்களுக்கு அறிவு என்று ஒன்றை கடவுள் கொடுத்திருக்கிறார். அதை உபயோகித்து செயல்பட வேண்டும் என்று சொல்லியிருக்கிறார்கள். இது மற்றவர்களுக்கு எப்படியிருந்தாலும். எனக்கு மிகவும் பிடித்தது. இதை எழுத பலத்தையும் நேரத்தையும் வீணாக்கி விட்டேனோ என்று தோன்றுகிறது. என் விஷயத்திற்கு வருகிறேன்.]

நாத்தனார்கள் ஓர்ப்படிகள் என்று யாருக்கும் இல்லாத கூட்டுக் குடும்ப உறவுகள் எனக்கு மட்டும் வந்துவிட்டதே என்று

நினைக்க வேண்டிய சம்பவங்கள் ஏதாவது ஒரு கட்டத்தில் வந்துகொண்டேயிருக்கின்றன. திடீரென்று ஒருநாள் அம்பிக்குப் பூணூல் போடலாம் என்று மாமனாரிடம் சொன்னார். மாமனாரும் உடனே "என்னால் இனிமேல் எதுவும் செய்ய முடியாது" என்றார். "நீ ஒரு பைசாகூடச் செலவு செய்ய வேண்டாம். நான் பார்த்துக் கொள்கிறேன்" என்றார் பிள்ளை. "உங்களுக்கு இதில் எல்லாம் நம்பிக்கை கிடையாதே?" என்று நான் கேட்டேன். "பெரிதாக நம்பிக்கை இல்லாவிட்டாலும் நான் இப்போ நன்றாகச் சம்பாதிக்கிறேன். ஏதானும் விசேஷம் நடத்தணும்னு தோணித்து. அப்போ அம்பிக்குப் பூணூல் போடலாமேன்னு தோணித்து" என்றார். "அப்படியா?" என்று மட்டும் சொன்னேன்.

பூணூல் விசேஷத்துக்கான தயாரிப்புகள் நடக்க ஆரம்பித்தன. அப்போது பூணூலுக்குக் கூப்பிடுவதற்காக முடுக்கு (திருவனந்தபுரம்) என்ற இடத்திற்கு குமாரையும் எடுத்துகொண்டு திருவனந்தபுரத்திற்குப் போனேன். வழியில் கரமனை வருவதால் என் பிறந்த வீட்டிற்குப் போனேன். மன்னியிடம் விஷயத்தைச் சொன்னதும் "நான் நல்ல நாளிலேயே தீராது என்றால்தான் உங்காத்துக்கு வருவேன். அப்பக்கூட உன் நாத்தனார் எங்கிட்ட முகம் கொடுத்துப் பேசமாட்டாள். நான் சபையில் வந்து நிக்கவா போகிறேன்? (கணவனை இழந்தவர்கள் எத்தனை வருஷமானாலும் சுப காரியங்களில் முன் வந்து நிற்க மாட்டார்கள். அதைத்தான் சபை என்று சொல்வார்கள்) உன் நாத்தனார் வந்து எல்லாம் செய்வாள்" என்று மன்னி சொன்னதற்கு "அண்ணா, (அப்பா) செத்து போய் 8 வருஷம் ஆகிறது. இனிமேலும் நீ இப்படி வீட்டுக்குள்ளயே அடைஞ்சு கிடக்க வேண்டாம். நீ வரத்தான் வேணும்" என்றேன்.

"உனக்கே உங்காத்திலே எதுவும் செய்ய சுதந்திரம் கிடையாது. உன் நாத்தனார் வெச்சதுதான் சட்டம். நல்ல நாளிலேயே (கணவனை இழந்தவள் அந்தக் காலத்தில் நடைப்பிணத்திற்கு சமானம்தான்) உங்காத்துக்கு வராதவள் இந்தக் கோலத்திலேயா வருவேன்?" என்றாள்.

மீண்டும் மீண்டும் இதைச் சொல்லத் தோன்றுகிறது. இந்த வாழ்க்கைச் சரிதத்தில் எத்தனை முறை சொல்லியிருக்கிறேனோ தெரியவில்லை. கணவனை இழந்த பெண்களுக்கு இந்து மதத்தைப் போல் வேறு ஒரு மதம் இதுபோன்ற கொடுமை இழைப்பதாகத் தெரியவில்லை. இப்போதும்கூட சினிமாவிலும் டி.வி. சீரியலிலும் கணவனை இழந்தவர்கள் வெள்ளைப் புடவையில்தான் காட்சியளிப்பார்கள். மன்னியின் களையான

முகத்தைப் பார்த்ததும் இந்தச் சமுதாயத்தின் மீது எனக்கு மிகவும் எரிச்சலாக வந்தது. கடந்த 7 வருஷங்களாக அவள் இப்படி மூளியாகத்தான் இருக்கிறாள். பார்த்துப் பழகிப்போன விஷயம்தான். கல்யாணம் போன்ற பல விசேஷ சுப காரியங்களில் விதவைகள் கலந்துகொள்ளக் கூடாது என்ற எண்ணம் வரும்போது என்னைப் போன்ற முற்போக்குவாதிகளுக்கு இந்த எண்ணம் வரத்தான் செய்யும். குருட்டு சாஸ்திரத்தில் (அப்படித்தான் மன்னி சொல்வாள்) மன்னிக்கு நம்பிக்கை கொஞ்சமும் கிடையாது. இருந்தும் இந்த கேடுகெட்ட சமுதாயத்திற்குப் பயந்து இந்தக் கோலத்திற்கு ஆளாக வேண்டி யிருந்தது. முன்பு இருந்ததற்கு இப்போதைய நிலை கொஞ்சம் தேவலை என்று சமாதானப்பட்டுக்கொள்ளலாம். கணவன் இறந்த 10ம் நாள் இரவு தலைமுடியை மழுங்க மழித்து வெள்ளைப் புடவையும் கட்டி, முக்காடும் போட்டுவிடுவார்கள். இதைச் செய்பவள் மற்றொரு விதவையானவள். அவள் நடுத்தர வயதானவளோ அல்லது வயதானவளோ ஆக இருக்கலாம்.

பிராமணர்கள் அல்லாதவர்களுக்கும் தலைமுடியை மழிக்க மாட்டார்களே தவிர மற்ற எல்லா அலங்கோலங்களும் உண்டு. அவர்களுக்குச் சடங்குகள் மிக அதிகம் உண்டு. இளம் வயதில் இறந்து போனால்கூட வயதானவர்கள் போல் எல்லா சடங்குகளையும் செய்வார்கள். வயது வித்தியாசம் பார்க்காமல் கணவனை இழந்தவளுக்குச் சொந்தக்காரர்கள் ஒருவர் பாக்கியில்லாமல் அந்த விதவைப் பெண் மேல் வெள்ளைப் புடவையைப் போடுவார்கள். பிராமணர்களில் பிறந்த வீட்டிலிருந்து ஒரு வெள்ளைப் புடவை எடுத்துக்கொடுப்பார்கள் என்று நினைக்கிறேன். இப்போதெல்லாம் ஒன்றிரண்டு கலர் புடவை எடுத்துக்கொடுக்கிறார்கள். சமீபத்தில்கூட ஒரு சீரியலில் பார்த்தேன். பெரும்பாலும் பிராமணர்கள் அல்லாத மற்ற ஜாதியினர்களைப் பற்றிய பழக்கவழக்கங்களை வைத்துத்தான் கதைகள் இருக்கும். ஜாதி வித்தியாசம் இருந்தாலும் அனேகமாகப் பழக்க வழக்கங்கள் ஒரே மாதிரிதான் இருக்கும். கணவன் இறந்து ஒரு மாதம் சென்று அந்த மத்திம வயதுப் பெண்மணிக்குச் சில அமங்கலிப் பெண்கள் (கணவன் இல்லாதவளை அப்படித்தான் சொல்வார்கள்) நிறையக் கண்ணாடி வளையல்களை அடுக்கி, தலை நிறையப் பூ வைத்துச் சிகப்புக் கலரில் பெரிதாகக் குங்குமப் பொட்டு வைத்து கழுத்து நிறைய நகைகள் அணிவித்து, கலர் புடவையும் (கலர் சரியாக ஞாபகமில்லை) உடுத்திக் கடைசியில் வளையல்களை உடைத்து, பொட்டு, பூ சகலத்தையும் எடுத்துப் போட்டுவிட்டு அந்தப் பெண்ணிற்கு வெள்ளைப் புடவையை உடுத்தி விட்டார்கள். அதோடு அன்றைய சீரியல் முடிந்தது. இந்த

கொடுமையான சம்பவம் என்னை மிகவும் வேதனைப்படுத்தியது. மறுநாள் சீரியலில் அந்த மாது வழக்கம்போல் தோன்றினாள்.

விதவைகளுக்காக இந்தச் சமுதாயம் விதித்திருக்கும் கொடுமையான செயல்களை ஒரு நாளாவது செய்தே தீரவேண்டும் என்று இந்த மனிதர்கள் – முக்கியமாகப் பெண்கள் – நினைக்கிறார்கள் என்றே சொல்ல வேண்டும். காலம் காலமாக ரத்தத்தில் ஊறிப்போன பழக்க வழக்கங்களை மனிதர்களால் லேசில் விட முடியாது. பிராமண சமுதாயத்தில் இதுபோல் ஊர் கூடி ஒரு விசேஷம்போல நடந்ததை நான் பார்த்ததில்லை. மற்றப் பெண்கள் எல்லோரும் இது போன்ற நிகழ்ச்சியைப் (மேலே சொன்னவைகள்) பார்த்து என்னைப்போல் வேதனை அடைந்திருக்க மாட்டார்கள். அதிலும் வயதான பெண்களுக்கு எந்த ஒரு சிந்தனையும் எழாது. அதை ஒரு வெகு சாதாரணமான விஷயமாகவே எடுத்துக்கொள்வார்கள். என்னதான் இந்தக் காலத்தில் பெண்கள் முன்னேற்றம் (அதுவும் நகரங்களில் மட்டும்தான்) அடைந்தாலும் பிரமாத நாகரிகமான வீடுகளிலே கூட விதவைகள் என்றால் சுப காரியங்களுக்கு அவளைக் கூப்பிட மாட்டார்கள். கல்யாண வீடுகளில் எல்லோருடனும் கணவன் இல்லாதவளும் உட்கார்ந்து கொண்டிருந்தால் இளம் பெண்களான நாகரீக நங்கைகள் கூட பொட்டு, பூ இல்லாவிட்டால் சந்தனம், குங்குமம், பூ போன்ற மங்களகர சாமான்கள் ஏதும் கொடுக்க மாட்டார்கள். இந்தக் காலத்தில் எல்லோருடனும் சமமாக உட்கார முடிகிறதே? அந்தக் காலத்தில் அமங்கலி ஒதுங்கித்தான் இருக்க வேண்டும். அப்படி இருந்த அந்தக் காலத்தில் “நான் (பூணூலுக்கு) வந்து சபையில் நிற்கப் போகிறேனா?” என்று மன்னி சொன்னது முற்றிலும் சரிதான் என்று எனக்குப் பட்டது.

அப்பா இறந்துபோய் 6 வருஷங்களுக்கு மேலாக மன்னியை இந்த மூளிக் கோலத்தில் நான் பார்த்து வந்தாலும், கொடுமையான விஷயங்கள் திடீர் என்று மனத்தில் வந்து வேதனைப்படுத்தும். மாசு மறுவற்ற வெண்மையான அந்த முகத்தில் வட்டமான அரக்குக் கலர் குங்குமப் பொட்டும் டாலடிக்கும் வைரத்தோடும் வைர ஒற்றைக்கல் மூக்குத்தியும் எத்தனை அழகாக இருக்கும்! இரண்டு ரூபாய் புள்ளிப் புடவையில் கூட அவள் நன்றாகவே இருந்தாள். அப்போதைய 56 (ஒரு உத்தேசம்தான்) வயதிலும் அவள் தொய்வில்லாமல் இருந்தாள். அவள் உடல்வாகு அப்படி. முடியும் நரைக்கவில்லை. எனக்குக் கூட சமீபத்தில்தான் முடி நரைக்கத் தொடங்கியிருக்கிறது. “சீக்கிரம் நாத்தனாராத்துக்கு போ. குழந்தையைத் தூக்கிண்டு போக வேண்டியிருக்கே? நடராஜனைக்

கொண்டு விட சொல்லறேன்" என்றாள் மன்னி. "அவன் வரும்வரை காத்துண்டிருக்க முடியாது. நானே போய்க்கறேன்" என்று சொல்லிவிட்டுக் குமாரைத் தூக்கிக்கொண்டு, குறுக்கு வழியாக நாத்தனார் வீட்டிற்கு போகும் போது குழந்தை இடுப்பில் இருந்ததால் அந்த ஏற்றத்தில் ஏறுவது ரொம்பக் கஷ்டமாக இருந்தது. திருவனந்தபுரத்தில் பல இடங்கள் ஏற்ற இறக்கமாகத்தான் இருக்கும்.

நான் ரொம்பச் சிரமத்தில் போய்க்கொண்டிருந்தபோது ஓர் இடத்தில் நாலைந்து பையன்கள் உட்கார்ந்து பேசிக்கொண் டிருந்தனர். "கொள்ளாம்" என்று சொன்னார்கள். 'யாரைச் சொல்லறதுகள்?' என்று திரும்பிப் பார்த்தேன். ஒருவரையும் காணவில்லை. 'நம்மையா சொல்லறதுகள்?' என்று நினைத்துக் கொண்டு விரைவாக நடக்கத் தொடங்கினேன். பின்னால் "அம்மை நில்" என்று ஒரு சப்தம் கேட்டது. பின்னால் ஒருவர் விரைவாக வந்துகொண்டிருந்தார். அவர் என் பக்கத்தில் வந்ததும், "நீ கேசவய்யர் பொண்தானே? அவரை எனக்கு நன்னாத் தெரியும். அந்தப் பையன்கள் சொல்லறதை நானும் கேட்டுண்டுதான் வந்தேன். இந்த ஊரில் இதெல்லாம் சகஜம்தான். பாக்க நன்னா இருந்தா போதும். கையில் குழந்தை இருக்கேன்னு கூட பாக்காது. நான் உன்னை எங்கே போகணுமோ அங்கே கொண்டுவிடறேன்" என்றார் அவர்.

"வீடு பக்கத்தில் வந்தாச்சு. நான் போய்க்கிறேன். நானும் உங்களை ஒண்ணு ரண்டு தடவை (அப்போது அவரின் வயது 50) பார்த்திருக்கேன். இதுவரை நீங்க கூட வந்தது ரொம்ப உபகாரம்" என்று நான் சொன்னதும், "இதெல்லாம் பெரிய விஷயமே இல்லை. எனக்குத் தெரிஞ்ச கேசவய்யர் பொண்ணுக்கு இதுகூட செய்ய வேண்டாமா. என்னோடு ரண்டாவது பொண் உன்னைப் போலே நன்னாருப்பள்" என்றுவிட்டு, திரும்பவும் அவர் "வீடு வரை வந்து உள்ளே கொண்டுவிடட்டுமா?" என்று கேட்டார்.

"வேண்டாம். நான் நிக்கறேனே இந்த வீட்டுக்கு அடுத்த ஆகம்தான் நான் போக வேண்டியது" என்றேன்.

"அந்தப் பையன்கள் சொன்னதை எல்லாம் மனசில் வெச்சுக்காதே" என்றுவிட்டுப் போனார்.

அவர் போனபின் 'அந்தப் பையன்கள் ஏதோ தகாத வார்த்தைகளை சொன்னதுபோல் அல்லவா இவர் பெரிதுபடுத்து கிறார்?' என்று நினத்தேன். என்னைப் பொருத்தமட்டில் அந்த

இளைஞர்கள் சொன்னது சந்தோஷத்தையே கொடுத்தது. நான் இன்னும் நல்லாயிருக்கிறேன். அதோடு இளம் பெண்ணாகவும் அவர்களுக்குத் தோன்றியிருக்கிறேன். இதை நினைத்து நான் மகிழ்ச்சியே அடைந்தேன்.

நாத்தி வீட்டிற்குள் நுழைந்ததும் என்னை வா என்று கூப்பிட்டாள். "அம்பிக்குப் பூணூல் வைத்திருக்கு. உங்களுக்கு லெட்டர் போட்டிருப்பதாக உங்க தம்பி சொன்னார். மன்னியிடமும், உங்களிடமும் சொல்லிவிட்டுப் போகலாம்னு வந்தேன். முன்கூட்டியே நீங்கள் (அப்போது உப்பளம் கிருஷ்ணய்யர் என்பவரிடம் திருவனந்தபுரத்தில் வேலை பார்த்துவந்தார் அத்திம்பேர்) வந்து எல்லாம் செய்து தரணும்" என்று நான் சொன்னதற்கு உடனே அவள் "உங்கம்மை வந்து எல்லாம் செய்வள். நான் என்னத்தை கண்டேன்? நான் பவிஷா இருக்கேனா?" என்றாள். அவள் அடிக்கடி இப்படிச் சொல்வது வழக்கம்.

"மன்னி வரவே மாட்டா. நல்ல நாளிலேயே உங்காத்துக்கு அவள் வந்தது அபூர்வம். அப்பா போனப்பறம் அவள் வெளியில் எங்கும் போகலை. அதுவும் சுப காரியங்களுக்குப் போகவே மாட்டா" என்று பதில் சொன்னேன்.

நான் என்ன சொல்லியும் "எல்லாம் வருவள்" என்று திரும்ப திரும்ப சொல்லிக்கொண்டிருந்தாள். பொறுக்க முடியாமல் அவள் கணவர் நடராஜன் "உனக்குப் போக வேண்டாமானால் நீ போக வேண்டாம். உன் துர்புத்தியைக் காட்டாதே. எவ்வளவு தடவைதான் 'உங்க அம்மை வருவள்'னு சொல்லிண்டிருப்பாய்?" என்றார்.

"என் அம்பி பிள்ளை பூணலுக்கு நான் வராமல் இருப்பேனா?" என்றாள். "நான் கரமனைக்குப் போய்விட்டு, அங்கிருந்து காலையில் நாகர்கோவில் போவேன்" என்றதும் "நேரமாச்சே? தனியா கரமனை போவயா?" என்று கேட்டார்கள். "என்னைக் கூட்டிப்போக கொஞ்சநேரத்திலே நடராஜன் வருவான்" என்றேன். சற்று நேரத்தில் நடரர்ஜன் வந்து கூட்டிச்சென்றான்.

நாத்தியை 'துர்புத்தியைக் காட்டாதே' என்று அத்திம்பேர் சொன்னது எனக்கு மகிழ்ச்சியாக இருந்தது. இதில் விசித்திரம் என்னவென்றால் அவர் என்ன சொன்னாலும் பதிலுக்கு ஒன்றும் சொல்லாமல் சிரித்துச் சமாளிப்பாள். இந்த ராட்சசியை அடக்க அவர் ஒருவராவது இருக்காரே என்று மனத்திற்குள் நினைத்துக்கொண்டேன்.

250 ரூபாயை மன்னி என் கையில் கொடுத்து, "உனக்கு, மாப்பிள்ளைக்கு, பூணல் பையனுக்கு துணிமணி வாங்கு. நடராஜனும் கிச்சையும் பூணலுக்கு வருவா. வேறு யாரும் வரத்துக்கு இல்லை" என்றாள்.

அப்போது மீனா வட இந்தியாவில் ஏதோ ஓர் ஊரில் பெண்ணுடன் இருந்தாள். இங்கு இருந்தாலும் நிச்சயமாக பூணூலுக்கு வரமாட்டாள். மீனாளைப் பொருத்தமட்டில் எந்த சுப காரியத்திற்கும் போக வேண்டாமென்று நினைப்பாள். தன் உடன்பிறப்புகள் கல்யாணங்களுக்குக்கூட, எவ்வளவோ வற்புறுத்திக் கூப்பிட்டும், அவள் பிடிவாதமாக வர மாட்டேன் என்று சொல்லிவிட்டாள். மீனாவின் மூன்று பேத்திகளுக்கும் பூனாவில் கல்யாணம் நடந்தபோது கூட அவள் வீட்டில் இருந்தாளே தவிர கல்யாண ஹாலுக்கு வரவில்லை. இதில் விசித்திரம் என்னவென்றால் என் பெண் கல்யாணத்திற்கு மட்டும் வரவேண்டிய ஒரு சூழ்நிலை ஏற்பட்டுவிட்டது. கல்யாணம் என்று தெரியாமலேயே வந்தாள். இதைப் பின்னால் சொல்கிறேன்.

பூணூலுக்கு மன்னி கொடுத்த 250 ரூபாயில் ஒரு கீற்று ஜரிகை போட்ட ஒரு பட்டுப் புடவை 25 ரூபாய் (9 கஜம்) எடுத்தேன். மீதி ரூபாயைச் சிதம்பரத்திடம் கொடுத்தேன். பூணூலுக்கு என் பிறந்த வீட்டிலிருந்து நடராஜனும், கிச்சையும் திருநெல்வேலியிலிருந்து என் தங்கை குஞ்சியும் அவள் கணவர் ராமனும் வந்திருந்தனர். அப்போது அவர்களுக்குக் குழந்தை பிறக்கவில்லை. தங்கை கிச்சை (அப்போது அவள் சின்னப் பெண்) என் பெண்ணை விட ஒரு ½ வயதுதான் பெரியவள். என் பிறந்த வீட்டார்கள் அன்று மதியமே போய் விட்டார்கள். அவர்களைப் பார்ட்டிக்கு இருந்துவிட்டுப் போகலாமே என்று இந்த வீட்டு மனிதர்கள் யாரும் சொல்லவில்லை. நமக்கு (வழக்கம்போல்) இந்த வீட்டில் உரிமை இல்லை என்பதுபோல் நானும் அவர்களை இருக்கச் சொல்லவில்லை. மன்னி தங்கையிடம் பெரிதாக ஒரு எவர்சில்வர் போகணியும் (பிட்சை அரிசி போடுவது என்கிற வழக்கம் உண்டு. அதற்குப் பிறந்த வீட்டுச் சீராக சிலதுகள் கொடுக்கணும். எல்லாம் அவரவர் வசதியைப் பொறுத்திருக்கும். அதில் ஒன்றுதான் இந்தப் பிட்சை அரிசி போகிணி. பணக்காரர்கள் என்றால் வெள்ளியில் கொடுப்பார்கள்.) வெள்ளி அகப்பை, வெள்ளித் தட்டு ஆகியவைகளை கொடுத்துவிட்டிருந்தாள். சீதை அத்தை (அப்போது சித்தியின் 2 பிள்ளைகளுக்குக் கல்யாணம் ஆகி, குழந்தையும் பிறந்திருந்தது) ஓர்ப்படிகள், சித்தி, இரு நாத்திகள் யாவருக்கும் திருவனந்தபுரத்திலிருந்து பட்டுப் புடவைகள் எடுத்து வந்திருந்தாள். எனக்கும், என் பெண்ணிற்கும் ஏதும் எடுத்து வரவில்லை.

“நீங்கள் சொல்லி எடுத்து வந்தாளா? அக்காவாக எடுத்து வந்தாளா?” என்று நான் கேட்டதற்கு “பூணூலுக்கு நம்பாத்துக்காராளுக்குப் புடவை, வேஷ்டி எடுக்கணும்னு சொன்னாள். சரின்னு சொன்னேன். முறைகள் எல்லாம் அவளுக்குத்தானே தெரியும்?” என்றார்.

இதில் விசித்திரம் என்னவென்றால் “என் பிறந்த வீட்டார் யாருக்கும் ஏதும் எடுக்கலையே? இது பற்றி எங்கிட்டே ஒரு வார்த்தை நீங்க சொல்லவில்லையே?” என்றதற்கு “நான் வேறு நீ வேறுன்னு நான் நினைக்கலை” என்றார்.

“இப்படி ஏதேனும் சொல்லி என்னைச் சமாதானப்படுத்துவது உங்க வழக்கமாகி விட்டது” என்றேன்.

நானும் அப்பாவியாக மறு பேச்சு பேசாமல் இருந்துவிடுவேன். ஆனால் இவர் செய்கை உள்ளுக்குள் எரிச்சலாகத்தான் வரும்.

ஒரு நாளுமே இவரிடம் மனம்விட்டுப் பேச முடியாத சூழ்நிலை. கணவர் சம்பாதிக்காத காலத்திலேயே வீட்டில் நடக்கும் சங்கதிகளை இவரிடம் சொல்ல எனக்கு வாய்ப்புக் கிடைக்காது. வருமானம் இல்லாவிட்டாலும் அப்பாவுடன் கோர்ட்டுக்குப் போவார். இரவு 12 மணி வரைக்கும் படிப்பார். (சில சமயம் 2 மணி கூட ஆகும்) எப்போதாவது சினிமாவுக்குச் சினேகிதர்கள் கூடப் போவார். அவர் அப்பா “பொறுப்பில்லாமல் இப்படி சினிமாவுக்கு எல்லாம் போறானே?” என்பார். சம்பாதிக்கத் தொடங்கியவுடன் பகலும், இரவும் வேலை வேலை என்று போவார். எதற்குச் சொல்கிறேன் என்றால் வீட்டில் என் மாமனார் இருந்தார். அதனால் அவரிடம் எனக்கு எதுவும் சொல்ல முடியாது. அப்படியே அபூர்வமாகச் சந்தர்ப்பம் கிடைத்தால்கூட நான் சொல்வதைக் கேட்கவே மாட்டார். பூணூலுக்குப் பிட்சை அரிசிப் பாத்திரத்தில் (அந்தக் காலத்தில் எல்லோரும் அரிசி கொண்டு வருவார்கள்) போட முறுக்கும் (பெரிய முறுக்கு), மாலாடும் செய்திருந்தார்கள் வீட்டில். பிள்ளைக்கு யார் யாரோ ஓதியிட்ட பணத்திலிருந்து மாமனார் எடுத்து அவர் மருமகன் வாத்தியாரிடம் கொடுத்து ஓதியிடச் சொன்னார். பூணூலுக்குக் கட்சிக்காரர்கள் (வழக்குகளைக் கொண்டுவந்தவர்கள்) தேங்காய், வெற்றிலை, பழம் ஆகியவைகள் கொடுத்தார்கள். மாலையில் பெரிதாக ஒரு பார்ட்டி நடந்தது. பார்ட்டிக்கு வேண்டிய ஜிலேபி (மற்றும் ஏதோ ஒரு ஸ்வீட்டு) வடை, காப்பி, டீ போன்றவற்றை கீழே இருந்து சமையல்காரர்களும், வீட்டாரும் குறிப்பிட்டுச் சொன்னால் ஜானகி (கணபதி மனைவி) எடுத்து வந்தார்கள்.

ஜானகிதான் என் மனத்தில் நிற்கிறாள். அவள் அழகாக இருப்பாள். அதோடு கச்சிதமாக டிரஸ் செய்துகொள்வாள்.

அவள் கல்யாணத்தின்போது அவள் அப்பா சொன்னது நாலு நாட்டுப்பெண்களில் நான்தான் எல்லாரையும் விட அழகு என்று.

"அது உன் கல்யாணம் நடந்த காலத்தில். இப்போ அப்படி இருக்கேனா?" என்பேன்.

"இப்பவும் அப்படியேதான் இருப்பதாக எனக்குத் தோணறது. இப்போ நீங்க பாட்டியாகிட்டேளா என்ன? எனக்குக் கல்யாணமாகி 3 வருஷம் இருக்கும். நீங்கள் நன்னாத்தான் இருக்கேள். எங்காத்துக்காரர் கணபதிகூட சொல்லியிருக்கார். செல்லம்மா உன்னை விட அழகாகாவும் இருக்காள், ரொம்ப நல்லாப் பாடவும் செய்வாள்" என்று அவள் சொன்னதைக் கேட்டு உள்ளூர மகிழ்ந்தாலும் அதை வெளிப்படையாகக் காட்டிக்கொள்ளாமல் "அதெல்லாமில்லை. என் குழந்தைகள் உட்பட யாரும் இந்தாத்தில் என்னை மதிப்பதே இல்லை" என்றேன்.

"யாரு மதிக்கறாளோ இல்லையோ நாங்க இரண்டு பேரும், என் பொறந்தாத்துக்காரளும் உங்களை மதிக்கிறோம். எங்காத்திலே எல்லாருக்கும் உங்களை ரொம்பப் பிடிக்கும்" என்றாள் ஜானகி. இப்படி எல்லாம் ஏதோ ஒரு சந்தர்ப்பத்தில் ஜானகி என்னிடம் சொன்னது அவளைப் பார்த்ததும் நினைவுக்கு வந்தது.

பூணூல் டீ பார்ட்டியில் கீழும் மேலுமாக பதார்த்தங்களைச் சுறுசுறுப்பாக எடுத்துச் சென்றுகொண்டிருந்தாள். வெகு அழகாக டிரஸ் செய்துகொண்டிருந்தாள். கீழே சித்தியும், பாட்டியும் நானும் மட்டும்தான் இருந்தோம். காலையில் வரமுடியாத 5 மாமிகள் (அதில் சீதையின் நாத்தனாரும் ஒருவர்) வந்தார்கள். நானும், சித்தியும் வந்தவர்களுக்கு டிபன் காப்பி எல்லாம் கொடுத்து உபசரித்தோம். அக்காளின் (சீதை) நாத்தனார் "நீ ஏது பழம் புடவை மாதிரி ஒரு புடவை உடுத்திண்டிருக்காய்? உன் குழந்தைக்குப் பூணூல். அகல ஜரிகை போட்ட புடவை புக்காத்திலே எடுக்கலையா? ஜிலு ஜிலுனு நீ இருக்க வேண்டாமா?" என்று கேட்டாள்.

"அதெல்லாம் எடுக்கலை. பொறந்தாத்திலிருந்து எங்கம்மா சீருக்காகத் தந்த ரூபாயிலிருந்து ஒரு சாதா கீற்று ஜரிகைப் போட்ட ஒரு பட்டுப் புடவை எடுத்தேன்" என்று பதில் சொன்னேன்.

அந்தப் புடவை 18 முழம் புடவை. அந்தக் காலத்தில் பூணூல், கல்யாணம் போன்ற விசேஷங்களுக்கு 18 முழம்தான் எடுக்க வேண்டும். மடிசார் வைத்துக் கட்டிக்கொள்ள 9 கஜம் வேண்டும். மடிசார் புடவை பிராமணர்களுக்கு என்றே விதித்த புடவை

என்றே சொல்ல வேண்டும். அதுவும் பெண்களுக்கு மட்டும். என் காலம்வரை கல்யாணமானதும் பிராமணப் பெண்கள் மடிசார் புடவைதான் உடுத்த வேண்டும். கொஞ்சம் கொஞ்சமாகத்தான் அந்த நிலை மாறிக்கொண்டுவந்தது. இப்போது மடிசார் புடவை கட்டும் வழக்கம் அடியோடு நின்றுவிட்டதென்றே சொல்லவேண்டும். இருந்தாலும் சுமங்கலி மாமிகள், பாட்டிகள் தன் பெண், பிள்ளை கல்யாணத்தின் போதும், கார்த்திகை, காரடை நோன்பு தவிர பல பண்டிகைகள் வரும்போதும் நான் மேலே குறிப்பிட்டவர்கள் பலர் மடிசார் புடவைதான் கட்டுவார்கள். ஆனால் கணவன் இல்லாதவர்களுக்கு இதெல்லாம் தேவையில்லை. வழக்கம்போல் இருக்கலாம். விதவையானால் தான் பெற்ற பெண், பிள்ளைக் கல்யாணத்தின்போதுகூட அவள் எந்தச் சடங்கிலும் கலந்துகொள்ளக் கூடாது. இதுநாள்வரை எனக்குத் தெரிந்தவரை அப்படித்தான் நடந்துவந்திருக்கிறது. அப்படி அபூர்வமாக முற்போக்கு யாராவது (இந்தக்காலப் பெண்கள்) 'நீங்களும் வந்து எல்லா சுப காரியங்களிலும் கலந்து கொள்ளணும். இவன் உங்க பிள்ளை (அல்லது பெண்)' என்று சொன்னால்கூட அந்தத் தாயானவள், "நான் அதுக்கெல்லாம் லாயக்கில்லை. என்னைக் கட்டாயப்படுத்தாதேங்கோ" என்றே சொல்வாள். இது பல்லாண்டுகளாக இருந்து வரும் விஷயமானதால் அவர்கள் மனத்தில் புரையோடிப்போன விஷயம். இது போன்ற விஷயங்களை நான் எழுதத் தொடங்கினால் சங்கிலித் தொடர்போல் வந்துகொண்டேயிருக்கும். எனவே பூணூல் விஷயத்திற்கு வருகிறேன்.

சாயங்காலம் வந்திருந்த மாமிகள் கொண்டு வந்த அரிசிப் பாத்திரத்தில் முறுக்கும் மாலாடுவும் போட்டுக்கொடுத்து தேங்காய் வெற்றிலைப் பாக்கும் கொடுத்தோம். அவர்கள் பூணூல் போட்ட பையனைப் பார்க்கவேண்டும் என்றார்கள் அம்பி வந்தானா இல்லையா என்று சரியாக ஞாபகத்தில் இல்லை. கடைசியில் அவர்கள் போகும்போது சீதையின் நாத்தனார் "இந்த பொண் ரொம்பப் பாவம். இப்பத்தான் சிதம்பரம் நிறையச் சம்பாதிக்கிறானே. நல்லதா ஒரு புடவை எடுத்துக்க வேண்டியதுதானே?" என்றாள். அவள் சொன்னதைக் கேட்டு ஆமாம் போட்டார்கள் மற்றவர்கள். எனக்கு எடுக்கவில்லை என்பதை விட எல்லோருக்கும் பட்டுப் புடவை எடுத்துவந்தவள் மருமகளிடம் (என் பெண்ணிடம்) மிகுந்த பாசம் வைத்திருந்த அத்தை ஏன் தன் மருமகளுக்குப் பட்டுப் பாவாடை எடுக்கவில்லை என்பது பின்னால்தான் எனக்கு ஞாபகம் வந்தது. நாமாவது நம் குழந்தைக்கு எடுத்திருக்கலாமே என்று பல நாட்கள் வருத்தப்பட்டேன். பல வருஷங்கள் எதிலும் நான் உரிமை

எடுத்துக்கொள்ளாமல் இருந்து விட்டதால் இது நம் கணவர் சம்பாத்தியம் அதில் நமக்கு முழு உரிமையும் உண்டு என்கிற எண்ணம் சட்டென்று எனக்கு வராது. அப்படியே நமக்கு முழுவதும் சொந்தமான பணம்தான் என்று பெண்ணிற்குப் பட்டுப்பாவாடை எடுத்தால்கூட மாமனார் என்பவர் நான் அவர் பிள்ளையின் சம்பாத்தியத்தைப் பாழாக்குகிறேன் என்பார். "பணம் மரத்திலெ காய்க்கறதா? பொண்டாட்டி எது சொன்னாலும், இந்த ஆம்படையான்கள் எல்லாம் தட்ட மாட்டா" இப்படியெல்லாம் விஷமாக வார்த்தைகளைக் கக்குவார். இதன் காரணமாகவும் நான் விரும்பியதை எல்லாம் வாங்க முடியாது. உதாரணத்திற்கு ஒன்று சொல்கிறேன். தினசரி உடுத்திக்கொள்ளப் புடவையே இல்லை. இரண்டு புடவையும் (தினமும் உடுத்தி வந்தது) முழுமையாகக் கிழிந்துவிட்டது. அப்போது குமாரைப் பிரசவித்து 40 நாட்களுக்கு மேல் ஆகியிருந்தது. "எனக்கு வெறும் புள்ளிப் புடவையே இல்லை. எதேனும் ரெண்டு சாதாப் புடவை எடுக்கணும்" என்றேன் இவரிடம்.

"எடுத்துக்க வேண்டியதுதானே?" என்றார் கணவர்.

"பெரியண்ணா அநியாயமாகக் கண்டபடி பேசி என்னை வேதனைப்படுத்துவாரே?" என்றேன்.

"அதுக்கு நான் ஒன்றும் செய்ய முடியாது." என்றார்.

"நீங்க என்னதான் சம்பாதித்தாலும் பழைய வாழ்க்கைதான் வாழவேண்டியிருக்கு. உங்களைப்போலே பொண்டாட்டியை யார் என்ன சொன்னாலும் தனக்குச் சம்மந்தமே இல்லாததுபோல் யாரும் இருக்க மாட்டா. உங்க தம்பிகள் பொண்டாட்டிகளெல் லாம் பொட்டி நிறையப் புடவைகள் வாங்கி வெச்சிருக்கா. அவாளுக்கெல்லாம் அவரவர் இஷ்டம் போலே என்ன வேணுமானாலும் செய்து கொள்ள முடியறது. நீங்களும் அவர்கள்போல் எங்காவது ஒரு ஊருக்கு வேலைக்குப் போயிருக்கக் கூடாதா?" என்று கேட்டேன்.

"ஆமாம். அப்படிப் போயிருந்தா இப்படி வருமானம் கிடைக்குமா?" என்றார்.

"நீங்க என்ன சம்பாதித்தும் எனக்கும், குழந்தைகளுக்கும் பிரயோசனமில்லை. மெட்றாஸ், பம்பாய், கல்கத்தான்னு வேலைக்குப் போய் சம்பாதிச்சு, தன் பெண்டாட்டி குழந்தைகளை சந்தோஷமாக வெச்சுக்கறா. ஆத்துக்காரி சொன்னதுதான் அவர் களுக்கு வேதவாக்கு. மொத்தத்தில் முழு சுதந்திரமாக அவரவர்கள் வசதிக்கேற்ப பெண்டாட்டிகள் இருந்து வந்திண்டிருக்கா. அதுபோலே உங்க அம்பிகள் பொண்டாட்டிகளும் இருக்கா.

எனக்கு வேறு ஏதும் நல்லதாக இல்லாவிட்டாலும் ஒவ்வொருத்தர் வாயால் பலவிதமான வசவுகள் தினமும் கிடைக்கிறது" என்றேன்.

"பணம் தறேன், நீ எது வேண்டுமோ வாங்கிக்கோ. அதுதான் என்னால் முடியும்" என்று சொல்லிவிட்டுப் படுக்கச் சென்று விட்டார் அப்போது.

பூணூலன்று எல்லாம் முடிந்து 10 மணியிருக்கும். நான் மாடிக்குப் போனேன். பையனுக்கு வந்த பரிசுப் பொருள்களை கணவரும், அவரின் இரு சகோதரிகளும், தம்பி மனைவி ஜானகியும் பார்வையிட்டுக்கொண்டிருந்தனர். நான் போனதும் வேறு யாரும் கண்டுகொள்ளவில்லை. இவர் மட்டும் "இப்பத்தான் வந்தயா?" என்றார். "ஆமாம்" என்று மட்டும் சொன்னேன்.

"நிறைய வெள்ளிப் பாத்திரமெல்லாம் வந்திருக்கு பாரு" என்றார்.

"எல்லாம் நாளைக்குப் பாக்கறேன்" என்றேன்.

"என்ன, சுவாரசியமில்லாமே பேசறாய்?" என்றார்.

"குழந்தை தூங்கறது. நான் கீழே குழந்தைக்குப் பக்கத்தில் படுத்துக்கறேன்" என்றேன்.

அந்தக் காலகட்டத்தில் கட்டில் ஏதும் கிடையாது. எனக்குத் தெரட்சிக்கு (சாந்திக்கல்யாணம் என்றும் சொல்லலாம். முன்பே சொல்லியிருக்கிறேன்) கொடுத்த ஒரு கட்டில் உண்டு. அதில் இருவர் தாராளமாகப் படுக்க முடியாது என்பதையும் சொல்லியிருக்கிறேன். மேல்கட்டி எல்லாம் கட்டி பார்க்க நன்றாகத்தான் இருந்தது. மாடியில் ஓரமாகப் போட்டுவைத்திருந்தார்கள். பெரிய ஜமக்காளம் விரித்து அதில் ஓர்ப்படிகளும் இரண்டோ மூன்றோ மாமாக்களும் படுத்திருந்தார்கள். நாத்திகளும் அடுத்த தெருவிலிருக்கும் சீனியின் வீட்டிற்குச் சென்றுவிட்டார்கள். முக்கால்வாசிப் பெண்களும் அந்த ஜமக்காளத்தில் படுத்துத் தூங்க ஆரம்பித்துவிட்டார்கள். ஆண்களுக்குக்கெல்லாம் லாட்ஜில் ஏற்பாடு செய்திருந்ததா என்று தெரியவில்லை. ஒருவேளை ஆபீஸ் வீட்டிலும், அக்காள் வீட்டிலுமாக படுத்திருந்தார்களா தெரியவில்லை. நான் ஆரம்பத்தில் சொல்லியதுபோல் எனக்கு நன்கு ஞாபகம் இருப்பது மட்டுமே எழுதுகிறேன். மற்றதெல்லாம் யூகத்தின் பேரில்தான் எழுதுகிறேன். சிதம்பரம் எங்கு படுத்துக்கொண்டார் என்று தெரியவில்லை. நான் அவரிடம் ஒரே ஒரு வார்த்தை மட்டும் பொறுக்க முடியாமல் சொல்லிவிட்டு வந்தேன்:

"உங்காத்துக்காரா அவ்வளவு பேரும் இங்கு இருக்கா. முக்கியமான உங்க பொண்டாட்டி – பூணூல் பிள்ளையின்

அம்மா – இங்கு வரலையேன்னு உங்களுக்குக் கொஞ்சம்கூடத் தோணலையே. இது வேறு எங்காவது நடக்குமா? நடந்திருக்கா?"

"நேரமாச்சு. உன் குற்றச்சாட்டை நாளை பாத்துக்கலாம். எல்லாரும் தூங்கிண்டிருக்கா. நான் தூங்கணும். விடியக்காலம் எழுந்து கேஸ் படிக்கணும். ஆனாத்தான் கோர்ட்டில் பேசமுடியும்." என்றார்.

ஓர் ஓரத்தில் அவருக்காக யாரோ ஜமக்காளம் விரித்து ஒரு தலையணையும் போட்டு வைத்திருந்தார்கள். மாடி பெரிதாக இருக்கும். பெண்கள் எல்லோரும் நன்றாகத் தூங்கிக் கொண்டிருந்தனர்.

நான் சொல்ல முடியாத வேதனையுடன் கீழே வந்து குழந்தை பக்கத்தில் படுத்துக்கொண்டேன். தூக்கமே வரவில்லை. அந்தப் பெரிய ஜமக்காளத்தில் இடமிருந்தது. குழந்தைக்காக வந்தேன். எல்லோரும் படுத்திருந்த அந்த ஜமக்காளம் தாண்டுவின் (இவர் அக்காவின் மகன்) கல்யாணத்தின் போது யாரோ 'பிரசண்டா'க் கொடுத்தது. பிறந்த வீட்டில் அடிக்கடி விசேஷங்கள் வரும். நிறைய ஆட்கள் வரும்போது படுக்கச் சௌகரியமாக இருக்கும் என்று பிறந்தகத்திற்கு அந்த ஜமக்காளத்தைக் கொடுத்துவிட்டான். கூடுதல் மனிதர்கள் வரும்போது, முக்கியமாகப் பெண்களுக்கு, மிகவும் வசதியாக இருந்தது. விடியற்காலம் நான் கொஞ்சம் தூங்கிவிட்டேன் போலிருக்கிறது. குழந்தை அழும் சத்தம் கேட்டு எழுந்தேன். (பொதுவாக அவன் அழவே மாட்டான்.) நான் அடுக்களையில் கால் வைக்கும்போது எல்லோரும் வேலையில் ஈடுபட்டிருந்தனர். அதோடு என்னைப் பற்றி விமர்சனம் செய்துகொண்டிருந்தார்கள். இரண்டு நாத்திகளும் அங்கில்லை. "பிள்ளைக்குப் பூணூல் கழிந்திருக்கு. இப்படிப் பொறுப்பில்லாமல் தூங்கிண்டிருக்காளே?" என்று பாட்டி சித்தியிடம் சொல்லிக்கொண்டிருந்தாள். அதை மற்றவர்கள் ஆமோதித்தார்கள். பின் சித்தி சிண்டாளு அத்தையிடம் (மாமனாரின் தங்கை அல்லது அக்கா) "என்னோடு நாட்டுப்பொண்கள் எம்புட்டுச் சுறுசுறுப்பாக வேலை செய்யறா? அவளோடு பிள்ளைக்கு விசேஷத்துக்கு எல்லாரும் வந்திருக்கா. நாமல்லவா எல்லாருக்கும் முன்னாலே எழுந்து காரியம் செய்யணுமெங்கிற எண்ணம் துளிக்கூட அவளுக்கில்லையே?" என்று சொல்லிக்கொண்டிருந்தாள். (கவனிக்கவும். அவர்கள் வீட்டில் இளையாள் மூத்தாள் குழந்தைகள் வித்தியாசமே கிடையாது என்று சொல்லிக்கொள்பவர்கள் "என் நாட்டுப்பெண்கள்" என்று சொல்வதை). என்னைப் பார்த்து விட்டதாலோ என்னவோ "சின்னப் பொண்தானே.

நிறையக் காரியம் செய்திருப்பள். செடலாயிருக்கும். அதனாலே தூங்கிப்போயிருப்பள். அதுக்கென்ன? நாமெல்லாம் இருக்கோமே? எல்லாம் செஞ்சு முடிச்சுடலாம்" என்றாள் அத்தை. அவள் அப்படிச் சொன்னது மற்றவர்களுக்குப் பிடிக்கவில்லை – முக்கியமாகப் பாட்டிக்கும், சித்திக்கும் ரொம்பவே பிடிக்கவில்லை. "சின்னப் பொண்ணுனு சொல்லறாளே. இவளோடு வயசிலெ என்னோடு பொண் மூத்தாள் இளையாள் குடும்பத்தையே நடத்திண்டிருந்தா" என்றாள் பாட்டி. "அது சரிதான்" என்றாள் அத்தை. "கொழம்புக்கு அரைச்சுத் தரணமா?" என்று நான் கேட்டதற்கு "நீ ஒண்ணும் அரைக்க வேண்டாம். எல்லா அரைச்சாச்சு. குளிச்சுட்டுவா" என்று பதில் வந்தது.

குளித்துவிட்டு வந்ததும் கொஞ்சம் காப்பி கலந்து குடித்தேன். நாத்திகள் இருவரும் அத்திம்பேரும் வந்திருந்தனர். தாண்டுவும் வந்திருந்தானோ என்று லேசாக ஞாபகம் இருக்கிறது. எல்லோருக்கும் (இரண்டு வைதீகரும் உண்டு) தாழ்வாரத்தில் தரையில் இலை போட்டு சாப்பாடு ஆரம்பித்தது. எல்லோருக்கும் நானும் கூடப் பரிமாறினேன். பின் பெண்கள் யாவரும் சாப்பிட உட்கார்ந்தோம். நானே கொஞ்சம் பரிமாறிக்கொண்டு சாப்பிடுகிறேன் என்று சொன்னதை யாரும் கேட்கவில்லை. அப்போது எனக்கு வயிறு சரியில்லாததால் விருப்பமில்லாமல் எதையோ சாப்பிட்டுவைத்தேன். எங்களுக்குப் பரிமாறி விட்டு, சிண்டாளு அத்தையும், பாட்டியும் சாப்பிட்டார்கள்.

பூணூலுக்கு வந்த இவர் சகோதரர்கள் யாவரும் குடும்பத்துடன் பூணூல் முடிந்து மூன்றாவது நாள் அவர்கள் இருப்பிடத்திற்குச் சென்றுவிட்டார்கள். பாப்பா மட்டும் தங்கினாள். அவள் பெண்ணும் உண்டு. அவள் கணவரும் இருந்தாரா என்று தெரியவில்லை. பம்பாய் பார்க்க வேண்டும் என்கிற ரொம்ப நாள் ஆசையாலும் இந்த வீட்டிலிருந்து கொஞ்ச நாளாவது விடுதலை கிடைக்க வேண்டும் என்கிற தாபத்தாலும் பாப்பா கூப்பிடாமலே நான் அவளுடன் என் கணவர் சம்மதத்துடன் பம்பாய் போனேன். அப்போது என் பெண் திருவனந்தபுரத்தில் அத்தை (சீதை) வீட்டில் இருந்துகொண்டு இன்டர்மீடியட் படித்துக்கொண்டிருந்தாள் என்று நினைக்கிறேன். அப்போது இன்டர்கிளாஸ் என்று புதிதாக ஒரு 'கம்பார்ட்டுமெண்டு' ரயிலில் சேர்த்திருந்தார்கள். அது சாதா 'கம்பார்ட்டுமெண்ட்'டை விட ஓரளவு வசதியாக இருந்தது பாப்பாவுக்கு பாஸ் உண்டு. அவள் கணவர் ரயில்வேயில் வேலையாக இருந்தார். எனக்கு மட்டும் டிக்கட்டு எடுத்து அவளுடன் போனேன். அந்தக் காலத்தில் மெட்ராஸ் போய்த்தான் பம்பாய் போக முடியும். வீட்டில் சிதம்பரம் தவிர மற்றவர்கள் வாய்க்கு வந்ததைப் பேசினார்கள்.

பம்பாய் போகும் அதீத ஆசையால் அவர்கள் பேச்சை நான் கவனிக்கவில்லை. ரயிலில் குமாருக்குக் காய்ச்சல் வந்தது. எனக்கு ஒரே கவலையாகப் போயிற்று. குழந்தைக்கு (அப்போது அவனுக்கு 1 வயது பூர்த்தியாகி இருந்தது) ஏதேனும் ஆகிவிடக்கூடாதே என்று தவியாகத் தவித்தேன். அவனை மடியில் வைத்துக்கொண்டு, கொஞ்சம் கொஞ்சம் லாக்டோஜன் கரைத்துக் கொடுத்துக் கொண்டிருந்தேன். அதோடு பிரார்த்தனையும் செய்துகொண் டிருந்தேன். பாப்பா இடையில் விழித்துக்கொண்டு என்னைப் பார்த்து, "நீ தூங்கலையா? குழந்தை தூங்கிண்டுதானே இருக்கான். நீ படுத்துக்கோ" என்றாள். "வேண்டாம் படுத்துண்டா எனக்குத் தூக்கம் வராது. இவனுக்குக் காய்ச்சல் முழுசும் விட்டாத்தான் மன சமாதானம் ஆகும்" என்றேன். "இப்போ மணி (இரவு) 2 இருக்கும். நாளைக் காலை மெட்ராஸ் போயிடுவோம். உடனே டாக்டர்கிட்ட காட்டலாம். இப்போ காய்ச்சல் குறைஞ்சிருக்கு. எல்லாம் சரியாகிவிடும்" என்று சொல்லிவிட்டு, பாப்பா மறுபடியும் தூங்கத் தொடங்கிவிட்டாள். அவள் பெண்ணும் நன்றாகத் தூங்கிக்கொண்டிருந்தாள். அவளுக்குப் 14 வயது இருக்கும்.

மெட்ராஸ் போனதும் வைத்தியநாதன் வழக்கமான டாக்டரை கூட்டிவந்தான். அவர் ஏதோ மருந்து கொடுத்தார். பெரிதாக ஒன்றும் இல்லாததால் மறுநாளே வயிற்றுப்போக்கு, காய்ச்சல் எல்லாம் முழுமையாகக் குணமாகிவிட்டது. அப்போதுதான் நானும் நிம்மதியடைந்தேன். புகுந்த வீட்டாருக்கு மிகவும் பழக்கமான ஒருவர் வைத்தியநாதன் வீட்டிற்கு வந்திருந்தார். "இந்தச் செல்லம்மாளுக்கு இந்தச் சின்னக் குழந்தையை வெச்சுண்டு பாம்பேக்குப் போகாட்டா என்ன?" என்றார். "அவளுக்குன்னா தெரியணம்? நான் மனசிலெ நினைச்சுண்டேன். சொன்னா அவள் வரது எனக்கு இஷ்டமில்லைன்னு நினைச்சுப்பள்" என்றெல்லாம் பாப்பா சொன்னாள். ஊருக்குப் போய்விடலாமா என்றுகூட நினைத்தேன். என்னைப் போன்றவர்களுக்கு ஊருக்குப் போவது என்பது சாதாரண விஷயமா என்ன? 'குழந்தைக்கு எல்லாம் சரியாகிவிட்டது. அதுதான் நமக்கு முக்கியம். அந்த வீட்டிற்குப் போவதைவிட பாம்பே போவது மேல். பாப்பா என்ன சொன்னாலும் சொல்லிவிட்டுப்போகட்டும். அங்கு அவள் ஒருத்திதானே சொல்வாள்? பரவாயில்லை' என்று மனத்தில் நினைத்துக்கொண்டேன்.

அன்றிரவே பாம்பே மெயிலில் போனோம். 2 நாள் இரவு இருக்கவேண்டி வந்தாலும் நான் எப்போதாவது ரயிலில் போய் வந்ததால் ரயில் பிரயாணம் எனக்கு 'போர்' அடிக்கவில்லை. விடியற்காலம் ரயில் பம்பாய் சேர்ந்ததும், ஸ்டேஷனுக்கு வெளியே

(தாதர் என்று நினைக்கிறேன்) வந்து ஒரு டாக்ஸியில் மாட்டுங்கா வந்து சேர்ந்தோம். அங்கு எதிரும், புதிருமாக ஒரே 'சைசி'ல் வீடுகள் கட்டியிருந்தார்கள். எல்லாம் ஒரு ரூம் 'கிச்சன்' வீடுகள். கிச்சனில் எவ்வளவு வசதி செய்ய முடியமோ அந்தளவு வசதி செய்திருந்தார்கள். சுருங்கச் சொன்னால் கீழே சாமான்களைப் பிரித்துவைக்க வேண்டாம். 'மோரி'யில் (சமையலறைக் குழாயடி) சதா தண்ணீர் வந்துகொண்டேயிருக்கும். அந்தச் சிறு வீட்டை பாப்பா ரொம்பவும் சுத்தமாக வைத்திருந்தாள். பொதுவில் இரண்டோ மூன்றோ பாத்ரூமும் அதுபோல் *toilet*டும் இருந்தது. பாப்பா என்னை அவசரமாக ஊரை சுற்றிப்பார்க்க அனுப்புவாள். சீக்கிரமாக குளித்துவிட்டு, 11 மணிக்கெல்லாம் சாப்பிட்டுவிட்டு அத்திம்பேரும் (ஸ்ரீனிவாசன் அவர் பெயர்) எதிர் வீட்டுக்காரருமாக (குழந்தையைப் பாப்பா பார்த்துக் கொள்வாள்) பஸ்ஸிலோ எலட்ரிக் ரயிலிலோ என்னைக் கூட்டிச்செல்வார்கள். அந்த எதிர் வீட்டுக்காரர் அத்திம்பேர் ஊர்க்காரர். கொஞ்சம் சொந்தமும் உண்டு என்று நினைக்கிறேன். மலபார் ஹில், மியூசியம், மகாலக்ஷ்மி கோயில். ஜுஹு கடற்கரை இவ்வளவுதான் எனக்கு ஞாபகமிருக்கிறது. காந்தி மார்க்கட்டுக்கு மட்டும் பாப்பா கூட்டிப் போனாள். பிரமாதமாக ஏதும் வாங்கலை. ஒரு ஜார்ஜட்டு 'சாரி', பெண்ணிற்கு ஒரு மேலாக்கு குழந்தைக்கு ஏதோ ஒரு விளையாட்டு சாமான் மட்டும்தான் வாங்கினதாக ஞாபகம். ஊர் சுற்றிப் பார்த்தது அவ்வளவுதான். ஒன்றிரண்டு தெரிந்தவர்கள் வீட்டிற்குக் கூட்டிப்போனாள் பாப்பா. குழந்தை சாயங்காலம் நான் வரும்போது ஆவலோடு ஓடிவருவான். பாப்பா நன்றாகச் சமைப்பாள். ஆனால் முகத்தில் சிரிப்பே இருக்காது. நான் வந்தது அவளுக்கு விருப்பம் இல்லாததுபோல் எனக்குப்பட்டது.

என்னை ஊருக்கு அனுப்ப யாரிடம் எல்லாமோ விசாரித்து, திருநெல்வேலிக்குப் போகும் ஒரு பையன் கிடைத்தான். அவனுடன் நானும், குழந்தையும் போனோம். அந்தக் காலகட்டத்தில் திருநெல்வேலிவரைதான் ரயில் போகும். அங்கிருந்து பஸ்ஸில் நாகர்கோவில் செல்ல வேண்டும். திருநெல்வேலிக்குச் சிதம்பரம் டாக்ஸி (அப்போது கார் வாங்கவில்லை) எடுத்து வந்திருந்தார். அதில் நாகர்கோவிலுக்குப் போனோம். வீடு அழகாக இல்லாவிட்டாலும், பம்பாயோடு ஒப்பிட்டால், பெரிதாக இருந்ததால் குழந்தை சந்தோஷத்துடன் ஓடி விளையாடத் தொடங்கிவிட்டான். ஒரு விஷயம் மறந்துவிட்டேன். அந்தக்காலத்தில் பம்பாயிலிருந்து திருநெல்வேலி வரமுடியாது. மெட்ராஸ் வந்துதான் திருநெல்வேலி வரவேண்டும். அப்போது அபிராமபுரத்தில் தாணு இருந்தான். லஸ்ஸில் வைத்திநாதனும்

மனைவி வள்ளியும் குழந்தை லலிதாவுடன் இருந்தார்கள். லலிதா குமாரை விட 7 மாதம் பெரியவள். குமாரைக் கிள்ளிக்கிள்ளி விடுவாள். சாடிக்கொண்டும், ஓடிக்கொண்டும் இருப்பாள். குமார் ரொம்ப சாது. சாப்பிடுவதற்கெல்லாம் படுத்தவே மாட்டான்.

நான் வந்து கொஞ்ச நாளைக்கெல்லாம் வழக்கம்போல் அவர்களின் முணுமுணுப்பை ஆரம்பித்துவிட்டார்கள். பூணூலன்று இரவு ரொம்ப நேரமாகிவிட்டதால் முழுவதும் கேட்க முடியாது விட்ட அந்த வார்த்தையை மறுநாளும் கேட்க வாய்ப்புக் கிடைக்கவில்லை. அது மட்டுமா? பம்பாய் போகும்வரை வாய்ப்பே கிடைக்கவில்லை. வந்த அன்று இரவே புருஷனிடம் பழைய சம்பாஷணையைத் தொடர்ந்தேன்.

"உங்காத்துக்காரா எல்லோரும் இங்கு வந்திருந்தா. முக்கியமான உங்க பொண்டாட்டியும், பிள்ளையின் அம்மாவுமான நான் வராதது உங்களுக்கு தெரியவே இல்லையே? வேறு எங்கும் இதுபோல் நடந்திருக்காது. மற்றவர்கள் எப்படியேனும் இருந்துட்டுப் போகட்டும். நீங்கள் கவனிக்காததுதான் எனக்குத் தாங்க முடியலை" என்று என் மனக்குறையைச் சொன்னேன்.

"உன் பிள்ளைக்குப் பூணல். நீ வந்தல்லவா என்னுடன் சேர்ந்து வரவேற்கணம்? மற்றவா வந்து பொறுப்போடு எல்லாம் செய்திருக்கா" என்று பதில் சொன்னார்.

"நீங்க என்ன சொன்னாலும் நீங்க அப்படி அலட்சியமாக இருந்தது என்னைப் பற்றின எண்ணம் உங்களுக்குக் கொஞ்சமும் இல்லைன்னுதான் சொல்வேன். பொண்டாட்டியிடம் அன்புள்ள புருஷன் எவனும் உங்களைப்போல் இருக்கவே மாட்டான். உங்காத்திலே யார் என்ன சொன்னாலும் நீங்க எனக்காகப் பரிந்து ஒரு வார்த்தை பேசியிருக்கேளா? காலை எழுந்திருக்கும்போதே யார் யார் என்ன சொல்லப் போகிறார்களோன்னு நினைப்பு வரும். இப்படி ஒரு வேதனை இந்தாத்திலே வேறு யாருக்காவது உண்டா? நீங்க நினைத்தால் உங்க அக்கா, தங்கை, தம்பி மனைவிகள்போல் எனக்கும் சுதந்திரமாக நிம்மதியாக சந்தோஷத்துடன் இருக்கக்கூடிய வாழ்க்கை கிடைக்கும். அப்பப்போ சண்டைகளும் வரலாம். அது வேறு விஷயம். நான் உங்ககிட்ட பல தடவை சொல்லியாச்சு. அண்ணாவை விட்டுவிட்டு வர முடியாதுன்னு சொல்லறேள். இனிமேல் இந்த வீட்டில் என்னால் இருக்க முடியாது. நான் ஒரு யோசனை சொல்லறேன். நாகர்கோவில் கிராமத்தில் ஒரு வீடு பார்த்து வைத்துவிடுங்கோ. நான் குழந்தையுடன் அங்கு தங்கிக்கறேன். நீங்க அப்பப்போ என்னை வந்து பார்த்துக்கொண்டால் போதும்.

அதோடு உங்க வருமானத்தில் பாதியை எனக்கு தந்துடணும்" என்று படபடவென்று சொன்னேன்.

"இவ்வளவுதானா? இன்னும் ஏதாவது இருக்கா?" என்றார் சுருக்கமாக.

"யோசித்தால் நிறைய வந்துகொண்டே இருக்கும். உங்களிடம் பேசக்கூடச் சந்தர்ப்பம் எனக்குக் கிடைக்கறதில்லை. காலையில ஆறு மணிக்கு எழுந்து காப்பி சாப்பிட்டுவிட்டு அப்புறம் இந்த அது இது எல்லாத்தையும் முடிச்சுட்டு 9 மணிக்குள் போய் விடுவேள் ஆபீஸ் வீட்டுக்கு. 10மணிக்கு வந்து சாப்பிட்டுவிட்டு கோர்ட்டுக்கு டிரெஸ் போட்டுண்டு போய்விடுவேள். வரும்போது 5 மணி ஆகும் . . ." (தக்கலை, குழித்துறை கோர்ட்டுக்கும் போய் வருவார். சில நாட்கள் அவர் அப்பா இருந்த வரை மதியம் டிபனுக்கு வரமாட்டார். கோர்ட்டுக்குப் பக்கத்தில் வெகு நாட்களாக இருந்து வரும் போத்தி ஓட்டலில் வடையோ தோசையோ சாப்பிட்டு, காப்பியும் குடிப்பாராம். இது மாமனார் காலத்திலிருந்து வழக்கமான ஒன்று) "நீங்க வெளியே போய்விட்டுத் திரும்ப வரும்போது அநேகமாக இருட்ட ஆரம்பித்துவிடும். 8மணிக்கு சாப்பிட்டுவிட்டு 9க்குள் ஆபீஸ் வீட்டுக்குப் போய்விடுவேள். ஆபீஸ் வீட்டிலிருந்து வரும்போது பதினொண்ணரைக்கு வருவேள். சில நாள் 12மணிகூட ஆகும். சாவியைக் கையில் கொண்டுபோய் விடுவதால் எனக்குக் கதவ திறக்க வேண்டிய சிரமம் இல்லை. இந்த நிலையில் நான் உங்களிடம் எதைச் சொல்ல முடியும்? அதனால் வீட்டில் நடப்பது உங்களுக்குத் தெரியவே தெரியாது. அப்படியே தெரிந்தாலும்கூட எனக்கு வேண்டி அநியாயத்தைத் தட்டிக்கேக்க மாட்டேள். அதனால் நான் சொன்னதுபோல் ஒரு வீடு பார்த்துத் தாருங்கோ. நான் குழந்தையுடன் நிம்மதியாக இருக்கேன்" என்று மனத்தில் இருந்ததை எல்லாம் சொன்னேன்.

"ஏதேனும் உளறாதே நீ. நடக்கற காரியமில்லை. யாரு என்ன சொன்னாலும் வகை வெக்காதெ. உனக்கு என்ன வேணுமோ அதை எல்லாம் வாங்கிக்கோ. அண்ணா என்ன சொன்னாலும் காதில் போட்டுக்காதே." என்றார்.

"நீங்கள் இப்படித்தான் சொல்லுவேள்னு எனக்குத் தெரியும். அதனாலெயே நான் உங்க கிட்டே எதுவும் சொல்லறதில்லை" என்றேன்.

நான் சொல்லாதிருந்ததற்கு மற்றொரு காரணமும் உண்டு. 'நீ சொல்வதை எல்லாம் கேட்டுண்டுருந்தா பரஷர் கூடி ரத்தம் கக்கிச் செத்துடுவேன்' என்பார். இதை என்னைப்

பயமுறுத்தவேண்டி அப்படிச் சொன்னாரா என்று இன்றுவரை எனக்குத் தெரியவில்லை. 'இந்த மனிதர் இந்த வீட்டில் நாம் படும் கஷ்டங்களை ஒரு நாளும் தெரிந்துகொள்ள மாட்டார் நமக்கு சாவதற்கும் துணிவில்லை. நமக்கு இந்த நரகத்திலிருந்து விடுதலையே கிடையாது என்றுதான் தோன்றுகிறது. தினமும் காலை எழும்போது இன்று யாரெல்லாம் என்னென்ன சொல்லப் போகிறார்களோ என்றே எழ வேண்டியிருக்கு. இந்த வீட்டில் வேறு யாருக்காவது இப்படியொரு நிலைமை இருக்கிறதா?' என்றெல்லாம் யோசனை மனத்தில் ஓடியது.

ஒரு நாள் நான் இரண்டாவது தடவை அபூர்வ சகோதரர்கள் (பானுமதியும் எம்.கே. ராதாவும் நடித்தது) சினிமா பார்த்துவிட்டு வந்தேன். அந்தக்காலத்தில் அந்தச் சினிமா ரொம்பப் பிரபலமானது. குழந்தைகளைக் கூட்டிப் போனேனா என்று ஞாபகமில்லை. அப்போது பெண்ணும் பிள்ளையுமாக இரண்டு குழந்தைகள்தான். நான் எழுந்து வரும்போது காலை மணி ஏழாகிவிட்டது. மாமனார் உள் திண்ணையில் (வாசல் திண்ணையிலிருந்து உள்ளே நுழையும் முதல் ரூம்) இருந்தார். நான் மாடியிலிருந்து இறங்கிவந்தேன். என்னை விசாரிப்பதற்காகவே உட்கார்ந்திருப்பதாக எனக்குத் தோன்றியது. "உன் மனசிலெ என்ன நினைச்சிருண்டிருக்காய்? சினிமாவை இரண்டாந்தரம் பாக்க போனது ஆம்படையான் சம்பாதிக்கிறான் என்கிற அகம்பாவம். 7 மணி வரை தூங்கறது. மற்றவா உனக்கு எல்லாம் 'ரெடி' செய்து வெக்கணுமங்கற நினைப்பா?" மற்றும் ஏதேதோ சொல்லி என்னை மிகவும் வேதனைப்படுத்தினார். நான் எதற்கும் பதில் சொல்லாத ஒரு அப்பாவியாக இருந்துவந்தேனே அப்படித்தான் அப்பவும் இருந்தேன். அந்தக் காலத்தில் அபூர்வ சகோதரர் என்ற படம் பிரபலமாக இருந்ததால் படத்தை நன்றாக இன்னொரு தடவை பார்க்கவேண்டுமென்று எனக்கு ஆசையாக இருந்தது. அதற்கு ஏற்றார்போல் ஞானாம்பா வந்து "நாங்கள் எல்லாம் அபூர்வ சகோதரர்கள் (இரண்டாம் தடவை) சினிமாவுக்குப் போறோம். நீயும் வாயேன்" என்றாள். நான் ஏற்கனவே நினைத்துக்கொண்டிருந்ததை அவள் சொன்னதும் அவர்களுடன் நானும் போனேன். வீட்டிற்குப் போகும்போதே மாமனார் என்ன சொல்லப் போகிறாரோ என்ற பயத்துடன்தான் போனேன். சித்தி முணுமுணுத்துக்கொண்டே கதவைத் திறந்தாள். நான் நினைத்தது போலவே நெருப்புத் துண்டங்களை வீசுவதுபோல் வார்த்தையால் என்னைத் துளைத்தெடுத்தார். நான் வழக்கம் மண்ணாந்தையாக நின்றுகொண்டிருந்தேன்.

பின் வழக்கம்போல் என் காரியங்களைச் செய்யத் தொடங்கினேன். "அண்ணா நீ சினிமாவுக்குப் போனதுக்கு

என்ன சொன்னார்?" என்று இவர் என்னிடம் கேட்டார். "நான் இப்படிச் சினிமாவுக்குப் போனா உங்க சம்பாத்தியம் எல்லாம் கரைஞ்சுடுமாம். நீங்க சம்பாதிக்காத காலத்திலேதான் பிச்சைக்காரியை விடக் கேவலமாக வாழ்ந்தாச்சு. நீங்க பணம் பணமா கொட்டினாலும் நானும் என் குழந்தைகளும் அதே வாழ்க்கைதான் வாழணுமா? ஒரு வார்த்தை 'அவளுக்கு என் சம்பாத்தியத்தில் முழு உரிமை உண்டு. அற்ப விஷயத்துக்குக்கூட "அவளை கண்டிக்கறது கொஞ்சமும் நியாயமில்லை'ன்னு உங்க அப்பன் கிட்ட சொல்லுங்களேன்" என்றேன்.

"திரும்பவும் நான் முன்ன என்ன சொல்வேனோ அதையே இப்பவும் சொல்லறேன். அண்ணா என்ன சொன்னாலும் நீ வகை வெக்காமல் உனக்கு என்ன வேணுமோ அதை எல்லாம் செய்துக்கோ. அவர் சொல்லறதுக்குச் சரியான பதிலும் சொல்லிக்கோ. அதைத் தவிர என்னால் வேறு ஒண்ணும் செய்ய முடியாது. அதோடு அண்ணாவை உங்கப்பன்னு சொல்லாதே. நீ வருத்தப்படாதே" என்றார்.

"உங்கக்கா வார்த்தைக்கு வார்த்தை 'உங்கப்பன் உங்கப்பன்'னு சொல்லுவளே?" என்று கேட்டேன்.

"அவ சொன்னா நீயும் அப்படி சொல்லணுமா? ஒத்த மனுஷியோட நல்லதை எடுத்துக்கணமே தவிர கெட்டதை எடுத்துக்கக் கூடாது. நீ ரொம்ப நல்லவள். நீ சரியாகயிருக்கணம். அதைத்தான் நான் சொல்ல முடியும். உன்னையும் குழந்தைகளை யும் சந்தோஷமாக வெச்சுக்கணும் அதுதான் என் எண்ணம்" என்றார்.

"எண்ணம் மட்டும் இருந்தால் போதுமா? இந்த வீட்டில் இருக்கிறவரை சங்கடம் மட்டும்தான் கிட்டும். நீங்கள் எனக்காகப் பரிந்து பேசாவிட்டாலும் அநியாயத்தைத் தட்டிக்கேக்கக்கூட மாட்டேங்கறேளே? எனக்கு விமோசனம் சாவுதான். தற்கொலை செய்துகொள்ள தைரியம் இல்லாதது ஒரு விஷயம். மற்றொரு விஷயம் குழந்தை குமார். மற்ற இருவரும் பெரியாவாளாயாச்சு" என்று சொன்னேன்.

"விவரமில்லாமல் ஏதேனும் பேசாதே. அண்ணாவும் நீயும் சேர்ந்து என்னை ரத்தம் கக்கிச் சாக அடித்திடுவேள் போலிருக்கு" என்றார்.

"ஐயோ, இப்படி எல்லாம் பேசாதேங்கோ. நீங்க இப்படி எல்லாம் சொல்லறதினாலேதான் நான் இங்கே நடப்பதைச் சொல்லறதில்லை. தவிர உங்களுக்கு எங்கே நேரமிருக்கு? ஞாயிற்றுகிழமை கூட, பூராவும் ஆபீஸிலைதான் இருப்பேள்.

நான் இரண்டாவது தடவை சினிமாவுக்குப் போனதுக்கு என்னை நிக்கவெச்சுக் கோர்ட்டில் குற்றவாளியைக் கேட்பதுபோல் கேள்வி மேல் கேள்வியாக கேட்டார் உங்கப்பா. இவ்வளவுக்கும் 4 அணா சமாசாரம் . . ."

(அந்தக் காலத்தில் பயனீயர் தியேட்டரில் பால்கனியில் பெண்களுக்கு மட்டுமே 4 அணாதான். பெண்களை மிகவும் துச்சமாக நினைத்து வந்த அந்தக் காலகட்டத்தில் பெண்களுக்கு மதிப்பும், மரியாதையும் கொடுப்பதற்காகவே அப்படியொரு ஏற்பாடு செய்திருந்தார் தியேட்டர் முதலாளி. ஆண்களுக்கும், பெண்களுக்குமான அந்தப் பால்கனி இரு பகுதிகளாகப் பிரிக்கப்பட்டு நடுவில் தடுப்பு போட்டிருப்பார்கள். அது சுவர் இல்லை. ஒரு பகுதி முழுக்கப் பெண்களுக்கு மட்டும்தான். சீட்டு முழுவதும் 4 அணாதான். மறுபகுதி ஆண்களுக்கு. அதில் ஆண்களுடன் பெண்களும் வரலாம். அநேகமாகப் பெண்கள் கணவனுடன்தான் வருவார்கள். ஒரே ஒரு தடவை இவர் இரண்டு சினேகிதருடன் போகும்போது என்னையும் கூட்டிச் சென்றார். அதுவும் எம்.டி. என்கிற சினேகிதர் சொன்னதால். அப்போது குழந்தைகள் பிறக்கவில்லை என்று நினைக்கிறேன்.)

"4 அணாவுக்கு நான் சினிமாவுக்குப் போனதுக்கு 4000 ரூபாய் நான் செலவு செய்ததுபோல் அல்லவா உங்கப்பா பாடாய்ப் படுத்தினார்? நீங்கள் மாடியிலிருந்து கேட்டுண்டுதானே இருந்தேள்? 'அவளை இந்த அற்ப விஷயத்துக்கெல்லாம் நீ கேள்வி எல்லாம் கேட்கக் கூடாது. அது மட்டுமில்லை அவள் என்ன செலவு செய்தாலும் நீ அது பற்றி அவளை ஏதும் சொல்லக் கூடாது. பணம் என்னுடையது. அதில் அவளுக்கு முழு உரிமையும் உண்டு. நான் சம்பாதிக்காத (12 வருஷம்) காலத்தில் என் பெண்டாட்டிக்கோ குழந்தைகளுக்கோ ஒரு நாலணா சாமான் கூட வாங்கிக் கொடுக்கலை. அதுக்குக் காரணம் உன் பணத்தை எடுத்து என் சொந்தச் செலவு செய்யக்கூடாது என்பதுதான்' இப்படி உங்கப்பாக்கிட்ட நீங்க சொல்லியே ஆகணும்." என்றேன் மீண்டும்.

"நீ சொன்ன மாதிரி ஒரு நாளும் நான் அண்ணாகிட்ட சொல்லமாட்டேன். அண்ணா சொல்றதைக் கேட்க வேண்டாம். உனக்கு வேணுமென்கிறதை வாங்கிக்கோ" என்றார் அவரும் மீண்டும்.

இவரிடம் சொன்னால் இப்படித்தான் பதில் வரும். எனக்கு தெரிந்ததுதான். இருந்தாலும் ஒரு தரம் இல்லாவிட்டாலும் ஒரு தரம் மனது மாறி நமக்கு ஆதரவாக இருக்க மாட்டாரா என்ற ஆதங்கம்தான். நமக்கு வாய்த்த இந்த மனிதரிடம் சொல்வதால்

நமக்கு எந்தப் பிரயோசனமும் இல்லை. காலத்திற்கும் நாம் இந்த ஜன்மங்களுடன் வாழ வேண்டிவரும் போலிருக்கிறது. புருஷன் என்கிற இந்த மனிதருக்கு அன்பு என்பதே கிடையாது என்றுதான் சொல்ல வேண்டும். உண்மையான அன்பிருந்தால் இந்த வீட்டில் நான் படும் கஷ்டங்கள் அவருக்குத் தெரிந்திருக்க வேண்டாமா? நான் சாகசம் ஏதும் பண்ண மாட்டேன். என்னை எளிதாக சமாதானப்படுத்திக் காரியத்தைச் சாதகமாக்கிக்கொள்ளலாம் என்றுகூட அவர் நினைத்திருக்கலாம்.

நான் ஒரு ஸ்கூல் பைனலாவது பாஸாகி இருக்க கூடாதா? ஏதேனும் ஒரு சிறு வேலைக்காவது போயிருக்கலாமே? என் ஜீவனத்திற்கு ஒரு வழி கிடைத்திருக்குமே. இந்த நரக வாழ்க்கையிலிருந்து விடுதலையாகி இருக்க முடியுமே? இப்போது நமக்குத் தெரிந்ததெல்லாம் சமையல் வேலை. கரமனையில் லெட்சுமி மாமி என்று ஒருத்தி கல்யாணங்களுக்கு எல்லாம் பட்சணங்களும் செய்து கொடுப்பாள். உதவிக்கு நாலைந்து பெண்களைக் கூட்டிச்செல்வாள். பட்சணம் செய்யப் போகும் வீடுகளில் டிபன் காப்பி சாப்பாடு எல்லாம் கொடுப்பார்கள். அந்த மாமி கரமனையில் மட்டுமல்லாமல் திருவனந்தபுரத்தில் பல இடங்களிலும் கல்யாணங்களுக்குப் பட்சணங்கள் செய்யப்போவாள் தன் உதவியாட்களுடன். ஒரு தடவை நான் திருவனந்தபுரம் போயிருந்தபோது அந்த மாமி எங்கள் வீட்டிற்கு வந்திருந்தாள். அவளிடம் நான் விஷயத்தைச் சொன்னதும் மாமி என்னிடம் பெரிதாகச் சண்டைக்கு வந்துவிட்டாள். அடுக்களையில் ஏதோ வேலை செய்துகொண்டிருந்த மன்னியும், மீனாவும்கூட "எதுக்கு லெட்சுமி செல்லம்மாளைச் சண்டைபிடித்தேள்?" என்று கேட்டார்கள். "உன் தங்கமான பொண்ணு என் கூட வேலைக்கு வரேன் என்கிறா. பெரிய இடத்திலே வாக்கப்பட்டவள் இப்படிப் பேசலாமா?" என்று மன்னியிடம் சொன்னாள் மாமி.

"அவள் கேட்டது தப்புத்தான். ஆனா அவ புக்காத்திலே அவளுக்கு எந்தச் சுதந்தரமும் கிடையாது. அவளை ஒரு புழு மாதிரி அவாத்திலெ எல்லாரும் நினைப்பா. இவள் இங்கதான் வாயைக் காட்டுவாள். அவாத்து மனுஷாளைக் கண்டா வாய் திறக்க மாட்டா; பயந்து நடுங்குவாள். அவாத்திலே யார் இவளை என்ன சொன்னாலும் இவ ஆம்படையான் ஏதும் கேக்க மாட்டான். ஒரு காலத்திலெ மாப்பிள்ளைக்கு வருமானம் கிடையாது. 'ஓரணா சாமானுக்குக்கூட நான் சம்பாதிக்கலை' என்பானாம். ஏதோ அப்பத்தான் அப்படின்னா ஆம்படையான் நிறையச் சம்பாதிக்கத் தொடங்கினப்பறமும் ஓரணாவுக்கு ஒரு அற்பபொருள் வாங்கினாகூட குடிகெட்டுப்போனதுபோலே

கத்துவாராம் மாமனார் மொத்தத்தில் இவளுக்கு அந்த வீட்டில் துளி சந்தோஷம் கிடையாது. இவ குழந்தைகளுக்குக்கூட ஏதும் இவளால் வாங்கிக்கொடுக்க முடியாது. நல்லாப் படிச்சிருக்கான் மாப்பிள்ளை எல்லாரையும்போல் ஏதாவது வேலைக்குப் போவான் என்றுதான் நினைச்சோம். காலத்துக்கும் இப்படியாகி விட்டதே?" என்றாள் மன்னி.

"உங்க பொண் இப்படி அப்பாவியாகயிருந்தா அவளுக்கு விமோசனம் கிடையாது. அவன் அப்பாவை நன்னாப் பாத்துக்கட்டும். அதுபோலெ அவன் பொண்டாட்டியையும் நன்னாக் கவனிச்சுக்கணும். அவன்தான் அவளுக்கு எல்லாம். அவாத்துக்குப் பக்கத்திலேயே ஒரு வீடு எடுத்து கைக் குழந்தையுடன் இவா இரண்டுபேரும் (அப்போது மூத்த பெண்ணும், பிள்ளையும் வெளியூரில் படித்துக்கொண்டிருந்தார்கள்.) அந்த வீட்டில் குடியிருக்கலாம். அப்பப்போ அவன் அப்பாவைப் பார்த்துக்கொண்டு, அவருக்கு வேண்டிய உதவியும் செய்யலாம்" என்றாள் மாமி.

"அதெல்லாம் எங்காத்துக்காரர் செய்ய மாட்டார்" என்றேன்.

"எல்லாம் உன் தலை எழுத்துன்னுதான் சொல்லணும். நான் போயிட்டு வரேன். தப்பிதமா எதேனும் செய்துண்டுடாதே. நல்ல காலம் பொறக்கும்" என்றெல்லாம் சொல்லிவிட்டு மாமி போனாள்.

மறுநாளே சிதம்பரம் என்னைக் கூட்டிப்போக வந்தார். மன்னி கைவசம் மாலாடு பொடி வைத்திருந்தாள். 'ஒரு வாரத்திற்குள் உன்னையும் குழந்தையையும் கூட்டிப்போக வரலாம்' என்று இவரிடமிருந்து லெட்டர் வந்ததால் கைவசம் இருக்கட்டும் என்று மாலாடுவுக்கு வேண்டிய பொரி கடலையும், ஜீனியும் திரிச்சு வைத்திருந்தாள். அதை நெய் காயவிட்டுப் பிடித்துக் கொடுத்தாள். கேஸ் விஷயமாகக் காட்சிக்காரர் காரில் கூட்டிவந்தார் என்று நினைக்கிறேன். அதனால் காரில் நாங்கள் போனதாக ஞாபகம். அந்தக் காலகட்டத்தில் பஸ்ஸில்தான் பிறந்தகம் போய்வந்துகொண்டிருந்தேன். தக்கலை, குழித்துறை இரண்டும் பக்கத்து ஊர்கள். தக்கலை நாகர்கோயிலிலிருந்து 10 மைல். குழித்துறை 20 மைல். அந்த ஊர்களுக்கு கேஸ் விஷயமாக அடிக்கடிப் போகவேண்டியிருந்ததால் கார் வாங்கினார்.

அவர் அப்பாவுக்குக் கார் வாங்குவதெல்லாம் பிடிக்காத விஷயம். அதனால் அப்படி ஒரு காரணம் சொல்லிக்கொண்டார். வருமானம் கூடிக்கொண்டேவந்ததால் கார் வாங்க வேண்டும் என்கிற ஆசையை நிறைவேற்றிக்கொண்டார் என்றுதான்

சொல்ல வேண்டும். சமீபத்தில் இருக்கும் நாகர்கோவிலுக்குக்கூட நான் போனால் மாமனாருக்கும் நாத்திக்கும் பொறுக்காது. “கார் எல்லாருக்கும் போறதுக்கு அல்ல. அவுனுக்குத் தக்கலை கோர்ட்டுக்கும் குழித்துறை கோர்ட்டுக்கும் போறதுக்காக்கும்” என்று அநியாயமாகச் சொல்வார்கள். எனக்குப் பொறுக்க முடியாது. இப்படியொரு அநியாயம் வேறு எங்காவது நடக்குமா என்று மனம் கொதிக்கும். இரண்டு பேரின் தலையிலும் கல்லைத் தூக்கிப்போடவேண்டும்போல் வரும். ஆனால் வழக்கம்போல் மண்ணாந்தையாக நின்றுகொண்டிருப்பேன். எனக்கு என் குழந்தைகள் கூட ஒரு வார்த்தை பரிந்து பேசாது. கார் வாங்கும்போது மூத்த பெண்ணும், பிள்ளையும் பெரியவர்கள் ஆகிவிட்டார்கள். அப்போது தாயார் என்கிற மதிப்போ அன்போ கிடையாது அந்தளவுக்கு என்னைப் பற்றி இரு நாத்திகளும் அவ்வளவு கீழ்த்தரமாகப் பேசி அவர்கள் மனத்தில், ‘இவளுக்கு ஒன்றும் தெரியாது; அசடு’ என்ற எண்ணத்தை உருவாக்கிவைத்திருந்தார்கள்.

மூத்த நாத்தியை அம்மா என்றுதான் என் மகள் கூப்பிடுவாள். ஆரம்ப காலத்தில் என் பெண் என்னைப் பெயர் சொல்லித்தான் கூப்பிடுவாள். பின் அவளாகவே (கொஞ்சம் விவரம் வந்தபின் யோசித்துப்பார்த்தாளோ என்னவோ?) அம்மா என்று கூப்பிடத்தொடங்கினாள். கரமனைக்குப் போகும்போது எல்லாம் வீட்டாரும் ஊர்காரர்களும் “இப்படி ஒரு குழந்தையும் பெற்றவளைப் பெயர் சொல்லிக்கூப்பிடுவதைப் பார்த்ததில்லை” என்று சொல்வார்கள். அதெல்லாம் எப்படியிருந்தாலும் வீட்டுக்காரர் உறுதுணையாக இல்லை என்பதுதான் என்னை மிகவும் வருத்தியது.

எது எப்படி இருந்தாலும் காலம் ஓடிக்கொண்டேதானே இருக்கும்? மாமனாருக்கு முதுகில் ஒரு புண் வந்தது. அவருக்கு டயபட்டீஸ் உண்டு. தினமும் அவருக்கு அவர் மூத்த பிள்ளை இன்சுலின் இஞ்சக்ஷன் போடுவார். அந்தப் புண்ணைக் ‘க்ளீன்’ பண்ணி, மருந்துபோட்டுக் கட்டுவார். மலம், ‘யூரின்’ எல்லாம் ‘பெட்பான்’தான். சித்தி அவர் துணிமணிகளை எல்லாம் தோய்ப்பாள். மேல் துடைக்கவும் சித்தி இவருக்கு உதவுவாள். அந்தக் காலத்தில் பொதுவாக மனைவியை இழந்த கணவனுக்கு, அவனுக்கு எத்தனை குழந்தைகள் இருந்தாலும், சீக்கிரமே இரண்டாம் கல்யாணத்திற்குப் பெண் பார்க்க ஆரம்பித்துவிடுவார்கள். வயது கூடியிருந்தாலும் அவருக்கு அவர் வீட்டார் கல்யாணம் செய்துவைத்துவிடுவார்கள். இரண்டாந்தாரமாக வாழ்க்கைப்பட ஏழைப் பெண்களுக்குப் பஞ்சமில்லை. ஆனால் எழுதப் படிக்கத் தெரிந்தவர்கள்

குறைவாகத்தான் இருப்பார்கள். சித்தி காலத்தில் தப்பித் தவறி ஒருவர் கல்யாணம் வேண்டாம் என்றாலும் அவர் வீட்டைச் சேர்ந்த வயதான பெண்கள் "கல்யாணம் ரொம்ப அவசியம், மற்ற எல்லாத்தையும்விட வயதான காலத்தில் படுக்கையில் விழுந்தால் உன்னை யாரு கவனித்துக்கொள்வா? அதுக்கு வேண்டியாவது நீ கல்யாணம் செய்துக்கணம்" என்று சொல்லிச் சம்மதிக்கவைத்துவிடுவார்கள். அந்தக் காலத்தில் ஆண்களுக்கு இரண்டாம் கல்யாணம் என்பது சர்வ சாதாரணமான விஷயம். ஆனால் பெண்களுக்கு எதுவுமே தேவையில்லை என்பதுபோல் அவர்கள் (மாமிகள், பாட்டிகள்) பேசுவார்கள். சுருங்கச் சொன்னால் ஆண்களுக்காகவே படைக்கப்பட்ட ஓர் உயிர் உள்ள எந்திரம் பெண்கள். எதற்குச் சொல்கிறேன் என்றால் சித்திக்குக் கணவருக்குப் பணிவிடைகள் செய்யவேண்டிவந்தது. ஆறு மாதம் படுக்கையில் கிடந்தார். அவர் இறப்பதற்கு முன் வரை நல்ல நினைவோடு இருந்தாரா இல்லையா என்பது ஞாபகம் இல்லை. மாமனார் படுக்கையில் 6 மாதம் சேர்ந்தார்போல் கிடந்தாலும் அவர் மூத்தப் பிள்ளையும், மனைவியும் அவரை நன்றாகக் கவனித்துக்கொண்டார்கள். திடீர் என்று அவருக்குக் காய்ச்சல் வந்தது. காய்ச்சல் கூடிக்கொண்டே போயிற்று. தர்மாமீட்டருக்கு அடங்காமல் டிகிரி ஏறிக்கொண்டே போயிற்று. பிள்ளைக்குத் தகவல் போய் அவர் வந்து டாக்டரைக் கூட்டிவந்தபோது மாமனாருக்கு நினைவே இல்லை. பிள்ளை வந்த கொஞ்ச நேரத்திலேயே அவர் உயிர் பிரிந்தது. அவர் இறக்கும்போது அவர் வயது 72. சீதை மாமி காய்ச்சல் வருவதற்கு முன்பே வந்திருந்தாள். முறைப்படி காரியங்கள் எல்லாம் நடந்தன. அவர்போய் ஒரு வருஷம் சென்று வருஷாப்தி எல்லாம் கழிந்துதான் சித்தியும், பாட்டியும் சித்தியின் இரண்டாவது பிள்ளை கணபதியுடன் திருவனந்தபுரம் போனார்கள்.

கணபதிக்கு ரிசர்வு பாங்க்கில் வேலை. அவன் மனைவி ஜானகி போலியோ வியாதியால் பாதிக்கப்பட்டுப் படுத்த படுக்கையாகிவிட்டாள். அவளுக்கு 'ஹார்ட்டு ஆப்ரேஷன்' வேலூரில் செய்தார்கள். வேலூரில் பிரபலமான ஆசுபத்திரி இருந்தாலும் இப்போதுபோல் முன்னேறவில்லை. ஆப்ரேஷன் நடந்தபின் அவள் இறந்துவிட்டாள். அவளை நினைத்து கணபதி ரொம்ப நாட்கள் எதிலும் விருப்பமில்லாமல் வருத்தத்துடன் இருந்தான். அழகானவள் ஜானகி. நன்றாகச் சமையல் பண்ணுவாள். குழந்தைகளை (ஒரு பெண்ணும் ஒரு பிள்ளையும்) நன்கு கவனித்துக்கொள்வாள். ஒரு மனைவி செய்யவேண்டிய எல்லாவற்றையும் செய்வாள். அதுபோல் இரண்டாவது மனைவி நித்தியாவும் அழகிதான். கணபதிக்கு வேண்டியதைச்

செய்துகொடுப்பதிலும் வீட்டைப் பாரமரிப்பதிலும் நன்றாகவே செய்வாள். இப்போது கணபதி உயிரோடு இல்லை. கணபதிக்கு இரண்டாம் கல்யாணத்தின்போது வயது 32தான். சித்தியின் பிள்ளைகள் ஒருவர் பின் ஒருவராக மூவரும் இறந்துவிட்டார்கள். சித்தி இறந்து பல வருஷங்கள் ஆகிவிட்டன. புத்திரசோகத்திற்கு அவள் ஆளாகவில்லை. சித்தி தனக்கும் மூத்தாள் பெண் சீதைக்கும் ஒரே வயது என்று அடிக்கடி சொல்வாள். தனக்கு அப்பா வயதுள்ள ஒருவரை கல்யாணம் செய்துகொள்ள வேண்டுமா என்று உள்ளூர வேதனைப்பட்டுக் கொண்டாளோ என்னவோ? மூத்தவளைப்போல் இளையாள் மனைவிகள் போக்கு சுதந்திரமாக இருக்காது. சித்திக்கு நாட்டு பெண்கள் எல்லாம் வந்த பிறகு முன்போல் மூத்தாள் பெண் சீதைக்குக் கொஞ்சம் பதிலடி கொடுக்கத் தொடங்கினாள்.

அப்படியும் சீதை கடைசியாக மாமனார் மூச்சை விடும் முன் ஒரு நாடகம் ஆடினாள். மாமனார் படுக்கையில் கிடந்த போது நீலகண்டன் மனைவிக்கு 6 அல்லது 7 மாதம் இருக்கும். முதல் குழந்தையானதால் சீமந்தம் நடத்துவார்கள். சீமந்தம் பிள்ளை வீட்டில்தான் நடந்தது. மாமனாரின் ‘கண்டிஷன்’ மோசமாக இருந்ததால், “எல்லாரையும் கூப்பிட்டுப் பெரிதாக நடத்த வேண்டாம். வெளியிலிருந்து யாரையும் கூப்பிட வேண்டாம். தீராது என்று வாத்தியாரைக் கூடப்பிடணம்” என்றாள் சித்தியின் மூத்தாள் மகள் சீதை. அவள் போனதும், நீலகண்டன் “எனக்கு சீமந்தம். எல்லோரையும் கூப்பிட்டு முறையாகக் கழிக்கணும்னு ஆசையாக இருக்கு” என்றான். சித்தியும் “அப்படித்தான் செய்யணும். நீலகண்டன் வேட்டாத்துக்காராளை கூப்பிட்டு விருந்துச் சாப்பாடே போடலை. இதை வைத்தாவது அவாளை எல்லாம் கூப்பிடலாமே? என்றாள். “பேஷா கழிக்கலாம். அண்ணாவுக்கு ஒண்ணும் ஆயிடாது. சீமந்தத்துக்கு என்ன வேணுமோ லிஸ்ட்டு போடுங்கோ. பணம் தரேன். அது பற்றி நீங்கள் கவலையேபட வேண்டாம்” என்றார் சித்தியின் மூத்தாள் பிள்ளையான என் கணவர். மளமளவென காரியங்கள் நடக்கத் தொடங்கிற்று. எச்சியாகத்தண்ணா (அவரைப் பற்றி முன் பகுதியில் எழுதியிருக்கேன்) வந்தார். வேண்டிய உதவிகள் செய்தார். சீமந்தத்திற்குச் சித்தி போய் நாத்தியைக் கூப்பிட்டாள் என்று நினைக்கிறேன். அவளுக்குப் பெண். மூத்தவளை சித்தி பொண் என்றே சொல்வாள். மாமனாருக்கு பெண் என்பதால்தான் சித்தியும் சொல்வாளோ என்னவோ? சீமந்தம் அன்று கோமதியின் (நீலகண்டன் மனைவி பெயர்) வீட்டாரும் அவர்களின் சொந்த பந்தங்களுமாக நிறையபேர் வந்திருந்தனர். வளைகாப்பு விடியற்காலம் நடத்தினார்கள்.

அது பெண் வீட்டார் செய்ய வேண்டியது. ஒரு காலத்தில் 5வது மாதத்தில் பெண் வீட்டில் நடத்துவார்கள். அதற்குப் பலவிதமான சீர்கள் உண்டு. முக்கியமாக வறவரசி என்று ஒன்று உண்டு. கடலை பயறு, மொச்ச பயறு, பல தானியங்கள் வறுத்துப் போடவேண்டும். அதோடு ரொம்ப சிறியதாக சீடையும் பண்ணிப்போடவேண்டும். இந்த வறவரசி என்பதே ரொம்ப வேலையை வாங்கும். வளைகாப்பு என்பதே பெண் வீட்டாரைச் சேர்ந்தது. முன்னொரு காலத்தில் வளைகாப்பு தனியாகப் பெண் வீட்டில் நடத்துவார்கள். அவரவர்களுக்கு முடிந்ததைச் செய்வார்கள். கோமதி வீட்டிலிருந்தும் பருப்புத் தேங்காய் (மனோகரம்) வறவரசி, தெரட்டிப் பால், முறுக்கு, அப்பம் என்று ஏதேதோ கொண்டுவந்திருந்தனர். வளைகாப்பு முடிந்ததும் எல்லோரும் டிபன் சாப்பிட்டார்கள். சீமந்தம் முகூர்த்த நேரப்படி பத்தோ அல்லது பதினோரு மணிக்கோ ஆரம்பித்தது. பெண் (அதாவது என் நாத்தனார் சீதை) வரவில்லையே என்று நேரம் செல்ல செல்லக் கவலை அதிகரித்தது பாப்பாவிடம் சொல்லி அவளை எப்படியாவது கூட்டிவரச் சொன்னாள் சித்தி. பாப்பா போய் இழுத்து வருவது போல் கூட்டி வந்தாள். ஒரே அழுகை. என்ன சமாதானம் சொல்லியும், அவள் இறைஞ்சிச் சொல்லியும் கேட்காமல், அழுவதை நிறுத்[தாமல் இருந்தாள்...]

என் அம்மா செல்லம்மாள்
[1920 – 2016]

நான் அறிந்த செல்லம்மாள். எனக்குத் தெரிந்த செல்லம்மாள். நான் (காஞ்சனா) என் அம்மாவின் கடைசிக் குழந்தை. நான் பிறக்கும்போது அம்மாவுக்குக் கிட்டத்தட்ட 40 வயது. அவள் சுயசரிதத்தில் குறிப்பிட்ட 90% சம்பவங்கள் நான் பிறப்பதற்கு முன் நடந்தவை.

அம்மாவின் வாழ்க்கையை அவளின் 40 வயதுக்கு முன், 40 வயதிற்குப் பின் என்று பிரிக்கலாம். நான் வளர்ந்த வீட்டில் நான், அம்மா, அப்பா, என் அண்ணன் (என்னைவிட 7 வயது பெரியவன் – அம்மாவின் செல்லப்பிள்ளை குமார்) நான்கு பேர்தான் இருந்தோம். அக்கா (என்னைவிட 22 வயது பெரியவள்) பெரிய அண்ணன் (20 வயது என்னைவிடப் பெரியவன்) வெளியூரில் காலேஜில், அப்புறம் திருமணம் செய்து கொண்டு போய்விட்டார்கள். அவள் தன் சரிதத்தில் சொல்லியிருக்கிறாள். மூத்த இரண்டு குழந்தைகளும் கூட்டுக்குடும்பத்தில் வளரும்போது 'அம்மா' என்ற பற்றுதல் இல்லையென்று. அவள் சொன்னது ஓரளவிற்கு சரிதான் என்று அவர்களும் ஒத்துக் கொண்டார்கள்.

அம்மாவின் மாமனார் (என் தாத்தா) இறந்து 2 ஆண்டுகளில் நான் பிறந்தேன். எதிர்பார்க்காமல் பிறந்தேன் என்று நினைக்கிறேன். அதை அம்மாவிடம் கேட்டபோது "வேண்டுமென்றுதான் பெற்றுக் கொண்டேன்" என்றாள். என்னைச் சமாதானப் படுத்தச் சொல்கிறாள் என்று நான் நினைத்தேன். வெளியூரில் படித்துக்கொண்டிருந்த அக்கா

(அவள் என்னைப் பின்னர் தத்து எடுத்துக்கொண்டாள்) நான் பிறந்தவுடன் அம்மாவிற்கு உதவி செய்ய வந்திருந்தாளாம். நான் இரவு முழுவதும் தூங்காமல் அழுவேனாம். இருவரும் மாற்றி மாற்றித் தொட்டிலை ஆட்டுவார்களாம். அப்பொழுது ஒருமுறை அம்மா சொன்னாளாம் 'என்னைப் படுத்துவதற்கென்றே மாமனார்தான் திரும்பிப் பிறந்திருக்காரோ' என்று. அக்கா இதைச் சொல்லிச் சிரிப்பாள்.

தாத்தா இறந்தவுடன் அவர் இரண்டாவது மனைவி (சித்தி) தன் பிள்ளையுடன் சென்னை சென்றுவிட்டாள். சித்தியின் அம்மா (பாட்டி) காலமாகிவிட்டாள் என்று நினைக்கிறேன். என் அப்பா சிதம்பரகிருஷ்ணன் ஊரில் பிரபலமான வக்கீலாக இருந்தார். பணக்கஷ்டத்தை நான் பார்க்கவில்லை. கார் இருந்தது. கார் ஓட்டுநர் இருந்தார். எங்கள் வீட்டைத் தவிர வேறு ஒரு வீடு இருந்த தெருவில்தான் கார் இருந்தது. குடும்பமாகச் சினிமாவுக்குப் போவோம். பாட்டுக் கச்சேரிக்குப் போவோம். பலமுறை கன்னியாகுமரிக்கு (12 மைல்தான்) காரில் சென்றிருக்கிறோம். சென்னை, பழநி, குருவாயூர், கொச்சி என்று பல இடங்களுக்குச் சென்றிருக்கிறோம்.

அம்மாவின் நாத்தனார் (என் அத்தை) சீதை பக்கத்துத் தெருவில் இருந்தாள். அடிக்கடி வீட்டிற்கு வருவாள். என்னிடம் அன்பாக இருப்பாள். என் அக்காவை அவள்தான் வளர்த்தாள் என்று சொல்லுவார்கள். அக்காவைப் பற்றிப் பேசும்போது "பொண்ணு" என்று பாசமாகச் சொல்வாள். அம்மாவும் அவளும் ஒருவருடனொருவர் சுமுகமாகவே பேசிக்கொள்வார்கள். வீட்டில் முறுக்கு, தட்டை, போளி, வடாம் செய்ய வேண்டுமானால் அம்மா சீதையை உதவிக்கு அழைப்பாள். நானே பலமுறை தூது போயிருக்கிறேன். அத்தை மாதிரி முறுக்கு சுத்த ஒருவருக்கும் வராது. வெளியில் சுமுகமாக இருந்தாலும் அம்மா உள்ளூர அத்தையை மன்னிக்கவில்லை என்றே நினைக்கிறேன்.

அம்மா கோபமாக கத்திப் பேசுவதையோ, அழுதோ நான் பார்த்ததில்லை. திண்ணையில் உட்கார்ந்து மற்றத் தெருப் பெண்களுடன் வம்பளக்க மாட்டாள். பொதுவாக அவர்களை அறிவில்லாதவர்கள், மூடநம்பிக்கை உடையவர்கள் என்று சொல்லுவாள். வீட்டில் வேலை செய்பவர்களைப் பாகுபாடில்லாமல் சமமாக நடத்துவாள். நிறையப் புத்தகங்கள், பத்திரிகைகள் படிப்பாள். சங்கீதத்தில் ரொம்ப ஆர்வம் உண்டு. எம்.எஸ்.ஸின் சகுந்தலா, மீரா பாடல்களைப் பாடுவாள். நல்ல குரல் வளம் உண்டு. கர்நாடக சங்கீதத்தில் நல்ல ஞானம் உண்டு. ராகத்தில் சந்தேகம் இருந்தால் அப்பா அம்மாவைத்தான் கேட்பார்.

தினமும் சாயங்காலம் கடவுள் படத்தின் முன் விளக்கேற்றுவாள். ஆனால் தெருமூலையில் உள்ள அம்மன் கோயிலுக்கு அவள் அதிகமாகப் போய் நான் பார்த்ததில்லை. ஓரளவுக்குக் கடவுள் நம்பிக்கை உண்டு. ஆனால் மற்றப் பெண்கள் மாதிரி பூஜை ஸ்தோத்தரம் என்று பண்ணிப் பார்த்ததில்லை. அடிக்கடி "எனக்கு மற்றவர் போல் மூட நம்பிக்கை கிடையாது" என்று சொல்லுவாள். ஆனால் கிரகணம் முடிந்தவுடன் குளிப்பாள். 'எதற்கு' என்று கேட்டால், 'பக்கத்து வீடுகளில் இருக்கும் மூடர்கள் குற்றம் சொல்லுவார்கள்' என்பாள். அதை முழுமையாக நானும் குமாரும் நம்பமாட்டோம். அவளுடன் தர்க்கம் செய்வோம்.

அவள் தன் சுயசரிதத்தைப் பல வருடங்களாக எழுதிக் கொண்டிருந்தாள். நானும் குமாரும் அவள் ஒளித்து எழுதுவதைப் பார்த்திருக்கிறோம். மறைத்து வைப்பாள். காட்டமாட்டாள். அப்பொழுது எனக்கு வயது ஏழு. அவள் எழுதியதை என்னிடம் கொடுத்தபோது எனக்கு வயது முப்பதேழு. 1996ம் ஆண்டு அமெரிக்காவில் என்னிடம் தான் எழுதிய புத்தகத்தைக் கொடுத்தாள்.

தன் இளவயதுச் சம்பவங்களைப் பற்றி விவரமாக என்னிடம் சொன்னதில்லை. இடையிடையே 'இந்த வீட்டில் நான் பட்ட கஷ்டத்திற்கு அளவே இல்லை, ஒன்றையும் நான் மறக்க மாட்டேன்' என்று சொல்லுவாள். அதற்கு அப்பா 'அதுபோல் மறக்காமல் இருப்பதில் என்ன பயன்?' என்று கேட்பார். கிராமத்து வீட்டை விட்டுக் கொஞ்சம் தள்ளி ராமவர்மபுரத்தில் ஓர் அழகான வீட்டை வாங்கலாம் என்று சொல்லுவாள். அப்பா 'வடிவீஸ்வரம் மாதிரி வசதியாக இருக்காது' என்று தட்டிக்கழிப்பார்.

பண வசதியிருந்தும் அவள் தனக்கென்று அதிகமாக நகையோ, புடவைகளோ வாங்கியதில்லை. எனக்கும் விலை குறைவான துணிகளையே வாங்குவாள். ஒவ்வொரு வேலை விடுமுறையின் போது நான், அம்மா, அப்பா, (குமார் முதலில் காலேஜ், பிறகு அமெரிக்கா சென்றுவிட்டான்) ஒன்று இரண்டு மாதத்திற்கு அக்கா வீட்டிற்கு (சென்னை, பம்பாய், டெல்லி) என்று போயிருக்கோம். போனவுடன் முதல் வேலையாக அக்கா என்னை புதுத் துணிகள் வாங்கக் கடைக்கு அழைத்துப் போவாள். அம்மா வாங்கிய உடைகள் தரம் ரொம்பக் குறைவு என்று சொல்வாள். அக்காவுடனும், அத்திம்பேர் (பிறகு எனக்கு அப்பா ஆனவர்) உடனும் நிறைய வெளியூர் பயணங்கள் செய்திருக்கிறோம். கொடைக்கானல், ரிஷிகேஷ், ஆக்ரா, காஷ்மீர் என்று பல ஊர்கள் சென்றிருக்கிறோம். அம்மா ஊரைப் பார்ப்பதைவிட மனிதர்களையும் அவர்கள் மொழி, உடை, பழக்க வழக்கங்களைப் பார்ப்பதில் அதிக ஆர்வம்

காண்பிப்பாள். கொஞ்சம் கொஞ்சம் ஹிந்தி பேச முயற்சி செய்வாள்.

குமார் 1974/75 வருஷம் அமெரிக்கா சென்றான். அம்மாவிற்கு அதில் விருப்பமே இல்லை. அவன் அங்கேயே ஓர் அமெரிக்கப் பெண்ணை மணந்துகொண்டான். கல்யாணம் பற்றிக் கடிதம் மூலமாக அறிவித்தான். அம்மாவுக்கு ரொம்ப வருத்தம். ஆனால் அழவில்லை.

அம்மாவும் அப்பாவும் முதன்முறையாக 1986ஆம் ஆண்டு அமெரிக்கா பயணம் சென்றார்கள். குமார் வீட்டிற்குச் சென்றார்கள். அப்பா 'போர்' அடித்து ஒரு மாதத்தில் இந்தியா திரும்பிவிட்டார். அப்பா படிக்காத ஆங்கிலப் புத்தகம் கிடையாது. எங்கள் வீட்டில் ஒரு பெரிய நூலகமே இருந்தது. ஆனால் அவருக்கு அமெரிக்காவில் பேசும் ஆங்கிலம் புரியவில்லை. குமார் வீட்டில் ஒரு பார்ட்டியின் போது அவனுடைய கேரள நண்பர் ஒருவர் அப்பாவைப் பார்த்து 'இவருக்கு இங்க்லீஷ் அறியுமோ?' என்று கேட்டதை அம்மா சொல்லி சொல்லிச் சிரிப்பாள். குமார் வீட்டில் அவனுக்குப் பிடித்த விஷயங்களைச் சமையல் செய்துகொடுப்பாள். ஒருமுறை கொழக்கட்டை செய்தாளாம். குமாரின் அமெரிக்க மனைவி கொழக்கட்டையை விரும்பிச் சாப்பிட்டாளாம். அதனுடன் ஒரு டப்பாவைத் திறந்து பதப்படுத்தப்பட்ட சூறை மீனைச் சாப்பிட்டாளாம். அம்மா இதை என்னிடம் சொன்னாள்: "ஐயோ தாங்கவேயில்லை; இப்படி ஒரு நல்ல கொழக்கட்டையுடன் மீனைச் சாப்பிடுவாளோ?" என்றாள். கொஞ்சம் விளையாட்டாகவே சொன்னாள்; கோபம் எதுவும் இல்லை.

1986ஆம் ஆண்டு குமாரின் வீட்டிலிருந்து என்னைப் பார்க்க காலிஃபோர்னியா வந்தாள். நான் புதிதாகக் கல்யாணமாகி அங்கிருந்தேன். ரீனோ என்ற இடத்தில் காஸினோவிற்குச் சென்றோம். கிலு கிலுவென்று சில்லறைகள் விழுகிற சத்தத்தை ரசித்தாள். காபரே மாதிரி ஒரு நிகழ்ச்சிக்குச் சென்றோம். அந்தப் பெண்கள் பேருக்கு ஆடை உடுத்தி மேடையில் நடனம் செய்தார்கள். அம்மா சொன்னாள்: 'ஆடையே அதிகம் போடா விட்டாலும் கனகச்சிதமாக செதுக்கின சிலைபோல் உடம்பு இருப்பதால் ஆபாசமாகவே தெரியவில்லை. நம் சினிமாக்களில் இதை விட படு ஆபாசமான தோற்றத்துடன் பெண்களைப் பார்த்திருக்கிறேன்.'

'Hearst Castle' என்று ஒரு பணக்காரனின் வீட்டைப் பார்க்கச் சென்றோம். பெரிய ஆடம்பரமான வீடு. டிக்கட் எடுத்துப் பார்த்தோம். 'இந்த வீட்டில் என்ன இருக்கு பணம் கொடுத்து பார்க்கிற மாதிரி?' என்றாள். 'நம்மூரில் எவ்வளவு அழகான

அரண்மனை எல்லாம் இருக்கு. இந்த ஊரில் (அமெரிக்காவில்) சின்ன சின்ன விஷயங்களுக்கெல்லாம் அடித்துப் பிடித்துக் கூட்டமாக வருகிறார்களே?' என்றாள்.

அம்மா 1990இல் ஒரு முறை, அப்புறம் கடைசியாக 1996ஆம் ஆண்டிலும் அமெரிக்கா வந்தாள். அப்பா ஒரு தடவைக்கு மேல் வரவில்லை. 1995ஆம் ஆண்டு இறந்து போனார் அப்பா.

அமெரிக்காவில் அம்மா வெளியில் அங்கே இங்கே போகவேண்டும் என்று ஆசைப்பட மாட்டாள். பெரிய 'மால்' எனப்படும் அங்காடிகளுக்குப் போனால் ஓர் இடத்தில் உட்கார்ந்துகொண்டு அங்குள்ள மனிதர்களின் நடையுடை பாவனைகளைக் கவனித்து ரசித்துக்கொண்டிருப்பாள். ஒருமுறை *Western Orchestra* நிகழ்ச்சிக்கு எங்களுடன் வந்தாள். அவளுக்கு ரசிக்க முடியவில்லை. ஒரே 'சத்தம்' என்றாள்.

1996இல் வந்த சமயம்தான் தன் வாழ்க்கைக் கதைகளை எழுதிய புத்தகத்தை என்னிடம் கொடுத்தாள். நான்கு குழந்தைகளில் என்னைத் தேர்ந்தெடுத்துக் கொடுத்த காரணம் பற்றி யோசித்திருக் கிறேன். ஒருவேளை நான்தான் அந்தக் கதையை வெளியில் எல்லோரும் அறியும்படி கொண்டுவருவேன் என்று சரியாகக் கணித்திருப்பாள். முதலில் வாசித்துவிட்டு 'ஏன் நீ சந்தோஷமான நாட்களைப் பத்தி (நான் வளரும்போது பார்த்த நாட்கள்) எழுதவில்லை?' என்று கேட்டேன். அவள் அதற்குச் சரியான பதில் சொல்லவில்லை. 'நீ இருந்த கூட்டுக்குடும்ப வாழ்க்கையின் கஷ்டங்களைப் பல பெண்கள் அந்தக் காலகட்டத்தில் அனுபவித்திருப்பார்கள்' என்று நான் சொன்னது அவளுக்குப் பிடிக்கவில்லை. ஓரளவு அது அவளைப் புண்படுத்தியிருக்கலாம். "நான் பட்ட கஷ்டத்துக்கு ஒரு அளவேயில்லை. அதையெல்லாம் பத்தி உங்களுக்கு என்ன தெரியும்?" என்று கேட்டாள்.

அவளுடைய கூர்மையான அறிவையும் ஆற்றலையும் நாங்கள் போதுமான அளவு அங்கீகரிக்கவில்லை என்பது உண்மை. எனக்கு 5 அல்லது 6 வயது இருக்கும்போது அவள் நாகர்கோவிலில் உள்ள மாதர் சங்கத்தில் உறுப்பினராக இருந்தாள். அவளுடன் ஒன்று இரண்டு முறை மீட்டிங்குக்குப் போயிருக்கிறேன். கிராமத்துப் பிராமணப் பெண்கள் ஒருவரும் அதில் கிடையாது. மற்றப் பெண்கள் அம்மாவைவிடப் படித்தவர்கள்போலத் தோன்றினார்கள். ஆனால் அம்மாவிடம் மதிப்புடன் இருந்தார்கள். அந்தச் சங்கம் ரொம்ப நாள் தொடரவில்லை.

கிராமத்தில் இருக்கும் பல பிரமாணர்கள் பிராமணர் அல்லாதவர்களை அடுக்களையில் செல்லவிடமாட்டார்கள். எங்களுக்குத் தெரிந்த ஒருவர் வீட்டில் ஒரு பிராமணப் பெண்ணைச்

சமையல் வேலைக்கு வைத்துக் கொண்டிருந்தார்கள். அம்மா சொல்லுவாள்: 'பிராமணா என்பதாலேயே உசத்தியா? அந்தச் சமையல் செய்யும் பெண்ணின் புடவை எவ்வளவு அழுக்காக இருக்கு? இவளை எப்படி 'சுத்தம்' என்று சொல்லி அவள் கையால் சாப்பிட முடியும்?'

அப்பா பத்தி சில விஷயங்கள். ஊரில் உள்ளவர்கள் அவரிடமும் எங்கள் குடும்பத்தினரிடமும் அதீதமான மதிப்பு வைத்திருந்தார்கள். அவர் கோபப்படுவது மிக மிக அபூர்வம். கோபம் என்பது பலவீனம் என்று சொல்வார். உழைப்பாளி. காலை 6 முதல் இரவு 11 மணிவரை வேலை செய்வார். வக்கில் வேலைக்கிடையில் நிறைய ஆங்கிலப் புத்தகங்களைப் படிப்பார். கதைகள், கட்டுரைகள். அறிவியல். ஆன்மிகம் என்று பலவகைப் புத்தகங்கள். பல சமயம் பிடித்த விஷயங்களை வாசித்துப் பகிர்ந்து கொள்வார் என்னிடம். கணக்கில் திறமைசாலி. அவருக்குத் தெரிந்த முறையில் அம்மாவிடம் மதிப்பும் அன்பும் காட்டினார். குடும்பமாகச் சினிமா, கச்சேரி போவோம். ராகத்தில் சந்தேகம் இருந்தால் அம்மாவிடம் கேட்பார். 80 வயது வரை வேலை செய்தார். பின் உடம்பு சரியில்லாததால் வேலையைக் குறைத்தார். 82 வயதில், 1995ஆம் ஆண்டு இறந்துபோனார். சொத்து முழுவதையும் அம்மாவுக்கு உயிலில் எழுதி வைத்திருந்தார். கடைசி வரை அவளுக்குப் பண விஷயத்தில் யார் தயவும் தேவையில்லாமல் இருந்தது.

அப்பா இரண்டு வருஷத்திற்கு ஒருமுறை புது கார் வாங்குவார். நிறைய புத்தகங்கள் வாங்குவார். வேறு செலவு ஒன்றும் செய்ய மாட்டார். என் சிறு வயதில் வடிவீஸ்வரத்தில் குழாயிலிருந்து நல்ல சுத்தமான தண்ணீர் 24 மணி நேரம் வரும். அது மாறி மூன்று நாளைக்கு ஒருமுறை தண்ணீர் வரும் நிலைமை வந்தது. தண்ணீரை நிரப்பி வைக்க வீட்டின் நடுவில் உள்ள முற்றத்தில் ஒரு பெரிய தொட்டியை அப்பா கட்டினார். அம்மாவுக்கு அதில் இஷ்டமேயில்லை. பார்க்க அசிங்கமாக இருக்கிறது என்றாள். அவள் எதிர்ப்பைப் பொருட்படுத்தாமல் அப்படி செய்வதுதான் செலவு குறைவு என்று அவர் சொன்னார். அவர் இறந்த பிறகு அம்மா அதை அப்புறப்படுத்தி நிலத்துக்கடியில் 'பம்ப்' கட்டினாள். வீட்டின் முன்பகுதியில் ஒரு வீட்டைக் கட்டினால் வாடகை கிடைக்கும் என்று அடிக்கடி சொல்லுவாள். எங்கள் ஒருவருக்கும் அது தேவையாகத் தோன்றவில்லை. அப்பாவின் காலத்துக்குப் பின்னால் ஒரு சிறு வீட்டைப் பின்பகுதியில் கட்டினாள். வாடகைக்கும் கொடுத்தாள். அங்கு தங்கிய மஹாலக்ஷ்மி மீன் சாப்பிடுவாள். அம்மா பக்கா சைவம். மஹாலக்ஷ்மியை அம்மாவுக்குப் பிடித்ததற்குக் காரணம் அவள் வித்தியாசமானவள். புத்திசாலி. உள்ளூர் தேர்தலில்

ஒரு முறை திராவிட முன்னேற்றக் கழகப் பிரதிநிதியாக நின்று ஜெயித்திருக்கிறாள். சொந்தமாகக் குழந்தைகள் இருந்தும் ஒரு குழந்தையைத் தத்து எடுத்து வளர்த்திருக்கிறாள். அம்மா வயதாகி உடல் மற்றும் மனநிலை சரியில்லாத போது மஹாலக்ஷ்மி அம்மாவுக்குத் துணையிருந்தாள். பல விதங்களில் உதவி செய்தாள்.

1995ஆம் ஆண்டு அப்பாவின் மறைவுக்குப் பின் அம்மா அந்தப் பெரிய வீட்டில் தனியாக இருந்தாள். அதுவே அவள் விருப்பமும்கூட. மற்றவர்கள் கவலைப்பட்டார்கள். அவளுக்கு அந்தத் தனிமை கஷ்டமாக இல்லை. ஐந்து வருடம் கழித்து (அவளுக்கு அப்போது வயது 80) மூத்த மகன் வேலை ஓய்வு பெற்று, குஜராத்திலிருந்து ஊருக்கு வந்தான். அவன் மனைவி இள வயதிலேயே புற்று நோயில் இறந்துவிட்டாள். உறவினர் எல்லோரும் அம்மாவுக்கு நல்ல துணையென்று சொன்னார்கள். ஆனால் அவருக்குத் தன் தனிமை குலைந்தது முதலில் பிடிக்கவில்லை. ஆனால் போக போக அது மாறியது. 90 வயதில் அவளுக்கு மறதி நோய் வந்தபின் அவனில்லாமல் அவள் அந்த வீட்டில் இருந்திருக்க முடியாது. 2016ஆம் ஆண்டு ஜனவரி மாதம் 2ஆம் தேதி, தன் 96வது வயதில் வீட்டிலேயே காலமானாள்.

அம்மா உயில் எழுதவில்லை. ஏன் என்று தெரியாது. நான் ஒருமுறை அவளிடம் ‘உயில் எழுதலையா?’ என்று கேட்டேன். மற்றவர்களுக்குக் கேட்கத் தயக்கம். அவள் அதற்குச் சரியாகப் பதில் அளிக்கவில்லை. “எனக்கு எல்லாம் தெரியும்” என்று ஏதோ சொன்னாள். ஆனால் தன் கண்களை இறந்தபின் தானம் செய்யத் தானே அங்குள்ள கண் ஆஸ்பத்திரியைக் கூப்பிட்டு ஏற்பாடு செய்திருந்தாள். அவள் இறந்தவுடன் அவள் ஆசை பூர்த்தி செய்யப்பட்டது.

அவளுக்கு மறதி நோய் வந்தபின்தான் நான் அவள் சுயசரிதத்தைத் திரும்ப வாசித்தேன். ஆங்கிலத்திலும் மொழிபெயர்த்தேன். அப்பொழுதுதான் அவளுடைய எழுத்தின் சக்தி எனக்கு முழுமையாகப் புரிந்தது. மொத்தத்தில் அம்மாவின் இளவயது வீணானதை நாங்கள் இன்னும் சற்று அனுதாபத்துடன் பார்த்திருக்கலாம் என்று தோன்றுகிறது. முதன்முதலாக அவளின் கதையைப் படித்தபோது படித்தது பற்றிச் சொல்லியிருக்கலாம். அவளின் எழுத்துத் திறமையைக் கூடுதலாகப் பாராட்டியிருக்கலாம். அவள் கதையை, அவள் எண்ணங்களை உலகத்துக்கு வெளிபடுத்துவதன் மூலம் அவள் நினைவு காலத்துக்கும் இருக்குமாறு செய்ய ஆசைப்படுகிறேன்.

காஞ்சனா, ஜனவரி 1, 2017